హేతువాద – మానవవాద తత్వవేత్తలు

డా॥ గుమ్మా వీరన్న

Hetuvada Manavavada Tatvavettalu

Author Dr. Gumma Veeranna

Mobile: +91 9866681927

ISBN: 978-81-988184-3-0

Print On Demand

Book Available

@

Ph:0091-9515054998

Email: Kasturivijayam@gmail.com

Amazon, Flipkart,Worldwide

జ్ఞాపిక

నా తల్లిదండ్రులు శ్రీమతి గుమ్మా నరసమ్మ, కీ.శే. గుమ్మా భద్రప్ప. అమ్మ స్వస్థలం ఆంధ్రప్రదేశ్‌లోని కర్నూలు జిల్లా, నందవరం మండలం, నాగలదిన్నె గ్రామం. నాన్న స్వస్థలం తెలంగాణలోని గద్వాల జిల్లా, గట్టు మండలం, పెంచుకలపాడు గ్రామం. ముఖ్యంగా నా చదువుకోసమే వారు పెంచుకలపాడు నుండి నాగలదిన్నె గ్రామానికి 1958లో మకాం మార్చారు. చేనేత వృత్తిలో వుండి తమ ఎనిమిది మంది సంతానాన్ని పెంచడానికి అష్టకష్టాలు పడుతూ దుర్భరమైన దారిద్ర్యాన్ని అనుభవించారు.

కష్టపడి నన్ను చదివించి, విద్యాబుద్ధులు నేర్పి నా భవిష్యత్తుకు వెలుగుబాట వేశారు. వారి రుణం తీర్చుకోలేనిది. వారి కృషి వల్లనే నేను 1959 నుండి 1969 వరకు ఎమ్మిగనూరు పట్టణంలో చదివి 12వ తరగతి పాసయ్యాను. తరువాత ఉద్యోగం చేస్తూ స్వయంకృషితో ఎం.ఎ, ఎలఎల్‌బి, పిహెచ్‌డి చేశాను.

నా తల్లిదండ్రులతో నాకున్న అనుబంధానికి, ప్రేమాభిమానాలకు చిహ్నంగా నేను రచించిన 'హేతువాద మానవవాద తత్వవేత్తలు' అనే ఈ గ్రంథాన్ని జ్ఞాపికగా ప్రేమతో వారికి సమర్పిస్తున్నాను.

హైదరాబాద్ — డా॥ గుమ్మా వీరన్న

02-06-2026

విషయ సూచిక

ముందుమాట

సుదీర్ఘమైన మానవజాతి ప్రయాణంలో అనేక మలుపులు, మజిలీలు వున్నాయి. అయినా మానవుడేనాడూ ఏ మలుపులోనూ, ఏ మజిలీలోను ఆగిపోలేదు. అతనిలో సహజసిద్ధంగా వున్న హేతుత్వశక్తి వికసిస్తున్నకొద్దీ అతనిలో ఆలోచనలు, ఊహలు, సందేహాలు, ప్రశ్నలు అనేకం ఉదయిస్తూ వచ్చాయి. వాటిని తర్కించి, విచారించి, సత్యాసత్యాలను నిగ్గుతేలుస్తూ వచ్చాడు.

ఆ క్రమంలోనే అతడు ఆస్తికవాదం, భావవాదం, నాస్తికవాదం, భౌతికవాదం, సంశయవాదం, అజ్ఞేయవాదం, అనుభూతివాదం, గతితార్కిక భౌతికవాదం, భౌతిక వాస్తవికవాదం వంటి అనేక మజిలీలను దాటుకుంటూ తన తాత్త్విక ప్రయాణాన్ని కొనసాగిస్తూ వచ్చాడు.

నికొలస్ కోపర్నికస్ (1473`1543) సూర్యకేంద్ర సిద్ధాంతం, చార్లెస్ డార్విన్ (1809`1882) జీవపరిణామ సిద్ధాంతం, ఆల్బర్ట్ ఐన్‌స్టీన్ (1879`1905) సాపేక్ష సిద్ధాంతం, మాక్స్ ప్లాంక్ (1858`1947) క్వాంటం మెకానిక్స్ వంటి సిద్ధాంతాలతో విజ్ఞానశా□స్తం కొత్తపుంతలు తొక్కింది. విజ్ఞానశా□స్తం ఆధునిక విజ్ఞాన శా□స్తంగా రూపాంతరం చెందింది.

ప్రకృతి అస్తిత్వం అనాది అని సైన్సు నిరూపించింది. ప్రకృతి అంతా పదార్థమయమే. పదార్థమంతా భౌతికమే. మనకు లభించే జ్ఞానమంతా పదార్థ జ్ఞానమే కాని పదార్థేతర జ్ఞానం కాదు. ప్రకృతి అంతా భౌతికమే. అభౌతికమనే దానికి అవకాశమే లేదు. జ్ఞానమంతా వస్తువులు, సంఘటనలకు సంబంధించిందే కాని అవస్తుజ్ఞానం కాదు.

ఆస్తికవాదులు, భావవాదులు, ఆధ్యాత్మికవాదులు, మాయావాదులు ఎన్నిరకాలుగా ప్రయత్నించినా భౌతికవాదాన్ని ఎదిరించలేకపోయారు, ఖండించలేకపోయారు. అన్నికాలాలలోను సైన్సు భౌతికవాదాన్ని సమర్థిస్తూనే వచ్చింది. అణువులు విచ్ఛిన్నమై పరమాణువులు ఏర్పడినా, పరమాణువులు విచ్ఛిన్నమై ప్రోటాన్లు, ఎలక్ట్రాన్లు, న్యూట్రాన్ల వంటి అతి సూక్ష్మకణాలు ఏర్పడినా, వాటికి కూడా మూలమైన అత్యంత సూక్ష్మతరమైన క్వార్కులున్నాయని రుజువైనా ఇవేవీ భౌతిక వాస్తవికతను వీడలేదని నిరూపితమైంది. ఆ కారణంచేతనే భౌతికవాదం భౌతికవాస్తవిక వాదం అయింది. ఆధునిక విజ్ఞానశాస్త్రం భౌతిక వాస్తవికవాదాన్ని తిరుగులేని సత్యంగా నిలబెట్టింది.

తత్వశాస్త్రం మతం కంటె ప్రాచీనమైనది. తత్వం, మతం ఒకటికావు. తత్వ లక్ష్యం సత్యాన్వేషణ కాగా, మతం లక్ష్యం అసత్యంపై విశ్వాస స్థాపన.

సైన్సు నేడు వందలాది శాఖలుగా విస్తరించింది. ఆ సైన్సు ఆవిష్కరించిన సత్యాల ఆధారంగా, వాటి సారాన్ని సంగ్రహించి, సమన్వయపరచి ఒక జీవన తత్వాన్ని రూపొందించి మానవాళికందించింది. అదే మానవవాదం. నేడు ప్రపంచ మానవాళి భవితకు ఆశాజ్యోతి మానవవాదమే.

అందువల్ల ప్రపంచవ్యాప్తంగా వున్న అనేకమంది తత్వవేత్తలలో హేతువాద మానవవాద భావాలకు ప్రాధాన్యతనిచ్చి తాత్వికబోధలు చేసిన వారున్నారు. అటువంటి వారు కూడా చాలామందే వున్నారు. అందరి గురించి రాయడం సాధ్యం కానందువల్ల వారిలో నుండి కొందరినే ఎంపిక చేసుకుని వారి జీవితాలను, వారు ప్రబోధించిన తత్వాలను పరిచయం చేయడానికే ఈ పుస్తకంలో ప్రయత్నించాను.

బుద్ధుడితో ప్రారంభించి, పాల్‌కజ్ వరకు పదహారుమంది తత్వవేత్తల భావాలను స్థూలంగా పరిచయం చేశాను. వారి భావాలు హేతువాద మానవవాద ఉద్యమానికి తోడ్పడగలవని విశ్వసిస్తున్నాను.

ఇందులోని తత్వవేత్తల గురించి రాసిన వ్యాసాలను 'హేతువాది' మాసపత్రికలో ప్రచురించిన సంపాదకులు మేడూరి సత్యనారాయణ గారికి, ఈ పుస్తకానికి అందమైన ముఖచిత్రాన్ని అందించిన రాము అలహరి గారికి, పుస్తకాన్ని ప్రచురించిన కస్తూరి విజయం పబ్లిషర్స్‌కు ధన్యవాదాలు తెలుపుతున్నాను.

హైదరాబాద్ **డా॥గుమ్మా వీరన్న**

02-06-2026

గౌతమ బుద్ధుడు (సా.శ.పూ. 563-483)

ప్రపంచ తాత్విక చరిత్రలోనే మహోన్నతమైన స్థానాన్ని అలంకరించిన తత్వవేత్త గౌతమబుద్ధుడు. అతడు బోధించిన బౌద్ధమే ప్రపంచంలో ప్రప్రథమ హేతువాద, మానవవాద తాత్వికభావ విప్లవోద్యమం. బుద్ధుడి జీవిత విశేషాల గురించి, అతడు బోధించిన బౌద్ధ తాత్విక విషయాల గురించి స్థూలంగా తెలుసుకుందాం.

ప్రాచీన భారతీయ తాత్విక చరిత్రలో వేదవాదులు సృష్టించిన తాత్వికాంధకారాన్ని, భావ నియంతృత్వాన్ని తన మేధోసంపత్తితో పటాపంచలు చేసిన విప్లవ తత్వవేత్త గౌతమ బుద్ధుడు. సమాజంలోని మౌలిక సమస్యలను గుర్తించడంలోను, వాటికి పరిష్కార మార్గాలను కనిపెట్టడంలోను ప్రప్రథమంగా హేతువాద దృక్పథాన్ని అవలంబించిన మానవవాద తత్వవేత్త అతడు.

రెండువేల ఐదువందల సంవత్సరాలకు పూర్వమే ప్రాచీన భారతదేశ చరిత్రలోబయలుదేరిన తాత్విక భావవిప్లవోద్యమం బౌద్ధం. దాదాపు వెయ్యి సంవత్సరాలకు పైగా అవిచ్ఛిన్నంగా కొనసాగి, అభివృద్ధిచెంది, దేదీప్యమానంగా వెలిగి, సామాజిక అభ్యుదయానికి పటిష్ఠమైన పునాదులు నిర్మించిన తాత్విక శాఖగా బౌద్ధం చరిత్రలో శాశ్వత స్థానాన్ని అలంకరించింది.

భారతదేశంలో బయలుదేరిన బౌద్ధ తాత్విక భావోద్యమం దేశ సరిహద్దులు దాటి విదేశాలలో సైతం విస్తరించడం విశేషం. అనేక ఆసియా దేశాలలో అది నేటికీ సజీవంగా కొనసాగుతుండడం అందులోని సత్యసంధతకు, నైతిక విలువలకు నిదర్శనం. అందుకే

అనేకమంది తత్వవేత్తలు బుద్ధుడిని ఆసియా ఖండపు వెలుగు (Light of Asia) అని కీర్తించారు. వాస్తవానికి బుద్ధుడు జగత్తుకే వెలుగు (Light of the world).

అప్పటి వరకు ఊహాలోకాల్లో విహరిస్తూ వచ్చిన తాత్విక చింతనను మొదటిసారి ఆకాశం నుండి నేలమీదకు దించి, మానవ జీవితంలోని మంచిచెడ్డలకు, నైతిక విలువలకు దానిని అన్వయించి, ఆచరించి చూపిన అఖండ మేధావి, ఆదర్శ తత్వవేత్త గౌతమ బుద్ధుడు.

ఫ్రాన్స్‌కు చెందిన మానవ సమాజ నిర్మాణ శాస్త్రజ్ఞుడైన (Social anthropologist) క్లాడ్ లెవి స్ట్రాస్ (1908-2009) బుద్ధిస్టు కాదు. ఆయన బుద్ధుడి గురించి అన్న మాటలు అక్షర సత్యాలుగా కనిపిస్తున్నాయి. 'నేను గురువుల వద్ద నేర్చుకున్నది, చదివిన తత్వశాస్త్రాలు, సమాజం గురించి చేసిన పరిశోధనలనే కాక, పాశ్చాత్య ప్రపంచం గర్వంగా చెప్పుకునే సమస్త శాస్త్రా లను చెట్టుకింద కూర్చున్న ఈ మహాముని చేసిన ఆలోచనలతో పోలిస్తే అవి చాలా స్వల్పమైనవిగా కనిపిస్తాయి" అన్నాడు. (గౌతమబుద్ధుడు 'మూలం: ప్రొ. మైకేల్ కారిథెర్స్ తెలుగు ' డి. చంద్రశేఖర్)

గౌతమబుద్ధుడు క్రీస్తుపూర్వం ఐదువందల అరవైమూడవ సంవత్సరం వైశాఖ పూర్ణిమరోజున, నేటి నేపాల్‌లోని భారత సరిహద్దున గల కపిలవస్తు నగరంలో జన్మించాడు. అతని తల్లి మహామాయాదేవి; తండ్రి శుద్ధోధనుడు. వారిది శాఖీయ వంశం; గౌతమ గోత్రం. అతనికి తల్లిదండ్రులు పెట్టిన పేరు సిద్ధార్థుడు. అతడిని అందరూ సిద్ధార్థ గౌతమ అని పిలిచేవారు.

సిద్ధార్థుడు పుట్టిన ఏడవరోజున తల్లి మహామాయాదేవి మరణించింది. శుద్ధోధనుడి రెండవ భార్య మహా ప్రజాపతి గౌతమి సిద్ధార్థుని పెంపకం బాధ్యతలు స్వీకరించింది. శుద్ధోధన మహాప్రజాపతుల సంతానమైన నందుడు సిద్ధార్థుని కంటె చిన్నవాడు. సిద్ధార్థుని పినతండ్రి కుమారులైన ఆనందుడు, దేవదత్తుడు, మహానాముడు,

అనిరుద్ధుడు ఉన్నారు. వీరిలో మహానాముడు సిద్ధార్థునికంటె పెద్దవాడు. ఆనందడు చిన్నవాడు.

సిద్ధార్థుని విద్యాభ్యాసం ఎనిమిదవ ఏట ప్రారంభమైంది. శుద్ధోధనుడు సిద్ధార్థుని తొలిగురువులుగా ఎనిమిది మంది బ్రాహ్మణులను నియమించాడు. ఆ గురువుల వద్ద సిద్ధార్థుడు అన్ని విద్యలు నేర్చుకున్నాడు. ఆ తరువాత కపిలవస్తు ఆశ్రమవాసి అయిన ఆలారకాలాముని శిష్యుడైన భరధ్వాజునివద్ద ఏకాగ్రత, ధ్యానం, నిష్టలను అభ్యసించాడు.

సిద్ధార్థుడు స్వభావరీత్యానే కరుణా హృదయుడు. సున్నిత మనస్కుడు. పొలాల్లో పనిచేసే రైతులు దోపిడికి గురవుతున్నట్లు తెలుసుకొని చిన్నతనంలోనే కలత చెందినట్లు తెలుస్తోంది. అదేవిధంగా అతడు ఒక రోగిని, ఒక వృద్ధుడిని, ఒక శవాన్ని, ఒక సన్యాసిని చూసినపుడు కలతచెంది, చింతాక్రాంతుడైనట్లు తెలుస్తోంది. ప్రతి మనిషికి రోగం, వృద్ధాప్యం, మరణం తప్పవని తెలిసి దీర్ఘాలోచనలో మునిగిపోయాడు. సన్యాసి జీవితం అతని ఆలోచనలను ప్రభావితం చేసింది. మనసులో అలజడి ప్రారంభమై పరివర్తన చెందాడు. ఎలాగయినా సరే దుఃఖానికి నివారణోపాయాన్ని కనుక్కోవాలని నిర్ణయించుకున్నాడు.

శుద్ధోధనుడు సిద్ధార్థుడికి పదహారవ ఏటనే దండపాణి పుత్రిక యశోధరతో వివాహం జరిపించాడు. వారికి దుఃఖం అనేది తెలియకుండా సకల సౌకర్యాలతో సుఖంగా వుండడానికి తండ్రి అన్ని ఏర్పాట్లు చేశాడు. ఆయా ఋతువులకు, కాలాలకు తగినట్లుగా విలాసవంతమైన జీవితాన్ని గడపడానికి వేరువేరుగా భవంతులను నిర్మించాడు.

సిద్ధార్థుడు పదమూడు సంవత్సరాల వైవాహిక జీవితాన్ని ఆనందంగా గడిపాడు. యశోధర గర్భం దాల్చి కుమారుడిని ప్రసవించింది. బాలునికి రాహులుడని నామకరణం చేశారు. అప్పటి నుండి సిద్ధార్థుడి జీవితం గొప్ప మలుపు తిరిగింది.

బుద్ధుని మహాభినిష్క్రమణం

గౌతమ బుద్ధుడు (సా.శ.పూ. 563-483)

శాక్యరాజ్యం కోసల రాజ్యానికి సామంత రాజ్యంగా ఉండేది. శాక్య రాజ్యానికి ప్రక్కనే కొలియుల రాజ్యం ఉండేది. రెండు రాజ్యాలను విడదీస్తూ రోహిణీ నది ప్రవహిస్తూ ఉండేది. రోహిణీనదీ జలాలను వాడుకునే విషయంలో శాక్యులకు, కొలియులకు వివాదం ఏర్పడింది. ఆ వివాదం తీవ్రం కాగా కొలియులపై యుద్ధం ప్రకటించేందుకు నిర్ణయం తీసుకోడానికై సేనాపతి శాక్య సంఘ సమావేశాన్ని ఏర్పాటు చేశాడు.

శాక్య సంఘ సభ్యుడిగా వున్న సిద్ధార్థుడు యుద్ధ ప్రతిపాదనను వ్యతిరేకించాడు. అయినప్పటికీ అధిక సంఖ్యాకులు యుద్ధానికి అనుకూలంగా తీర్మానించారు. శాక్యసంఘ నియమాల ప్రకారం ఇరవై ఏళ్లు పైబడినవారు, యాభై ఏళ్ళ లోపు వారు తప్పనిసరిగా యుద్ధంలో పాల్గొనాలి. అయితే సిద్ధార్థుడు మాత్రం తాను యుద్ధాన్ని వ్యతిరేకిస్తున్నాను కాబట్టి సైన్యంలో చేరజాలనని చెప్పాడు. దాంతో ఆగ్రహించిన సేనాపతి సంఘ నిర్ణయాలను పాటించని వారిని ఉరి తీయాలి లేదా వెలివేయాలని అన్నాడు. అవసరమైతే మీ కుటుంబంపై సాంఘిక బహిష్కరణ ప్రకటించవచ్చు. మీ కుటుంబ యావదాస్తులను హస్తగతం చేసుకోవచ్చు అని హెచ్చరించాడు.

దాంతో పర్యవసానాలను గ్రహించిన సిద్ధార్థుడు తాను సైన్యంలో చేరరాదని, అదే విధంగా తన తల్లిదండ్రులను సాంఘిక బహిష్కరణకు గురి చేయరాదని భావించి వెలివేతకు సిద్ధమయ్యాడు. సిద్ధార్థుని కోరికపై సేనాపతి ఇలా అన్నాడు. "నీ అభ్యర్థనను పాటించడం చాలా కష్టం. ఎందుకంటే నీవు వెలివేయబడేందుకు అంగీకరించినప్పటికీ నీపై అలాంటి శిక్ష విధించినట్లయితే ఆ విషయం ఎలాగైనా కోసల రాజుకు తెలుస్తుంది. సంఘం నీపై అలాంటి శిక్ష విధించినందుకు కోసల రాజు కోపించి సంఘంపై చర్య తీసుకోవచ్చు."

అందుకు సిద్ధార్థ గౌతముడు 'అయితే నేనొక సులభమార్గాన్ని సూచిస్తాను. నేను పరివ్రాజకుడినై రాజ్యాన్ని వదిలి వెళ్లిపోతాను. అది మీ కోరిక ప్రకారం వెలి వంటిదేకదా'

అన్నాడు. అప్పుడు అది చాలా మంచి పద్ధతి అని సేనాపతి గ్రహించాడు. ఈ పరిణామాలన్నీ తెలిసిన కుటుంబసభ్యులు చాలా దుఃఖించారు.

కుటుంబసభ్యులందరూ రాజ్యాన్ని వదలి సిద్ధార్థునివెంట వెళ్లడానికి సిద్ధపడ్డారు. సిద్ధార్థుడు వారందరినీ వారించాడు. తాను సన్యసించడానికి అందరి అనుమతి తీసుకున్నాడు. కపిలవస్తు ఆశ్రమవాసి అయిన భరద్వాజుని వద్ద పరివ్రాజం స్వీకరించి, వెంటనే శాక్యరాజ్యం వదలి వెళ్లడానికి సిద్ధమయ్యాడు. గౌతముడు రాజ్యం వదలి వెళ్లడానికి రోహిణీనది జలవివాదం కారణం కాదనడానికి కూడా బౌద్ధ సాహిత్యంలో కొన్ని ఆధారాలు లభిస్తున్నాయి. ఏది ఏమైనా ప్రపంచంలోని దుఃఖనివారణకు మార్గాన్ని అన్వేషించడానికే గౌతముడు బయలుదేరాడనేదే వాస్తవం.

ఆ విధంగా సిద్ధార్థుడు సమస్త రాజ్యభోగాలను విడనాడి గృహస్త జీవితానికి స్వస్తి చెప్పి భిక్షువుగా మారాడు. సేవకుడైన చందుడు కందకాశ్వాన్ని తీసుకొని పొలిమేరల వరకు సిద్ధార్థునివెంట నడిచాడు. చివరికి సిద్ధార్థుడు వీడ్కోలు పలికి ముందుకు సాగగా,చందుడు కందకాశ్వంతో తిరిగి వెళ్లాడు. అప్పుడు సిద్ధార్థ గౌతముని వయసు 29 సంవత్సరాలు.

కపిలవస్తుని వీడిన సిద్ధార్థగౌతముడు మగధ రాజధాని అయిన రాజగృహవైపు ప్రయాణం సాగించాడు. అప్పుడు మగధ రాజ్యానికి బింబిసారుడు పాలకుడు. రాజగృహ ఆ రోజుల్లో గొప్ప తత్వవేత్తలకు, ధ్యానశ్రేష్టులకు నిలయంగా ఉండేది. మగధను చేరుకోవాలన్న ఉత్సాహంతో సిద్ధార్థుడు వేగంగా ప్రవహిస్తున్న గంగానదిని సైతం సులభంగా ఈది వెళ్లగలిగాడు.

కపిలవస్తు నుండి రాజగృహ సుమారుగా నాలుగు వందల మైళ్లు లేదా ఆరువందల నలభై కిలోమీటర్లు. అంతదూరం సిద్ధార్థ గౌతముడు కాలినడకనే బయలుదేరి రాజగృహ చేరుకున్నాడు.

గౌతమ బుద్ధుడు (సా.శ.పూ. 563-483)

సిద్ధార్థ గౌతముని రాకను తెలుసుకున్న బింబిసార మహారాజు బయలుదేరి వచ్చి పర్వత శిఖరంపై ఆసీనుడైవున్న సిద్ధార్థుని కలుసుకున్నాడు. బింబిసారుడు సిద్ధార్థునితో "మన ఇరువురి కుటుంబాల మధ్య నెలకొని వున్న అనుబంధం కారణంగా నేను నీకొక సలహా ఇవ్వదలిచాను. వార్ధక్యంలో విలాసవంతమైన జీవనం సాధ్యపడదు. ఆ దశలో ధర్మచింతనే గౌరవప్రదమవుతుంది. అందుకే పెద్దలన్నారు "యవ్వనంలో సుఖించడం, నడివయసులో సిరిసంపదలను ఆర్జించడం, వార్ధక్యంలో ధర్మతత్వ విచారణ చేయడం శ్రేష్టమని. అందువల్ల యవ్వనదశలో వున్న నీవు సన్యాసజీవితానికి స్వస్తి చెప్పి తిరిగివెళ్లి రాజ్యపాలన చేస్తూ హాయిగా జీవించు" అని కోరాడు. దానికి స్థిరచిత్తంతో వున్న గౌతముడు బింబిసారునికి తగిన విధంగా సమాధానం ఇస్తూ తన సంకల్పాన్ని తెలిపాడు.

గౌతముని సమాధానం విన్న రాజు నమస్కరించి 'నీవు ఏదైతే అన్వేషిస్తున్నావో దాన్ని తప్పక సాధించి తీరుతావు. నేను నీకు సహాయపడాలని వచ్చాను. కానీ ఇప్పుడు నేనే నీ సహాయం కోరుతున్నాను. నీవు అన్వేషిస్తున్న దాన్ని సాధించిన తరువాత తప్పక నాకు దర్శనభాగ్యం కలగజేయవలసింద'ని కోరాడు. గౌతముడు అందుకు అంగీకరించగా బింబిసారుడు తిరిగి వెళ్లిపోయాడు.

గౌతముడు రాజగృహ ప్రాంతంలో వుంటుండగానే మరో అయిదుగురు పరివ్రాజకులు ఆ చోటికి చేరి, తన కుటీరం ప్రక్కనే వారి కుటీరాలను కూడా ఏర్పాటు చేసుకున్నారు. కౌండిన్యుడు, అశ్వజిత్తు, కాశ్యపుడు, మహానామకుడు, భద్రకుడు అనే వారే ఆ అయిదుగురు పరివ్రాజకులు.

బింబిసారుడి మాదిరిగా పరివ్రాజకులు కూడా గౌతముడు సన్యసించడానికి గల కారణాలను అడిగి తెలుసుకున్నారు. వారు గౌతమునితో మీరు గృహస్థ జీవనాన్ని వదలి వచ్చిన తరువాత అక్కడ జరిగిన పరిణామాల గురించి మీకు తెలుసా అని ప్రశ్నించారు. ఆ పరిణామాలేవీ తనకు తెలియవని గౌతముడు సమాధానమిచ్చాడు.

మీరు ఇల్లు వదలి వచ్చిన తరువాత అక్కడ శాక్యులలో గొప్ప ఆందోళన ప్రారంభమయింది. దాని ఫలితంగా శాక్యులు కొలియులపై చేయదలచుకున్న యుద్ధాన్ని విరమించుకున్నారని తెలిపారు. సాటి సోదరులైన కొలియులపై యుద్ధం చేయడం తప్పని భావించి కపిలవస్తులోని పిన్నలు, పెద్దలు, స్త్రీ లు అందరూ నిరసన పతాకాలను ఎగురవేస్తూ పురవీధులలో గొప్ప ప్రదర్శనలు, ఊరేగింపులు జరిపారు. ఆ ఆందోళన ఫలితంగా శాక్యసంఘం మరోసారి సమావేశమై యుద్ధానికి వ్యతిరేకంగా తీర్మానించింది. ఇరుపక్షాల రాజీప్రయత్నాల వల్ల యుద్ధం ఆగిపోయి శాంతి నెలకొన్నట్లు ఆ పరివ్రాజకులు తెలిపారు. ఆ వివరాలు తెలిసి సిద్ధార్థ గౌతముడు చాలా సంతోషించాడు.

సమస్య పరిష్కారమైనందువల్ల పరివ్రాజక జీవితానికి స్వస్తిపలికి తిరిగి మీరు మీ కుటుంబ సభ్యులతో కలిసిపోవచ్చుకదా అని వారు ప్రశ్నించారు. దానికి గౌతముడు సమాధానమిస్తూ తనకు ఇంటికి వెళ్లడం ఇష్టంలేదని, పరివ్రాజకుడిగానే కొనసాగుతానని తెలియజేశాడు.

ధ్యాన సాధనలో విభిన్న మార్గాలను పరిశీలించాలన్న కోరికతో రాజగృహ నుండి బయలుదేరిన గౌతముడు ఆలారకాలాముని కలుసుకోవాలనుకున్నాడు, మార్గమధ్యంలో భృగుని ఆశ్రమం చూసి ఆసక్తితోలోనికి ప్రవేశించాడు. తపస్సాధనలో నిష్ణాతుడైన భృగుడు వివిధ యోగవిధానాలు, వాటివల్ల లభించగల ఫలితాలను గురించి గౌతమునికి వివరించాడు.

సిద్ధార్థ గౌతముడు భృగునికి తన సంకల్పాన్ని తెలిపి ఆలారకాలాముని కలుసుకోడానికి బయలుదేరాడు.

వైశాలిలో వున్న ఆలారకాలాముని దర్శించి 'మీ సిద్ధాంతాన్ని నాకు బోధించండి' అని వేడుకున్నాడు. గౌతముని కోరికమేరకు ఆలారకాలాముడు కపిలుని సాంఖ్య సిద్ధాంత సూత్రాలు అన్నిటినీ సంపూర్ణంగా వివరించాడు. సాంఖ్య సిద్ధాంత సూత్రాలను తెలుసుకున్న గౌతముడు ధ్యానానికి సంబంధించిన పద్ధతులను కూడా నేర్పమని

అడిగాడు. అందుకు అంగీకరించిన ఆలారకాలాముడు గౌతమునికి ధ్యాన పద్ధతుల గురించి నేర్పాడు.

ధ్యానంలో వున్న మూడు పద్ధతులను, ఏడు దశలను పూర్తిగా నేర్చుకున్న తరువాత గౌతముడు ఆలారకాలాముని వద్ద సెలవు తీసుకుని బయలుదేరాడు. సమాధి మార్గంలో అత్యున్నతమైనదిగా పరిగణింపబడే మరో విధానం గురించి తెలుసుకోడానికై గౌతముడు ఉద్ధక రామపుత్రుణ్ణి ఆశ్రయించాడు. తాను ఇదివరకే నేర్చుకున్న ఏడుదశలతోపాటు ఉద్ధకరామపుత్రుని వద్ద ఎనిమిదో దశలో సైతం అనతికాలంలో నిష్ణాతుడయ్యాడు. ఆలారకాలాముని వద్ద, ఉద్ధక రామపుత్రుడి వద్ద నేర్చుకున్న విద్యలతో గౌతముడు సంతృప్తి చెందలేదు. అసంతృప్తితో వున్న గౌతముడు సత్యాన్వేషణలో భాగంగా ముందుకు సాగి అనేక ప్రయత్నాలు చేయసాగాడు.

ధ్యానమార్గంలో ఇంకా ఉన్నత స్థితులను పొందినవారు మగధలో వున్నారని తెలుసుకుని గౌతముడు పయనమై మగధ చేరాడు. అక్కడ ధ్యానంలోని అత్యంత కష్టతరమైన క్లిష్టపద్ధతులను అన్నిటిని సాధన చేసి నేర్చుకున్నాడు.

వైరాగ్యవిధానంలో కూడా శిక్షణ పొందాలని భావించి గౌతముడు గయ చేరుకున్నాడు. అక్కడ ఉరువేల ప్రాంతంలో తనకు శాంతి వార్తలు చెప్పిన ఐదుగురు పరివ్రాజకులు కనిపించారు. అక్కడ గౌతముడు వైరాగ్య సాధనను తీవ్రంగా చేశాడు. రోజుకు ఒకపూట మాత్రమే ఆహారం తీసుకోవడం ప్రారంభించి, చివరకు రెండు రోజులకు ఒకపూట, పక్షం రోజులకు ఒకపూట మాత్రమే ఆహారాన్ని తీసుకోసాగాడు. ఆ విధంగా వివిధ పద్ధతుల్లో తన శరీరాన్ని కృశింపజేసుకుంటూ వైరాగ్య సాధన కొనసాగించాడు. అలా కృశించిపోయిన గౌతముడు చర్మంతో కప్పబడిన ఎముకల గూడులా తయారయ్యాడు. ఆ విధంగా అత్యంత దుర్భరం, దుఃఖదాయకమైన కఠోర దీక్షను గౌతముడు ఆరు సంవత్సరాలపాటు సాధన చేశాడు.

ఆరేళ్ల తరువాత గౌతముడు ఎటూ కదలలేని పరిస్థితికి చేరుకున్నాడు. అంతటి కఠోరదీక్ష కొనసాగిస్తున్నప్పటికీ తనలో ఎలాంటి జ్ఞానకిరణం ఉదయించలేదని గ్రహించాడు. అటువంటి కఠోరదీక్షను ఎంతకాలం కొనసాగించినా ఎటువంటి పరిష్కార మార్గం కనిపించకపోవచ్చు అనుకున్నాడు. అటువంటి సాధన ద్వారా జ్ఞానంగాని, విముక్తిమార్గంగాని సాధ్యంకావు అని అర్థం చేసుకున్నాడు.

ఆకలితో, దాహంతో అలమటించి, నీరసించి, చిక్కి శల్యమైన మనిషి మనసు స్థిమితత్వాన్ని కోల్పోతుంది. అటువంటి మనసులో కొత్త ఆలోచనలు ఎలా పుడతాయి అని ప్రశ్నించుకున్నాడు. గౌతముడు ఆ విధంగా మనోమధనం సాగిస్తుండగా సుజాత అనే ఆమె అతని శారీరక దుర్బలత్వాన్ని, దీనావస్థను గమనించి పాయసాన్నాన్ని అందించింది. గౌతముడు ఆ పాయసాన్నాన్ని భుజించాడు. శరీరాన్ని కృశింపజేయడం ద్వారా ఎటువంటి ప్రయోజనం వుండదని గ్రహించాడు. ఆ విధంగా అతని కఠోర తపస్సు సాధన ముగిసింది.

గౌతముడు తపోదీక్షను విరమించాడన్న వార్త విన్న ఐదుగురు పరివ్రాజకులు అతనిపై ఆగ్రహం చెందారు. ఇకపై గౌతముని చేరువలో వుండరాదని భావించి వారు ఆ స్థలాన్ని వదలి వెళ్లిపోయారు.

బుద్ధుడి జ్ఞానోదయం

తరువాత గౌతముడు ధృఢసంకల్పంతో ఉరువేల ప్రాంతం వదిలి గయవైపు వెళ్లి అక్కడ ఒక పెద్ద రావి చెట్టుకింద కూర్చుని దీర్ఘాలోచనలో మునిగిపోయాడు. అన్ని విషయాలను హేతువాద దృక్పథంతో పరిశీలించడం ప్రారంభించాడు. ఏకాగ్రతతో, సమచిత్తంతో ఆలోచించడం అలవాటయింది. ఆ విధంగా నాలుగు వారాలు ఆలోచించాక చివరికి అతనికి జ్ఞానోదయమై నూతన సత్యాన్ని కనుగొనగలిగాడు. ఆ విధంగా జ్ఞానోదయమైన సిద్ధార్థ గౌతముడు బుద్ధుడు అయినాడు. రావిచెట్టు కింద

కూర్చుని సంబోధిని సాధించగలిగాడు కాబట్టి ఆ వృక్షానికి బోధివృక్షం అనే పేరు వచ్చింది.

జ్ఞానోదయం అయ్యేనాటికి బుద్ధుడి వయసు ముప్పయి అయిదు సంవత్సరాలు. జ్ఞానోదయానికి పూర్వమే బుద్ధుడు అనేకమంది వేదమత గురువులను, వేదరుషులను కలిసి అనేక విషయాల గురించి చర్చించాడు. వారి భావాలను తెలుసుకున్నాడు.

అదే విధంగా ఉపనిషత్తుల్లోని తాత్విక భావాలను కూడా తెలుసుకున్నాడు. అన్ని సిద్ధాంతాల్లోకి బుద్ధుడిని బాగా ఆకర్షించింది కపిలుని సాంఖ్య సిద్ధాంతం.

ఏ కాలం నాటి తత్వవేత్తగాని, శాస్త్రవేత్తగాని అంతకుముందున్న సిద్ధాంతాలను, తత్వాలను పరిశీలించి, వాటిలో తమకు నచ్చిన వాటిని స్వీకరించడం, నచ్చని వాటిని తిరస్కరించడం సహజమే. అదే విధంగా బుద్ధుడు కూడా తనకు ముందున్న అన్ని రకాల సిద్ధాంతాలను పరిశీలించి అందులో హేతుబద్ధంగా వున్న వాటిని, సమంజసంగా వున్న వాటిని స్వీకరించాడు. అసంబద్ధమైన వాటిని, అహేతుకమైన వాటిని తిరస్కరించాడు.

వేదాలు, బ్రాహ్మణాలు రూపొందించిన సామాజిక విధానానికి చాతుర్వర్ణ వ్యవస్థ అని పేరు. ఆ విధానంలో బ్రాహ్మణ, క్షత్రియ, వైశ్య, శూద్ర వర్గాల ఏర్పాటు మొదటిది. నాలుగు వర్ణాలమధ్య సాంఘిక సమానత్వం వుండరాదనేది రెండవ నిబంధన. దీని ప్రకారం వర్ణవ్యవస్థ నిచ్చెన మెట్లవలె ఒకదానికంటె మరొకవర్ణం పై స్థాయిలో ఉంటుంది. ఈ చాతుర్వర్ణ వ్యవస్థ వృత్తి విభజన మూడవది. జ్ఞాన సముపార్జన, శాస్త్రబోధన, మత విధులను నిర్వహించడం బ్రాహ్మణుల వృత్తి. యుద్ధాలు చేయడం, పాలించడం క్షత్రియుల వృత్తి. వ్యాపారం వైశ్యుల వృత్తి. పై మూడు వర్ణాల వారికి సేవలు చేయడం శూద్రుల వృత్తి. ఏ వర్ణం వారు ఆ వృత్తినే నిర్వర్తించాలి. ఎలాంటి పరిస్థితులలోనూ ఒక వర్ణం వారు మరో వర్ణవృత్తిని చేపట్టరాదు. శాస్త్ర అధ్యయనానికి సంబంధించినది నాలుగవది. బ్రాహ్మణులు, క్షత్రియులు, వైశ్యులు మాత్రమే శాస్త్ర అధ్యయనానికి అర్హులు.

విద్య నేర్చుకునే హక్కు శూద్రులకు ఎంతమాత్రం లేదు. అయితే ఈ హక్కు శూద్రులకు కాక, పై మూడు కులాలలోని స్త్రీ లకు కూడా నిషిద్ధమే.

దైవికంగా ఏర్పాటయింది అని చెప్పబడే వర్ణవ్యవస్థ వాస్తవానికి బ్రాహ్మణులు ఎంతో నేర్పుగా ఏర్పాటు చేసిందే.

వేదాలను ప్రశ్నించడానికి వీలులేదు అనడం అంటే ఆలోచనా స్వేచ్ఛను అరికట్టడమే అవుతుంది. ఆ కారణంగా వేదాలు దోషరహితాలని చెప్పడం చాలా హాస్యాస్పదమవుతుందని బుద్ధుడు భావించాడు. అందుకే బుద్ధుడు వాటన్నిటినీ తిరస్కరించాడు. అదే విధంగా ఉపనిషత్తులు ప్రతిపాదించిన ఆత్మవాదాన్ని, పునర్జన్మ వాదాన్ని, కర్మ సిద్ధాంతాన్ని బుద్ధుడు తిరస్కరించాడు.

ప్రాచీన భారతీయ తత్వవేత్తలందరిలోకి కపిలుడు సుప్రసిద్ధుడు. ఏదో ఒక అతీతశక్తి చేత సమస్త జగత్తు ఏర్పడిందన్న వాదాన్ని కపిలుడు త్రోసిపుచ్చాడు. కుండ తయారుకాక మునుపే మట్టి వున్నట్లుగా, బట్ట తయారు కాక మునుపే దారం వున్నట్లుగా, జీవరాశులు ఏర్పడక పూర్వమే అందుకు కారణమైన మూల పదార్థం వుండితీరాలి కదా అనేది అతని అభిప్రాయం.

ఆ విధంగా కపిలుడు మొదటిసారిగా సృష్టి గురించి, సృష్టికర్త గురించి తాత్వికమైన, తార్కికమైన ప్రశ్నలను లేవదీశాడు. బుద్ధుడు కపిలుని సాంఖ్య సిద్ధాంతం నుండి మూడు ప్రధానమైన అంశాలను స్వీకరించినట్లు తెలుస్తోంది. దేనినైనా వాస్తవమని నమ్మేందుకు రుజువు వుండాలి అన్నది మొదటి అంశం. హేతుబద్ధమైన ఆలోచన వున్నప్పుడే వాస్తవాన్ని గుర్తించడం సాధ్యమవుతుంది. దేవుడనే వాడు ఒకడున్నాడనడానికి హేతుబద్ధమైన ఆధారం ఏదీలేదు. సమస్త సృష్టికి దేవుడే కారణం అని చెప్పడానికి ఎలాంటి ఆధారం లేదన్న కపిలుని వాదనను బుద్ధుడు అంగీకరించాడు. ఇది రెండవ అంశం. ప్రపంచంలో పీడన అంటే దుఃఖం వుందన్న కపిలుని వాదాన్ని బుద్ధుడు

అంగీకరించాడు. ఇది మూడవ అంశం. కపిలుని సిద్ధాంతంలోని ఇతర అంశాలను బుద్ధుడు తిరస్కరించాడు.

బుద్ధుడు సన్యాసం స్వీకరించే నాటికి దేశంలో గొప్ప తాత్విక చింతన కొనసాగుతూ వుండేది. బ్రాహ్మణ సిద్ధాంతాలతో పాటు వాటిని వ్యతిరేకించే అరవై రెండు సిద్ధాంతాలు ప్రచారంలో వున్నట్లు తెలుస్తోంది. అటువంటి బ్రాహ్మణ వ్యతిరేక సిద్ధాంతాలలో ప్రధానమైనవి ఆరు. అవి పూర్ణకాశ్యపుని అక్రియావాదం; మక్కలి గోశాలుని నియతివాదం, అజితకేశకంబళుని ఉచ్ఛేదవాదం, పకుధ కాత్యాయకుని అన్యోన్యవాదం, సంజయవేలయపుత్తుని విచ్ఛేదవాదం, వర్ధమాన మహావీరుడి చాతుర్యమ వాదం.

బుద్ధుడు ఈ తత్వాలనన్నిటినీ క్షుణ్ణంగా అధ్యయనం చేశాడు. కానీ దేనినీ ఆమోదించలేదు. ఆ తత్వాలన్నీ అనాలోచితమైనవని, నిరుపయోగమైనవని, బాధలలో కూరుకుపోయిన వారికి ఏ విధంగానూ ఉపయోగడవని బుద్ధుడు భావించాడు. అందుకే వాటన్నిటిని పక్కన పెట్టేశాడు.

చతురార్యసత్యాలు

జ్ఞానోదయం సందర్భంగా బుద్ధుడు కనిపెట్టిన నాలుగు సత్యాలను చతురార్య సత్యాలని బౌద్ధ సంప్రదాయం పేర్కొంటుంది. ఆ నాలుగు సత్యాలివి: దుఃఖం, దుఃఖకారణం, దుఃఖనిరోధం, దుఃఖ నిరోధమార్గం.

లోకమంతా దుఃఖమయంగా వుంది. జన్మదుఃఖం, వార్ధక్యం దుఃఖం, రోగం దుఃఖం, మరణం దుఃఖం. అప్రియమైన వాటితో కలవడం దుఃఖం, ప్రియమైన వాటి నుండి విడిపోవడం దుఃఖం, కోరుకున్నవి లభించకపోవడం దుఃఖం, ఇది మొదటి కారణం.

దుఃఖానికి కారణం వుంది. అదే తృష్ణ. ఇది రెండవ సత్యం. దుఃఖనిరోధం సాధ్యమవుతుంది. ఇది మూడవ సత్యం. దుఃఖనిరోధానికి మార్గం వుంది. అదే అష్టాంగమార్గం. ఇది నాలుగవ సత్యం.

మానవుని సకల కార్యకలాపాలకు అతని మనస్సే కేంద్రస్థానమనేది బుద్ధుని బోధనలో మొదటిసారిగా స్పష్టం చేయబడింది. బుద్ధుడికి ముందున్న తాత్వికులు చెప్పని నూతన విషయమిది.

మన ఆలోచనలు, సంకల్పాలు, నిర్ణయాలు అన్నీ మనసు నుండే ప్రారంభమవుతాయి. మనం చేసే ప్రతి చర్య మొదట మనసుకు తెలుస్తుంది. మనసే ఆ చర్యలను నిర్ణయించి శాసిస్తుంది.

మన పరిజ్ఞానం మనస్సు యొక్క గ్రహణశక్తిపై ఆధారపడి వుంటుంది. అందుచేత మొదట అందరికీ మానసిక సాధన అవసరమవుతుంది. ఎటువంటి పరిస్థితులలోనూ చెడు ఆలోచనలకు తావివ్వరాదు, చెడు కార్యాలను చేయరాదు అనేది బుద్ధుని ప్రధాన సిద్ధాంతాలలో ఒకటి. వాస్తవమైన ధర్మం ధార్మిక గ్రంథాలలో వుండదని, ధార్మిక జీవనంలో వుంటుందని బుద్ధుడు స్పష్టం చేశాడు.

జ్ఞానోదయమైన పిదప బుద్ధుడికి ఒక సందిగ్ధావస్థ ఏర్పడింది. తాను అన్వేషించి తెలుసుకున్న నూతన సత్యాన్ని, నూతన ధర్మాన్ని, నూతన మార్గాన్ని ప్రజలకు ప్రబోధించాలా లేక తనవరకే పరిమితం చేసుకోవాలా అన్నదే ఆ ధర్మసందేహం.

సామాన్య ప్రజానీకానికి ఈ ధర్మం అంత సులభంగా అర్థం కాజాలదు. ఎంతో సూక్ష్మ రూపంలో గల ఈ ధర్మం మేధావులకే అర్థం కావడం కష్టం. ఇక దేవుడు, ఆత్మ, పూర్వజన్మ, పునర్జన్మ, కర్మ సిద్ధాంతం వంటి మూఢవిశ్వాసాలలో మునిగిపోయిన ప్రజలకు ఈ నూతన ధర్మాన్ని, నూతన మార్గాన్ని అలవర్చుకోమని చెప్పి ఒప్పించడం చాలా కష్టం. ఈ విధంగా చాలా మధనపడ్డాడు బుద్ధుడు. చివరికి ప్రపంచమంతా దుఃఖంలో మునిగి వుండగా, తాను చేతులు ముడుచుకొని కూర్చోవడం, పరిస్థితిని

యధాతథంగా వదిలివేయడం భావ్యంకాదని భావించాడు. ప్రపంచం మీద ఆధారపడి జీవిస్తూ ప్రపంచాన్ని వదిలివేయడం సరైనది కాదని తీర్మానించుకున్నాడు. ప్రపంచంలో వీలయినంత మేరకు మార్పు తెచ్చి, దాన్ని మునుపటికంటె సుఖవంతమైనదిగా, మెరుగైనదిగా చేయడమే తన కర్తవ్యంగా భావించాడు. సంఘర్షణలతో, విషాదంతో నిండిన ప్రపంచంలో తన నూతన ధర్మం ద్వారా మార్పు తేవడానికై కృషి చేయడమే తన బాధ్యతగా గుర్తించి బయలుదేరాడు.

బుద్ధుని తాత్విక చింతన

జ్ఞానోదయానంతరం బుద్ధుడు తన నూతన ధర్మాన్ని ప్రచారం చేయడానికి బయలుదేరాడు. తన నూతన ధర్మాన్ని మొట్టమొదట తాను విద్య నేర్చుకున్న గురువుగారైన ఆలారకాలామునికి తెలియజేద్దామనుకున్నాడు. అయితే అప్పటికే ఆలారకాలాముడు మరణించినట్లు తెలుసుకున్నాడు.

తరువాత తాను విద్యనేర్చుకున్న గురువైన ఉద్ధక రామపుత్రుడికి తన నూతన ధర్మాన్ని తెలపాలనుకున్నాడు. అయితే అప్పటికే ఆయన కూడా చనిపోయినట్లు తెలుసుకున్నాడు.

తరువాత తనతోపాటు ధ్యానసాధన చేస్తూ, తాను ఒక దశలో తిరిగి ఆహారం తీసుకోవడం వల్ల ఆగ్రహించి తనను వీడి వెళ్లిపోయినటువంటి ఐదుగురు పరివ్రాజకుల గురించి ఆలోచించాడు. వారు సారనాథ్ వద్ద గల ఋషి పట్టణంలోని జింకల వనంలో ఉన్నారని తెలుసుకొని, వారిని కలుసుకోడానికి బయలుదేరాడు.

బుద్ధుని ఆగమనాన్ని చూసిన ఐదుగురు పరివ్రాజకులు అతనిని ఎలాంటి స్వాగతం పలుకరాదని, ఎలాంటి సపర్యలు చేయరాదని నిర్ణయించుకున్నారు. తీరా బుద్ధుడు వారిని సమీపించగానే తమ నిర్ణయాన్ని విస్మరించి అందరూ ఒక్కసారిగా లేచి నిలబడ్డారు. బుద్ధుడిని సాదరంగా ఆహ్వానించి సపర్యలు చేశారు. బుద్ధుడు వారికి తన

మొదటి ధర్మోపదేశాన్ని చేశాడు. దాన్నే బౌద్ధ సాంప్రదాయంలో 'ధర్మ చక్ర ప్రవర్తన' అంటారు. ఆ రోజు ఆషాడపౌర్ణిమ. అప్పటి నుండి ప్రతి సంవత్సరం ఆషాడపూర్ణిమ దినాన్ని ధర్మచక్ర పరివర్తన దినంగా బౌద్ధులు బుద్ధుని బోధనలను వివరించే కార్యక్రమాలను నిర్వహిస్తున్నారు.

బుద్ధుడి మొదటి ధర్మోపదేశాన్ని విన్న ఐదుగురు పరివ్రాజకులు కొండయ, బద్దియ, వప్ప, మహానామ, అస్సాజి. వారికి బుద్ధుడు చతురార్య సత్యాలను, ఆర్య అష్టాంగ మార్గాన్ని వివరించాడు. ఆ ఐదుగురిని పంచవర్గీయులు అంటారు. వారికి బుద్ధుడు విముక్తి కోసం సరైన మధ్యమ మార్గాన్ని ఇలా బోధించాడు.

"మాంసాహారాన్ని మానెయ్యటం, నగ్నంగా తిరగటం, జడలు పెంచుకోవటం లేదా గుండు గొరిగించుకోవటం, చిరిగిన మాసిన బట్టలు ధరించటం, శరీరం నిండా మురికి పూసుకోవటం లేదా అగ్నికి ఆహుతవటం అనేవి అవిద్యతో నిండిన మనిషి మనసును శుద్ధి చేయలేవు."

"వేదాలు వల్లెవేస్తేనో లేదా దేవతలకు బలులివ్వటం వల్లనో, తరచుగా ఉపవాసాలుండటం వల్లనో లేదా నేలపై పడుకోవటం వల్లనో, నిశరాత్రి జాగరణ వల్లనో, నిరంతరం భజనలు చేయటం వల్లనో దుష్ప్రవర్తన కలిగిన మనిషి పవిత్రుడు కాలేడు.'

'పూజారులకు కానుకలివ్వటం వల్ల లేదా ఆచారాలను పాటించటం వల్ల కోరికలకు బానిసైన వ్యక్తి పునీతుడు కాలేడు. మనిషిని మలినపరిచేది మాంసాహారం కాదు. తాగుడు, కోపం, అసూయ, మోసం, ఆత్మ దంబాచారం, పరులను కించపరచటం, దుష్టబుద్ధి, బహుభార్యాత్వం, మూర్ఖత్వం ' ఇవి మనిషిని మలినం చేసేవి.'

'ఓ భిక్షువులారా! రెండు రకాలైన విపరీతాలకు దూరంగా వుండే మధ్యేమార్గాన్ని నేను బోధిస్తాను. చిక్కిశల్యమై దుర్బలుడైన వ్యక్తి మనసు అయోమయంలో, చౌకబారు

ఆలోచనలతో నిండి వుంటుంది. ఆత్మ పీడన ప్రాపంచిక జ్ఞానానికి కూడా తగింది కాదు. మరి జ్ఞానేంద్రియాలను అది ఎలా జయిస్తుంది?'

'తన దీపాన్ని నీటితో నింపినవాడు చీకటిని పారద్రోలి వెలుగు నింపలేడు. ఊలిపోయిన (తడిసిన) కట్టెల్ని రాపిడి చేసి అగ్ని పుట్టించాలనుకునేవాడు విఫలమవక తప్పదు.'

'కఠోరమైన తపశ్చర్య బాధాకరం, నిరుపయోగం. తృష్ణను అంతమొందించ లేని వ్యక్తి, శరీరాన్ని బాధించటం ద్వారా తన నుండి తాను స్వేచ్ఛను ఎలా పొందగలడు?'

'స్వార్థమనేది ఇహ, పరలోక సుఖాలవైపు నడిపిస్తున్నంతకాలం అన్నిరకాల తపశ్చర్యలు వృధా కావలసిందే. కాని ఎవరైతే అహంకారాన్ని అంతమొందిస్తారో వారు కోర్కెల నుండి విముక్తి పొందుతారు. వారు ఇహలోక, పరలోక సుఖాలకోసం అర్రులు చాచరు. ప్రకృతి సహజమైన అవసరాలను తీర్చుకోవటం వారిని అపవిత్రులుగా చెయ్యదు. కాబట్టి జీవిత అవసరాల్ని తీర్చుకోవచ్చు.'

'మరోవైపు కామ సుఖాలు మనిషిని నిర్వీర్యం చేస్తాయి. వాటిలో మునిగిన వ్యక్తి ఉద్రేకాలకు బానిసవుతాడు. ఇది అతడిని అసమర్థుడిగా, నీచుడిగా మారుస్తుంది. కాని జీవితావసరాలను తీర్చుకోవటం పాపం కాదు. శరీరాన్ని వాతావరణం, క్రిమికీటకాలు, ఆకలి దప్పుల నుండి కాపాడటం, అవసరమైన బట్టలు ధరించటం, క్లుప్తంగా చెప్పాలంటే శరీరాన్ని ఆరోగ్యంగా వుంచటం మనిషి బాధ్యత. అలా చెయ్యనట్లయితే మన మనసుల్ని పటిష్టంగా, స్వచ్ఛంగా వుంచుకుని జ్ఞానదీపాన్ని వెలిగించటం సాధ్యం కాదు.'

"భిక్షువులారా! రెండు విధాలైన విపరీత ధోరణులకు దూరంగా వుండే మధ్యమ మార్గం ఇదే!" (బుద్ధ ధర్మసారం, ఆంగ్లమూలం: పి. లక్ష్మీనరసు, తెలుగు: డి. చంద్రశేఖర్ ' పేజి. 86,87).

ఈ విధంగా తన బోధనను కొనసాగించిన బుద్ధుడు ఆ పంచవర్గీయులకు అష్టాంగమార్గం గురించి కూడా వివరించాడు.

నిర్మలమైన జీవనం, సద్ధర్మ విధానం, సౌశీల్యవంతమైన మార్గంలో ప్రతి ఒక్కరు పయనించగలిగితే దుఃఖం అంతమై పోగలదని బుద్ధుడు చెప్పాడు.

నిర్మలమైన జీవన విధానానికి బుద్ధుడు పంచశీల సూత్రాలను వివరించాడు. పంచశీల సూత్రాలు : 1) ఎవరికీ హాని కలిగించడంగాని, ఎవరినీ చంపడంగాని చేయకూడదు. 2) దొంగిలించడంగాని, ఇతరుల ఆస్తులను వశం చేసుకోవడంగాని చేయరాదు. 3) అసత్యమాడరాదు. 4) వ్యభిచారం చేయరాదు. 5) మత్తుపదార్థాలను సేవించరాదు.

అష్టాంగ మార్గం

ఎనిమిది సూత్రాలున్నందువల్లనే దాన్ని అష్టాంగమార్గం అన్నాడు. దుఃఖ నివారణకు అష్టాంగ మార్గమే ఉత్తమమన్నాడు. ఆ ఎనిమిది సూత్రాలివి :

1) సమ్యక్ దృష్టి

2) సమ్యక్ సంకల్పం

3) సమ్యక్ వాక్కు

4) సమ్యక్ కర్మ

5) సమ్యక్ జీవనం

6) సమ్యక్ సాధన

7) సమ్యక్ స్మృతి

8) సమ్యక్ సమాధి

అష్టాంగ మార్గంలో సమ్యక్ దృష్టి అంటే సరియైన దృష్టికోణం అన్నిటిలోకి ముఖ్యమైనదని బుద్ధుడు చెప్పాడు.

➢ సమ్యక్ దృష్టి

సమ్యక్ దృష్టి అంటే సరియైన దృక్పథం అని అర్థం. సమ్యక్ దృష్టి ఏర్పడాలంటే మూఢనమ్మకాలను, ప్రకృతికతీతమైన వాటిపై నమ్మకాలను విడనాడాలి. అలాగే ఊహాజనితమైన సిద్ధాంతాలను, నిరాధారమైన నమ్మకాలను విడనాడాలి. సమ్యక్ దృష్టి ఏర్పడాలంటే స్వతంత్రంగా, స్వేచ్ఛగా ఆలోచించే శక్తి కలిగి వుండాలి.

➢ సమ్యక్ సంకల్పం

ప్రతి మానవుడికి కొన్ని వాంఛలు, ఆకాంక్షలు, ధ్యేయాలు వుంటాయి. సమ్యక్ సంకల్పం ద్వారా మాత్రమే అవి ఉన్నతమైనవిగా, ప్రశంసనీయమైనవిగా మారతాయి. స్థిర సంకల్పం లేనిదే ఎంత గొప్ప ఆశయమైనా నిరుపయోగమవుతుంది. సమ్యక్ సంకల్పం అనేది సరైన వాక్కు, సరైన కర్మ, సరైన జీవన విధానంలో వ్యక్తం కావాలి.

➢ సమ్యక్ వాక్కు

సమ్యక్ వాక్కు అంటే అబద్ధాలు చెప్పకుండా సత్యాన్నే మాట్లాడటం, ఒకరిమీద ఒకరికి చాడీలు చెప్పి తగవులు పెట్టకుండా వుండటం, ఇతరులు బాధపడేలా పరుషంగా, అసభ్యంగా మాట్లాడకపోవటం, విషయ శూన్యమైన, వివేకరహితమైన, నిష్ప్రయోజనమైన మాటలు మాట్లాడకపోవటం. కాలక్షేపం కోసం కబుర్లు చెప్పకపోవటం. సూటిగా, స్పష్టంగా, మృదువుగా, ప్రశాంతంగా, నిజాయితీగా మాట్లాడటం.

➢ సమ్యక్ కర్మ

సమ్యక్ కర్మంటే సత్ప్రవర్తన. నీ కార్యకలాపాలు ఇతరులకు మనస్తాపం కలిగించని విధంగా వుండాలి. మానవ మనుగడకై సహజసిద్ధంగా, అందరికీ ఆహ్లాదాన్ని కలిగించే విధంగా నడుచుకోవాలనేది మౌలిక సూత్రం. సత్కర్మల లక్ష్యం దాన్నుండి లభించే వ్యక్తిగత సంతోషం కాదు. ఉత్తమమైన జీవితానికి విరుద్ధమైన అన్ని పనులను త్యజించటం. మంచిని పెంపొందించే ఏ పనైనా చెయ్యటానికి వెనుకాడక పోవటం.

➢ సమ్యక్ జీవనం

తర్కసహితంగా ఆలోచిస్తే సమ్యక్ కర్మ యొక్క కొనసాగింపే సమ్యక్ జీవనం. ప్రతి ఒక్కరు తమ భుక్తికోసం సంపాదించుకోక తప్పదు. అయితే చెడు మార్గంలోకాక, మంచి మార్గంలో సంపాదించుకోవాలి. ఇతరులకు హాని కలిగించకుండ, అన్యాయం, మోసం చేయకుండా సంపాదించుకోవాలి. ప్రతి ఒక్కరు తమ సామర్ధ్యానికి తగిన పనిని చేస్తూ, తోటివారికి ఉపయోగపడుతూ వుండాలి. జాతకాలు చెప్పటం, అద్భుత శక్తుల ప్రదర్శన, మంత్రతంత్ర విద్యలు చేపట్టకూడదు. అదే విధంగా మత్తుపానీయాలు, ఆయుధ వ్యాపారాలు చేయకూడదు. నీతిగా, నిజాయితీగా జీవించడమే సమ్యక్ జీవనం.

➢ సమ్యక్ సాధన (సమ్యక్ వ్యాయామం)

ధర్మబద్ధమైన జీవితాన్ని గడిపేవారు సైతం కేవలం బాహ్య ప్రవర్తనను మార్చుకోవటమేకాక మనోక్లేశాలను (మానసిక మలినాలను) తొలగించుకోవాలి. అంతర్గతమైన ఈ ప్రక్షాళన సరైన కృషి, సరైన మానసిక సమర్థతతోనే సాధ్యమవుతుంది. ఈ సమ్యక్ సాధనకు నాలుగు ఉద్దేశాలున్నాయి. అవి : దురాలోచనలు తలెత్తకుండా అదుపులో వుంచటం, ఇప్పటికే తలెత్తిన వాటిని తొలగించుకోవడం, మంచిపనులు చేయటానికి సంకల్పించటం, ఇప్పటికే వున్న మంచిని ఇంకా పెంపొందించుకోవటం. తనపై తాను అదుపు సాధించగలిగే దృఢ సంకల్పాన్ని వృద్ధి చేయటం సమ్యక్‌సాధన యొక్క అసలు ఉద్దేశం.

➢ సమ్యక్ స్మృతి

సమ్యక్ స్మృతి అంటే సరైన జాగరూకత. అప్రమత్తంగా వుండడం. అంటే మనసా, వాచా ఎరుకను అభ్యసించటం. సర్వకాల సర్వావస్థలలోను మనస్సును జాగ్రదావస్థలో వుంచుకోవటం. చెడు భావాలు ప్రవేశించకుండ మనస్సును అప్రమత్తంగా వుంచుకోవటమే సమ్యక్ స్మృతి.

➢ సమ్యక్ సమాధి

'లోభం, ద్వేషం, సోమరితనం, జడత్వం, అనుమానం' అనే ఈ ఐదు స్మృతిని సాధన చేస్తూ పరిపక్వత సాధించే కృషిలో ప్రతిబంధకాలు. ఈ ఐదు ప్రతిబంధకాలను అధిగమించాలంటే అది సమాధి ద్వారా మాత్రమే సాధ్యమవుతుంది.

సమాధి అంటే ఏకాగ్రత మాత్రమే. సమాధి సాధన ద్వారా మనస్సును కేంద్రీకరించినపుడు ఈ ఐదు ప్రతిబంధకాలు అణచి వేయబడతాయి. అవి తాత్కాలికంగా అణచివేయబడితే అది సమాధి అవుతుంది. ఈ ఐదు ప్రతిబంధకాలు శాశ్వతంగా ఉపశమింపజేయబడితే అది సమ్యక్ సమాధి అవుతుంది.

దశపారమితులు

అష్టాంగ మార్గం గురించి బోధించిన తరువాత బుద్ధుడు వారికి శీలాన్ని గురించి వివరించినట్లు తెలుస్తోంది. శీలమార్గం ఏర్పడడానికి బుద్ధుడు పది అంశాలను పేర్కొన్నాడు. అవి : (1) శీలం, (2) దానం, (3) ఉపేక్ష, (4) నెక్కామ, (5) వీర్య (ప్రయత్నం) (6) క్షాంతి (ఓర్పు) (7) సత్యం, (8) అధిష్టాన (ధృడ నిశ్చయం), (9) కరుణ, (10) మైత్రి.

1. **శీలం** : శీలమంటే నైతిక ప్రవర్తన. చెడు చేయరాదనీ, మంచినే చేయాలన్న దృక్పథం. చెడు చేసేందుకు సిగ్గుపడడం. భయపడడం.
2. **దానం** : దానమంటే తనకున్నదాన్ని ఇతరులకివ్వడం. వస్తువులు కావచ్చు, సంపద కావచ్చు, శరీరంలోని రక్తం కావచ్చు, అవయవాలు కావచ్చు, చివరికి ప్రాణమైనా కావచ్చు. అదే దానశీలత. తిరిగి ఎటువంటి ప్రయోజనాన్ని ఆశించకుండా ఇవ్వగలిగిందే దానం.
3. **ఉపేక్ష** : అనాసక్త భావమే ఉపేక్ష. అంటే సుఖదుఃఖాలు మొదలైన అన్నింటిపట్ల ఉపేక్ష కలిగి వుండడం కాదు. ఒకదానిపట్ల ఇష్టంగాని, అయిష్టంగాని చూపని

మనస్తత్వమే ఉపేక్ష. తనవంతు కర్తవ్యాన్ని నిర్వర్తిస్తూ ఫలితమెటువంటిదైనా ఆందోళన చెందకపోవడం ఉపేక్ష.

4. **నైష్కామ** : ప్రాపంచిక సుఖాలపట్ల విముఖత చూపడం. ఇంద్రియ లోలత్వానికి గురి కాకుండా వుండడం.
5. **వీర్య** : వీర్యమంటే కృతనిశ్చయంతో వుండడం. చేయదలచిన సత్కార్యాన్ని ఎటువంటి పరిస్థితులలోను వదలకుండా చేయడం.
6. **క్షాంతి (ఓర్పు):** క్షాంతి అంటే క్షమ. క్షమ అంటే సహనం కలిగి వుండడం. ద్వేషాన్ని ద్వేషంతో నిర్మూలించలేరు. ద్వేషిస్తున్నవారి పట్ల కూడా ద్వేషాన్ని కలిగి వుండరాదు. సహనం ద్వారానే ద్వేషం జయింపబడుతుంది.
7. **సత్యం** : సత్యమంటే ఎట్టి పరిస్థితులలోను అసత్యమాడకుండా వుండటం. సత్యవర్తన కలిగి వుండటం.
8. **అధిష్టాన** : అధిష్టానమంటే ధృఢనిశ్చయంతో వుండటం. తమ ధ్యేయసాధన పట్ల స్థిర సంకల్పంతో కృషి చేయడం.
9. **కరుణ** : మానవాళిపట్ల దయా దృష్టితో మెలగడం. బాధితులు, దుఃఖితుల పట్ల దయతో మెలగటం కరుణ.
10. **మైత్రి** : మిత్రుల పట్ల మాత్రమేకాక శత్రువులపట్ల కూడా స్నేహ దృష్టి కలిగి వుండడం మైత్రి. సాటి మానవుల పట్ల మాత్రమేకాక సకల ప్రాణులపట్ల స్నేహదృష్టి కలిగి వుండటం. అందరిపట్ల మంచి హృదయంతో స్పందించడం మైత్రి.

పై అంశాలను ప్రతి ఒక్కరు శక్తి వంచన లేకుండా పాటించాలని బుద్ధుడు బోధించాడు. ఇవన్నీ వ్యక్తి పరిపూర్ణతకు దోహదపడతాయి. వీటిని దశ పారమితులు అని కూడా అంటారు.

బుద్ధుని బోధలకు ప్రభావితులై చాలామంది బౌద్ధ సంఘంలో చేరారు. బుద్ధుడు మొదట నిరాకరించినా తరువాత మహిళలకు కూడా బౌద్ధ సంఘంలో స్థానం కల్పించాడు. పినతల్లి మహాప్రజాపతి గౌతమితో సహా ఐదువందల మంది మహిళలు బౌద్ధ సంఘంలో చేరారు. ప్రపంచంలోనే బుద్ధుడు మొదటి మహిళా సంఘాన్ని ఏర్పరచిన వాడయ్యాడు.

బౌద్ధంలో అత్యంత ప్రధానమైన అంశం ప్రతీత్య సముత్పాదం. ఎవరైతే ప్రతీత్య సముత్పాన్ని గ్రహిస్తారో వారు ధర్మాన్ని గ్రహిస్తారు. ఎవరైతే ధర్మాన్ని అవగతం చేసుకుంటారో వారు తథాగతుణ్ణి అవగతం చేసుకుంటారన్నాడు బుద్ధుడు.

ప్రపంచమంతా చర్యల ఫలితమే. ప్రకృతిలో ప్రతిదీ నిరంతరం మార్పు చెందుతూ వుంటుంది. సృష్టి లేదు. నాశనం లేదు. ఆది లేదు. అంతం లేదు. అయినా కారణం లేకుండా ఏదీ జరగదు. ఏదీ తనంతట తానే అస్తిత్వంలో వుండదు. ప్రతిదీ మరోదానిపై ఆధారపడుతుంది. ఇదే ప్రతీత్య సముత్పాదవాదం.

అనిత్యం,దుఃఖం, అనాత్మ ఇదే బౌద్ధ ధర్మ సారం. బుద్ధుడు సమస్తాన్నీ స్కంధాలు, ఆయతనాలు, ధాతువులు అని మూడు భాగాలుగా విభజించి వివరించాడు.

1) **ఐదు స్కంధాలు :** రూపం, వేదన, సంజ్ఞ, సంస్కారం, విజ్ఞానం.

2) **పన్నెండు ఆయతనాలు :** ఇంద్రియాలు ఆరు (కళ్ళు, చెవులు, ముక్కు, నాలుక, చర్మం, మనస్సు), వాటి విషయాలు ఆరు (రూపం, శబ్దం, గంధం, రసం, స్పర్శ, ధర్మం).

3) **ధాతువులు :** ధాతువులు పద్దెనిమిది. ఆరు ఇంద్రియాలు, ఆరు వాటి విషయాలు, ఇంద్రియాలు విషయాల సంపర్కం వల్ల కలిగే జ్ఞానాలు ఆరు. (చూపు, వినికిడి , వాసన, రుచి, తాకడం, మనోవిజ్ఞానం).

విశ్వంలోని అన్ని వస్తువులూ ' స్కంధం, ఆయతనం, ధాతువు ' అనే ఈ మూడింటిలో ఏదో ఒకదానికి చెందినవై వుంటాయి.

అవ్యాకృతాలు

ఈ లోకం నిత్యమా, అనిత్యమా, లోకానికి అంతం వుందా లేదా, దేవుడు శరీరం ఒక్కటేనా లేక వేరు వేరా? వంటి ప్రశ్నలకు బుద్ధుడు సమాధానం చెప్పకుండా వాటిని అవ్యాకృతాలు అన్నాడు. అంటే వాటికి సమాధానం చెప్పవలసిన అవసరం లేదని అర్థం. అటువంటి ప్రశ్నలు రాగద్వేషాలను వదిలించుకోవటానికి, సత్ప్రవర్తనను పెంపొందించుకోవడానికి పనికిరావు. అందుకే వాటిని బుద్ధుడు అవ్యాకృతాలు అన్నాడు.

బుద్ధుని గొప్ప సందేశం

బుద్ధుడు తమ పట్టణానికి వచ్చాడని తెలుసుకున్న కాలాములు అనే జాతి జనం ఆయన వద్దకు వెళ్లి ఇలా మొరపెట్టుకున్నారు. "అయ్యా కొందరు శ్రమణులు, బ్రాహ్మణులు మా కేశపురానికి వస్తుంటారు. వారు తమ ధర్మాన్ని మాత్రమే బోధించి వివరిస్తారు. ఇతరులు బోధించే వాటిని ఖండించి నిరాకరిస్తారు. వారందరూ చెప్పింది విని మాకు ఒక సందేహం కలుగుతుంది. ఎవరు చెప్పేది సత్యమో, ఎవరు చెప్పేది అసత్యమో తెలియక సతమతం అవుతున్నాం. మాకు సరైన దారి చూపండి" అని మొరపెట్టుకున్నారు.

అప్పుడు బుద్ధుడు వారికి ఇలా జవాబిచ్చాడు. "కాలాములారా! ఈ విషయంలో మీకు సందేహం కలగడం సహజమే. తరతరాలుగా వస్తున్న సంప్రదాయం అనిగాని, లేదా పూర్వకాలంలో గురువులు చెప్పారనిగాని దేనినీ విశ్వసించవద్దు. చాలామంది ఇదే చెబుతున్నారనిగాని, లేదా గొప్ప గ్రంథాల్లో రాసి వుందని గానీ ఒక విషయాన్ని సత్యంగా భావించకండి. తార్కికంగా వుందనో, లేక వినసొంపుగా వుందనో, బోధించే వ్యక్తి సమర్థుడనో లేక అతని మీద గౌరవం వల్లనో దేనినీ సత్యంగా స్వీకరించవద్దు. ఎవరు ఏమి చెప్పినా దానిని పరిశీలించి, విశ్లేషించి అది అందరికీ మేలు చేస్తుందని మీరు భావిస్తే దాన్ని స్వీకరించి, ఆచరించండి. అలా కాకుండా వారు చెప్పింది అందరికీ కీడు చేస్తుందని మీకు అనిపిస్తే దాన్ని నిరాకరించండి." (కాలామసుత్త).

2500 సంవత్సరాలకు పూర్వమే ఇంత గొప్ప హేతుబద్ధమైన సందేశాన్ని ఇచ్చిన తత్వవేత్త బుద్ధుడు కాక మరొకరు కనిపించరు.

ఏదైనా విషయంలో అది బుద్ధుడు చెప్పిందా కాదా అనే సందేహం ఏర్పడినపుడు హేతువుకు, అనుభవానికి నిలబడనిది ఏదీ తథాగతుని ప్రబోధం కాదు. బుద్ధుని నిర్వాణానంతరం సుమారు వంద సంవత్సరాలకు (400 సా.శ.పూ) వైశాలిలో జరిగిన ప్రథమ బౌద్ధ సంగీతిలో ఈ విషయాన్ని చర్చించి ధృవీకరించినట్లు తెలుస్తోంది.

'మెటీరియలిజం' అనే గ్రంథంలో సుప్రసిద్ధ మానవవాద తత్వవేత్త ఎం.ఎన్.రాయ్ లోకాయత, చార్వాక, బౌద్ధాది దర్శనాల్లోని హేతుబద్ధ భారతీయ తత్వాన్ని ఇలా వివరించాడు.

"భారతీయ భౌతికవాదులు ప్రాతినిధ్యం వహించిన భావవిప్లవం బౌద్ధం ఆచరణకు తోడ్పడింది. వైదికమతాన్ని త్రోసి రాజని కొన్ని వందల సంవత్సరాల బ్రాహ్మణాధిపత్యం నుంచి బౌద్ధం భారతదేశాన్ని విముక్తం చేసింది. బౌద్ధాన్ని ఎదుర్కోవ డానికే వేదాంత సూత్రాలు తయారుచేయబడినట్లు వాటి అంతర్గత సాక్ష్యాలు రుజువు చేస్తున్నాయి. కాబట్టి అవి ఉపనిషత్తుల నుంచి నేరుగా వచ్చాయని భావించలేము. మొదటి ఉపనిషత్తులకు, వేదాంత సూత్రాలకు మధ్య ఎన్నో వందల ఏండ్ల ఎడం వుండవచ్చు. ఆ మధ్యకాలంలో భౌతికవాద దిశగా భారతీయ దార్శనిక చింతన సాగింది. కపిల, కణాదులు భౌతికవాదానికి, జైనులు, బౌద్ధులు హేతువాదానికి ప్రాతినిధ్యం వహించారు. వేదాంతుల అధిభౌతికవాదం ఎన్నో శతాబ్దాలపాటు బౌద్ధ విజయాన్ని, భౌతికవాద, హేతువాద ఉధృతినీ ఆపలేకపోయింది. బౌద్ధం ఓడిపోయిన తర్వాతనే వేదాంతుల భావవాదం, బహుదేవతారాధన, బ్రాహ్మణ ఛాందసవాదం పునరుద్ధరించ బడ్డాయి." (బౌద్ధం-హేతువాదం-మానవవాదం, సం. రావిపూడి వెంకటాద్రి, పేజి 51)

బుద్ధుడు తన శిష్యులతో చెప్పిన ఈ మాటలు అక్షర సత్యాలు. "నేను బోధించే ధర్మం అందరిపట్ల సమాన ఆదరణ కలిగిన ధర్మం. దీన్ని మన, తన భేదం లేకుండా

అందరికి బోధించండి. ఇది మంచి వారిని-చెడ్డవారిని, సంపన్నులను-పేదలను ఒకే విధంగా విముక్తి చేస్తుంది. ఇది ఆకాశంలా విశాలమైంది. దీని నుండి ఎవరికి మినహాయింపు లేదు. కరుణామయులైనవారు తమను మాత్రమేగాక, ఇతరులనూ విముక్తి చేయాలని కోరుకుంటారు. ఎందరినో మనం విముక్తి చేసినా, చెయ్యవలసింది మరెంతో వుంటుంది. ఇది నిరంతరం కొనసాగాలి. ఆ విధంగా ఈ ధర్మం ప్రపంచమంతా వ్యాపించి దుఃఖసాగరంలో మునిగిన అందరినీ రక్షించాలి." (బుద్ధ ధర్మసారం ' పి.లక్ష్మీ నరసు, అను. డి.చంద్రశేఖర్, పేజి. 71)

ఏది ఏమైనా ప్రాచీనకాలంలో విజ్ఞానకాంతులు వెదజల్లుతూ, సమాజంలోని అజ్ఞానాంధకారాలను పటాపంచలు చేస్తూ బయలుదేరిన భావవిప్లవోద్యమం బౌద్ధం. అది దాదాపు వెయ్యేండ్లకు పైగా వర్ధిల్లి చివరికి జన్మించిన భారతదేశంలో అడుగంటి పోవడం గొప్ప విషాదం.

అయినప్పటికీ, జ్ఞానం, సత్యం, నీతి మీద ఆధారపడిన బౌద్ధం సువిశాలమైన ఆసియా ఖండమంతటా ' బర్మా, శ్రీలంక, టిబెట్, చైనా, జపాన్'వ్యాపించింది. క్రమంగా యూరపు, అమెరికా దేశాలలోని ప్రజలను సైతం ప్రభావితం చేస్తూ వుంది.

డాక్టర్ అంబేద్కర్ కృషివల్ల 1956 అక్టోబరులో దాదాపు ఐదారు లక్షల మంది దళితులు బౌద్ధాన్ని స్వీకరించడం శుభపరిణామం. కాలగమనంలో బౌద్ధంలో జొరబడిన విగ్రహారాధనలు, పునర్జన్మ, కర్మ సిద్ధాంతాల వంటి మతవాసనలు తొలగిపోయి హేతువాద, మానవవాదాలపై నిలిచిన సిసలైన బౌద్ధం వర్ధిల్లాలని ఆశిద్దాం.

ఎపిక్యూరస్ (సా.శ.పూ. 341-270)

పాశ్చాత్య తత్వశాస్త్ర చరిత్రలో గ్రీకులది అత్యున్నత స్థానం. సోక్రటిస్ మొదలుకొని, ప్లేటో, అరిస్టాటిల్ వంటి హేమా హేమీలందరూ గ్రీకు దేశానికి చెందిన తత్వవేత్తలే. సోక్రటిస్ (సా.శ.పూ. 470-399) తమ ఆరాధ్యులైన దేవతలను నిరాకరించాడని, యువతరాన్ని పాడుచేస్తున్నాడనే అభియోగంతో ఆనాటి ప్రభుత్వం అతనికి మరణ శిక్ష విధించింది. ఆనాటి ఏథెన్స్ శాసనం ప్రకారం మరణదండన పొందిన వాడు మరొక శిక్షను కోరుకోవడానికి అవకాశం వుండేది. మరణ శిక్షకు బదులుగా కారాగారశిక్షనుగాని, దేశాంతర వాసాన్నిగాని కోరుకొని వుండవచ్చు. లేదా జరిమానా చెల్లించి శిక్ష నుండి విముక్తుడు కావచ్చు. కాని సోక్రటిస్ ఇవేవీ కోరుకోలేదు. మరణమే మేలనుకున్నాడు. అతని వాదనల సారాంశం ఇలా వుంది.

"నేను నా జీవితంలో కొన్ని సిద్ధాంతాలకు, నీతి నియమాలకు కట్టుబడి వున్నాను. వాటిని ప్రచారం చేశాను. వాటి కారణంగానే నాకు మరణదండన విధించారు. ఇప్పుడు ప్రాణాలపై తీపితో నేను శిక్ష నుంచి పారిపోతే నా సిద్ధాంతాలను, నీతి నియమాలను నేనే కాలదన్నినట్లు కాదా? దాని వల్ల కలిగే అప్రతిష్ట కంటె మరణమే మంచిది కదా అనేది అతని వాదన.

శిక్ష ప్రకారం విషం తాగి మరణించాడు. ఆ విధంగా చరిత్రలో తన భావాల కోసం ప్రాణాలను పణంగా పెట్టిన తొలి తత్వవేత్త సోక్రటిస్.

సోక్రటిస్ శిష్యుడు ప్లేటో (సా.శ.పూ. 427-347) ఇతడు భావవాది. ప్లేటో రచించిన డైలాగ్స్ అన్నింటిలోకి 'రిపబ్లిక్ ' సుప్రసిద్ధమైంది. ఊహాజనిత ఆదర్శ రాజ్యాన్ని ప్లేటో అందులో ప్రతిపాదించాడు. వాస్తవానికి ప్లేటో రిపబ్లిక్ 'అరిస్టాక్రసీ'. అరిస్టాక్రసీ

అంటే ఉత్తముల పరిపాలన అని అర్థం . ప్లేటో తన ఆదర్శ రాజ్యంలో విద్యావిధానానికి అధిక ప్రాధాన్యతనిచ్చాడు. తత్వవేత్తలే పాలకులుగా వుండాలనేది అతని విధానం. వాస్తవ జగత్తును తిరస్కరించి భావజగత్తు నుంచే అన్ని వస్తువులు ఉద్భవిస్తాయని ప్రతిపాదించిన ప్లేటో భావవాదిగా చరిత్రలో నిలిచిపోయాడు. ప్లేటో శిష్యుడు ఆరిస్టాటిల్ (సా.శ.పూ. 384-322). అయినప్పటికీ ప్లేటో భావవాదాన్ని తిరస్కరించాడు. ఆరిస్టాటిల్ బహుముఖ ప్రజ్ఞాశాలి. భౌతిక శాస్త్రాలు, ఖగోళశాస్త్రం, వృక్ష జంతు శాస్త్రాలు, తర్క, తత్వశాస్త్రాలు, రాజనీతి శాస్త్రం, మనస్తత్వ శాస్త్రం వంటి అనేక శాస్త్రాలలో అతడు ప్రావీణ్యం సంపాదించాడు. అతడు ప్రతిపాదించిన భావాలకు శతాబ్దాలుగా ఎదురులేకుండా పోయింది. 15వ శతాబ్దంలో రినైజాన్స్ ఉద్యమం ప్రారంభమయ్యేవరకు ఆరిస్టాటిల్ భావాలకు, సిద్ధాంతాలకు ఎదురులేకుండా పోయింది. అతడు ప్రతిపాదించిన భూకేంద్ర సిద్ధాంతం శతాబ్దాలపాటు రాజ్యమేలింది. జీవశాస్త్రంలో అతడు చూపిన ప్రతిభ అనన్య సామాన్యమైంది. చక్రవర్తి అలెగ్జాండర్ ఆరిస్టాటిల్ శిష్యుడు. గొప్ప విజ్ఞానిగా అరిస్టాటిల్ చరిత్రలో మిగిలిపోయాడు.

ప్లేటో స్థాపించిన 'అకాడెమీ', అరిస్టాటిల్ నెలకొల్పిన 'లైసియం' ఇంకా ఇతర గ్రీకు తత్వవేత్తల విద్యాలయాలు ఒకవైపు వర్ధిల్లుతుండగానే ఏథెన్సులో మరో విద్యాలయాన్ని స్థాపించి, ఎందరో శిష్యులకు తన తాత్విక సిద్ధాంతాలను బోధించిన ఆదర్శ ప్రాయమైన తత్వవేత్త ఎపిక్యూరస్.

ఎపిక్యూరస్ ప్రచారం చేసిన తాత్విక శాఖను 'ఎపిక్యూరియనిజం' అంటారు. ఎపిక్యూరస్ సిసలైన భౌతికవాది. సామాన్య శకానికి పూర్వం 341వ సంవత్సరంలో సామోస్ అనే గ్రీకు ద్వీపంలో అతడు జన్మించాడు. నియోక్లస్, చైరేస్ట్రేట్ లు అతని తల్లిదండ్రులు.

మిత్రులతో కూడిన స్వయం సమృద్ధి జీవితాన్ని గడపడం ద్వారా ప్రజలు తత్వశాస్త్రాన్ని ఉత్తమంగా భావించి తెలుసుకోగలరని ఎపిక్యూరస్ ప్రతిపాదించాడు.

అతడు తన ఇంటి వెలుపల 'ది గార్డెన్ ఆఫ్ ఎపిక్యూరస్ ' అని ప్రసిద్ధికెక్కిన ఒక విశాల ఉద్యానవనంలో ఒక విద్యాలయాన్ని స్థాపించాడు. అతడి తాత్విక బోధలు జనాన్ని బాగా ఆకర్షించి ప్రచారం పొందాయి.

ఎపిక్యూరస్ బహు గ్రంథకర్త. సుమారు 300 పుస్తకాలు రాశాడని ప్రతీతి. అయితే కేవలం కొన్ని లేఖలు, కొన్ని గ్రంథ శకలాలు తప్ప మరేమీ మిగలలేదు. అతడి తాత్విక సిద్ధాంతాలు సామాన్య శకానికి పూర్వం రోమన్ మహాకవి లుక్రీషియస్ రచించిన 'ఆన్ నేచర్ ' అనే కావ్యం ద్వారా లభ్యమవుతున్నాయి.

భయం నుండి స్వేచ్ఛ, బాధలు లేకుండా సుఖంగా జీవించడం, ఇతరులకు సహాయం చేయడం ఎపిక్యూరస్ తత్వబోధల సారాంశం.

ఎపిక్యూరస్ డెమొక్రటిస్ ప్రతిపాదించిన అణుసిద్ధాంతాన్ని ఆమోదించినప్పటికీ కొన్ని అంశాలలో అతనితో విభేదించినట్లు తెలుస్తోంది. అలాగే అతడు మనుషుల స్వేచ్ఛా సంకల్పాలకు అధిక ప్రాధాన్యతనిచ్చాడు. అతని తాత్విక బోధలు ప్రారంభంలో అంతగా ప్రాచుర్యం పొందలేదు. పైగా అతడిది తాగు, తిను, తందనాలాడు అనే సిద్ధాంతంగా దుష్ప్రచారం పొందింది. 17వ శతాబ్దంలో అతడి భావాలు పునరుద్ధరించబడి ప్రజాదరణ పొందాయి. ఎపిక్యూరస్ భావాల ప్రభావం ప్రధాన సామాజికవేత్తలైన జాన్‌లాక్, కార్ల్‌మార్క్స్ వంటి వారిపై పడింది.

వ్యక్తిగా ఎపిక్యూరస్ ఉన్నతమైన వ్యక్తిత్వం గలవాడు, దయాశీలి, స్నేహశీలి. సుఖజీవనమే జీవిత లక్ష్యం అని బోధించిన ఎపిక్యూరస్ దృష్టిలో సుఖానికి ఇచ్చిన నిర్వచనం విచిత్రమైనది. దుఃఖరాహిత్యమే సుఖమన్నాడు. కోరికలు లేకపోవడమే సుఖమన్నాడు. మానసిక ప్రశాంతత, మనో నిశ్చలత, మనోనిగ్రహం ఇవే సుఖమన్నాడు. సుఖంకోసం ప్రయత్నించకపోవడంలోనే సుఖం వుందని భావించాడు. ఇంద్రియ సుఖాలలో ఒక మితిని పాటించాలన్నాడు. ఈ భావాలు బుద్ధుడిని గుర్తుకు తెస్తాయి.

తీవ్రమైన సుఖాలు తీవ్రమైన బాధలకు దారితీస్తాయన్నాడు. బాధ అనివార్యమైతే దాన్ని ధైర్యంగా అనుభవించాలన్నాడు. అన్నిటిలో అతని పరిహరించి మితాన్ని పాటించాలన్నాడు. దానికి మనసును నియంత్రణలో పెట్టుకోవాలన్నాడు.

రాజకీయ జీవితాన్ని, ఆస్తిపాస్తులు, కీర్తిప్రతిష్టలు, సంఘ గౌరవం మొదలైన వాటిని ఎపిక్యూరస్ నిరసించాడు. జనసమ్మర్ధానికి దూరంగా సన్యాసివలె సన్యాసి జీవితం గడపాలన్నాడు.

ఎపిక్యూరస్ అతి సాధారణమైన, నిరాడంబరమైన జీవితాన్ని గడిపాడు. తన గురుకుల వాసులందరూ కూడా అలాంటి సాదాసీదా జీవనాన్నే గడిపేలా చూశాడు.

ఎపిక్యూరస్ తన 72 సంవత్సరాల వయసులో సా.శ.పూ. 270లో మరణించాడు. మూత్రాశయంలో ఏర్పడిన రాళ్లు మూత్రనాళంలో అడ్డుపడటం వల్ల అతడు బాధాకరమైన మరణాన్ని పొందాడని అతని వారసుడైన హెర్మార్కస్ తెలిపాడు. అయితే తనకు తన తత్వశాస్త్రం ఇచ్చిన ఉల్లాసంతో తాను అన్ని బాధలను అధిగమించి, సంతోషంగా జీవించానని అతడు తన మిత్రుడికి రాసిన చివరి ఉత్తరంలో తెలిపాడు.

ఎపిక్యూరస్ భౌతికవాది. ఈ విశ్వం ఉనికి శాశ్వతమని భావించాడు. విశ్వమంతా అణువుల కలయికతో ఏర్పడింది. అణువుల కలయిక వల్ల వస్తుజాలమంతా ఏర్పడింది.

విశ్వమంతా పదార్థం - శూన్యం 'ఈ రెండింటితో రూపొందించబడింది. పదార్థం అణువులతో నిర్మితమైంది. అణువులు డెమోక్రటిస్ భావించినట్లు ఆకారాలు, పరిమాణాలు మాత్రమేకాక వేరువేరు బరువులు కూడా కలిగి వుంటాయని ఎపిక్యూరస్ ప్రతిపాదించాడు.

అణువులు వేర్వేరు మార్గాలలో కదులుతుంటాయి. అవి ఒకదానికొకటి ఢీకొనవచ్చు. అలా ఢీకొన్నపుడు అవి అతుక్కుని వివిధ వస్తువులుగా రూపొందవచ్చు. అణువులు వాటంతటవే పక్కలకు, క్రిందికి చలిస్తూ వుండవచ్చు. గ్రహాలు, నక్షత్రాలు, సూర్యచంద్రులు అలా అణు సంయోగాలలో ఏర్పడినట్టివే.

అణువులను ఎవరూ సృష్టించలేదు. అవి అనాది. వాటికి నాశనం లేదు. వాటి చలనం కూడా సహజ సిద్ధమే. వాటి చలనానికి మరో కారణాన్ని వెతకనక్కరలేదు. అణువుల సంయోగ వియోగాలకు కూడా మరో శక్తి అవసరం లేదు. అన్నీ స్వతఃసిద్ధంగానే జరుగుతున్నాయి. ఆఖరికి దేవతలు కూడా మనుషులవలె అణుసంయోగజనితులే. వారు మనుషుల నిత్యజీవితాలలో జోక్యం చేసుకోరు అనేది ఎపిక్యూరస్ సిద్ధాంతం.

ఎపిక్యురస్ జ్ఞాన సిద్ధాంతాన్ని ప్రతిపాదించాడు. బాహ్యప్రపంచం నుండి ఇంద్రియాల ద్వారా గ్రహించిన సమాచారమే జ్ఞానానికి పునాదిగా నిలుస్తుందని పేర్కొన్నాడు.

ఎపిక్యురస్ మనం జ్ఞానాన్ని పొందే పద్ధతిని రూపొందించే సత్యానికి మూడు ప్రమాణాలను ప్రతిపాదించాడు. సంవేదనలు (sensations),మునుపటి భావాలు (preconceptions),అనుభూతులు (Feelings).

సత్యానికి సంవేదనలే ప్రథమ కారణమని ఎపిక్యురస్ ప్రతిపాదించాడు. ఒకసారి ఏర్పడిన భావాలను పునఃపరిశీలన చేయడం ద్వారా మరోసారి పరీక్షించి నిర్ధారించుకోవాలన్నాడు. అప్పుడే ఆయా వస్తువులకు సంబంధించిన స్పష్టమైన ప్రత్యక్ష జ్ఞానం ఏర్పడుతుందన్నాడు.

సంవేదనలకు ముందే మనలో ఏర్పరచుకున్న భావాలను సత్యానికి రెండవ ప్రమాణంగా ప్రతిపాదించాడు. వస్తువులకు, సంఘటనలకు సంబంధించిన సమాచారాన్ని విశ్లేషించి నిర్ధారణ చేసుకోడానికి అంతకు ముందున్న భావాలు తోడ్పడతాయి. ఒక సంఘటనను అర్థం చేసుకోడానికి అంతకుముందు దానికి సంబంధించిన జ్ఞానం తోడ్పడుతుంది.

సత్యానికి మూడవ ప్రమాణంగా అనుభూతులను పేర్కొన్నాడు. సంతోషం లేదా దుఃఖం, బాధ వంటివి మన చర్యలను నిర్దేశిస్తాయన్నాడు. ఒక దాని ద్వారా మనకు

సంతోషం కలిగితే దాని కోసం మనం మరల ప్రయత్నిస్తాము. అది బాధను కలిగించేదయితే దాన్ని తప్పించుకోడానికి ప్రయత్నిస్తామన్నాడు. ఈ విధంగా ఎపిక్యూరస్ స్వతంత్రంగా జ్ఞాన సిద్ధాంతాన్ని ప్రతిపాదించి ప్రచారం చేశాడు.

ప్రకృతిని అర్థం చేసుకోడానికి ఎపిక్యూరస్ తన జ్ఞాన సిద్ధాంతాన్ని ఉపయోగించాడు. మన ఇంద్రియాలు పరిమితమైనవి. కాబట్టి కొన్ని సందర్భాలలో మనకు ప్రత్యక్షంగా కనిపించే కారణాలు తప్పు కావచ్చు. అందువల్ల మనం గతంలోని జ్ఞానం ఆధారంగా వాటిని విశ్లేషించి నిర్ధారణ చేసుకోవాలన్నాడు.

కొన్ని సందర్భాలలో విశ్వంలో జరిగే సంఘటనలకు అనేక కారణాలుండవచ్చు. అటువంటి సందర్భాలలో మనం ఏదో ఒక దాన్ని మాత్రమే సరియైనదని నిర్ధారించరాదన్నాడు. కావున ఆయా కారణాలన్నిటిని స్వీకరించి ఒక జాబితా తయారు చేయాలన్నాడు. వాటిలో సంభావ్యత, సాధ్యాసాధ్యాలను బట్టి అవి వాస్తవాలా కాదా అనేది నిర్ధారించాలన్నాడు.

ఎపిక్యూరస్ సుఖవాదాన్ని ప్రతిపాదించినప్పటికీ నైతికతను బోధించాడు. ఆనందానిచ్చేది నైతికంగా మంచిదని, బాధాకరమైనది నైతికంగా చెడ్డదని అతడు బోధించాడు. బాధలేకపోవడమే ఆనందమని నిర్వచించాడు. మానవులు బాధలు, సమస్యలు లేకుండా వుండటానికి ప్రయత్నించాలని, అటువంటి స్థితిని సాధించినపుడు అన్ని బాధల నుండి మానవుడు విముక్తుడవుతాడని ఎపిక్యూరస్ బోధించాడు.

ఆనందాలను శారీరక, మానసిక ఆనందాలుగా వర్గీకరించారు. ఎపిక్యురియన్లు శారీరక ఆనందాలు తాత్కాలికమని మానసిక ఆనందాలు వర్తమానంలోనే కాకుండా గతంలోను, భవిష్యత్తులోను వుంటాయని పేర్కొన్నారు. అందువల్ల మానసిక ఆనందాలు శారీరక ఆనందాల కంటె గొప్పవిగా పరిగణించబడతాయి. అందువల్ల మానసిక ఆనందాలకు ప్రాధాన్యత ఇవ్వాలన్నారు.

ఈ అవగాహన నుండి ఎపిక్యూరియన్లు ప్రకారం ఒక వ్యక్తి చేరుకోగల గొప్ప స్థితి ఆనందం. అంటే దుఃఖరాహిత్యస్థితి. దీన్ని సాధించడానికి ప్రతి వ్యక్తి తన కోరికలను నియంత్రించుకోవాలి. ఎందుకంటే కోరికలే దుఃఖానికి కారణం. అన్ని కోరికలను త్యజించమని చెప్పలేదు. అవసరాలు తీర్చుకోడానికి అవసరమైన కోరికలుండటం తప్పకాదు.

కోరికలను ఎపిక్యూరియన్లు మూడు రకాలుగా విభజించారు. 1) సహజమైనవి, అవసరమైనవి. 2) సహజమైనవి కాని అవసరం లేనివి. 3) వ్యర్థమైనవి. జీవించడానికి అవసరమైన కూడు గుడ్డలు సహజమైనవి. జీవించడానికి అవసరంలేని కోరికలు సహజమైనవైనప్పటికీ అనవసరమైనవి. అవి మనిషి సంతోషానికి లేదా మనుగడకు ఉపయోగపడవు. ఆకలిగా వున్నవాడికి ఆహారం కావాలి. అయితే సాధారణ ఆహారం కాకుండా రుచికరమైన పిండివంటలు, లేదా ఖరీదైన ఆహారం కావాలని కోరుకోవడం ఈ కోవలోకి వస్తుంది. జీవించడానికిగాని, సంతోషానికి గాని లేదా ఆరోగ్యానికి కాని పనికిరాని కోరికలు వ్యర్థమైనవి. సంపదను కూడబెట్టుకోవడం, కీర్తి ప్రతిష్టల కోసం ప్రాకులాడడం వంటివి వ్యర్థమైన కోరికలు. వాటిని త్యజించాలని ఎపిక్యూరియన్ల భావం.

సంతృప్తికరమైన జీవితానికి స్నేహాలను పెంపొందించుకోవాలని ఎపిక్యూరస్ బోధించాడు. భయాల నుండి, కష్టాలనుండి విముక్తి పొందాలని అతడు ప్రచారం చేశాడు. రాజకీయాల ద్వారా అటువంటి విముక్తిని సాధించడానికి అవకాశం వున్నప్పటికీ ఎపిక్యూరస్ రాజకీయాలను నిరసించాడు. సంప్రదాయ రాజకీయాల కంటె స్నేహితులతో కూడిన సామాజిక వ్యవస్థ మెరుగైనదని అతడు భావించాడు. పరిస్థితులను బట్టి ప్రయోజనకరంగా వుండే రాజకీయాలలో పాల్గొనవచ్చునని చెప్పాడు.

న్యాయాన్ని ఒక సామాజిక ఒప్పందంగా భావించిన వారిలో ఎపిక్యురస్ ప్రథముడుగా కనిపిస్తాడు. అతడు సామాజిక ఒప్పంద సిద్ధాంతాన్ని వ్యక్తుల పరస్పర ఆమోదంతో స్థాపించుకోవాలన్నాడు. న్యాయమంటే ప్రజలు ఒకరికొకరు హాని

చేసుకోకుండా వుండటమేనని నిర్వచించాడు. చట్టాలు, శిక్షలు వున్న సమాజంలో జీవించడమంటే తమకు ఎటువంటి హాని జరగకుండా వుండే సమాజమని భావం. అప్పుడు సంతోషంగా జీవించే అవకాశాలు దక్కుతాయి. సామాజిక ఒప్పంద సిద్ధాంతంలో దైవ ప్రమేయాన్ని ఎపిక్యూరస్ తిరస్కరించాడు. తాను ప్రతిపాదించిన సామాజిక ఒప్పంద సిద్ధాంతం ప్రకారం సమాజంలో నేరాలు అత్యల్పంగాను, ఆనందం అత్యధికంగాను వుండి, మిగతా సిద్ధాంతాలకు భిన్నంగా వుంది. శిక్షలు, శిక్షల భయాలు ఒక వ్యక్తిని ఆందోళనకు గురిచేసి, సంతోషానికి దూరం చేస్తాయి.

మనుషులందరూ ఒకేరకమైన అణువులతో నిర్మితమైన వారే. కాబట్టి ఒకరి కంటె మరొకరు అధికులు అనే భావానికి తావులేదు. అందరూ సమానులే అని ఎపిక్యూరస్ ప్రకటించాడు.

ప్రపంచంలో ఇంత భిన్నత్వం, ఇన్ని అందాలు, ఎలా వచ్చాయి? మానవులు ఎలా వచ్చారు అనే ప్రశ్నకు ఎపిక్యురస్ పరిణామవాదాన్ని ప్రతిపాదించినట్లు తెలుస్తోంది. భూమిమీద పరిణామ క్రమంలోనే అనేక జీవజాతులు ఏర్పడినట్లు, ఆ క్రమంలోనే వాటికి ఇంద్రియాలు ఏర్పడినట్లు తెలిపాడు. అర్హత కలిగినవే బ్రతికి బట్టకట్టాయి. ఈ విషయంలో ఎపిక్యూరస్ వాదం డార్విన్ పరిణామవాదానికి దగ్గరగా వచ్చినట్లు గమనించవచ్చు.

పరిణామ క్రమంలోనే మానవుడు అవతరించి, అనేక కష్టనష్టాలను ఎదుర్కొని, గుహనివాసాలలో జీవించి, మాట్లాడే శక్తిని సంతరించుకుని నాగరిక మానవుడిగా రూపొందాడు. ఇటువంటి భావాలు ఆనాడే వెలిబుచ్చడం ఆశ్చర్యాన్ని కలిగిస్తుంది.

చార్వాకులవాదం కూడా ఎపిక్యూరియన్లలో బాగా కనిపిస్తుంది. ఆత్మ కూడా అణు నిర్మితమేనని, దేహంతో పాటు అది కూడా మరణంతో విచ్ఛిన్నమవుతుందని, ఏమీ మిగలదని, దేహానికి భిన్నంగా, బాహ్యంగా భావాలు, అనుభవాలు, జ్ఞాపకాలు వుండవని ఎపిక్యురియన్లవాదం. తరువాతి శతాబ్దాలలో యూరోపియన్ తత్వచింతనలో

భౌతికవాదం ఒక శాఖగా వృద్ధి పొందింది. దానికి డెమోక్రటిస్ తర్వాత ఎపిక్యూరస్ ముఖ్యుడు.

దేవుడి గురించి ఎపిక్యూరస్ లేవనెత్తిన ప్రశ్నలు తాత్వికంగా ఎంతో ప్రాధాన్యాన్ని కలిగి వున్నాయి. అతడి వాదన ఇలా సాగుతుంది.

దేవుడు సృష్టించకపోతే ప్రపంచంలో వున్న చెడుకు కారణమెవరు? ఈ చెడును దేవుడు తొలగించాలనుకుని కూడా తొలగించలేకపోతే అతడు అసమర్థుడవుతాడు. అతడు తొలగించగలిగిన సామర్థ్యం వుండి కూడా తొలగించదలచుకోకపోతే నిర్దయుడవుతాడు. లేక అతనికి తొలగించాలనే కోరిక, తొలగించే సామర్థ్యం లేకపోయినా అతడు క్రూరుడవుతాడు. అసలు ప్రపంచంలోని చెడుకు తాను కారణం కాకపోతే ఆ చెడు ఎలా వచ్చింది? అప్పుడు అతడు దేవుడే కాకుండాపోతాడు. సృష్టికర్త కాకుండాపోతాడు. ఇటువంటి ప్రశ్నలతో ఎపిక్యూరస్ దైవభావంలోని లొసుగులను బయట పెట్టినట్లు తెలుస్తున్నది.

అమరత్వమనేది లేదు. దేహంతో పాటే ఆత్మ కూడా నశిస్తుంది. మరణానంతర జీవితం లేదు. మనం చావుకి భయపడనవసరం లేదు. చావంటే స్పృహలేకపోవడమే. సంవేదనలు లేకపోవడమే. చైతన్యం లేకపోవడమే. దాన్ని చూసి మనమెందుకు భయపడాలి అనేది ఎపిక్యూరస్ భావన.

ఎపిక్యూరస్ భౌతికవాదిగా, నాస్తికవాదిగా, సామాజికవాదిగా, సమానత్వాన్ని, న్యాయాన్ని ప్రతిపాదించిన తత్వవేత్తగా చరిత్రలో స్థానం సంపాదించుకున్నాడు.

వోల్టేర్ (1694-1778)

"నీవు చెప్పేదానిలో ఒక్క మాటను కూడా నేను అంగీకరించను. అయితే నీ భావాలను వెల్లడించడానికి నీకు గల హక్కును సమర్థించడానికి నేను ప్రాణమివ్వడానికైనా వెనుకాడను" ' అనే సుభాషితం ఫ్రెంచి మహా రచయిత, మేధావి, హేతువాద మానవవాద తత్వవేత్త అయిన వోల్టేర్‌ది.

"నేను నమ్మినట్టు నమ్ము, లేకపోతే దేవుడు నిన్ను శిక్షిస్తాడు అని నేడు నిన్ను భయపెట్టేవాడు 'నేను నమ్మినట్టు నమ్ము, లేకపోతే నిన్ను చంపేస్తాను' అని రేపు నిన్ను బెదిరించడానికి కూడా వెనుకాడడు" అనేది కూడా వోల్టేర్ సుభాషితమే.

ప్రజాస్వామ్యాన్ని, వాక్ స్వాతంత్ర్యాన్ని కాపాడుకోవడం ఎంత ముఖ్యమో తెలియజేసే సుభాషితాలివి.

ఫ్రాన్సు దేశంలో ఆనాడు రాజ్యమేలుతున్న నిరంకుశత్వానికి, మతమౌఢ్యానికి వ్యతిరేకంగా ఎదురు నిలిచి పోరాడిన భావవిప్లవ తత్వవేత్త వోల్టేర్. అందుకే సుప్రసిద్ధ రచయిత విక్టర్ హ్యూగో, 'వోల్టేర్ అంటే 18వ శతాబ్దం' అని కీర్తించాడు. వోల్టేర్ భావాల ప్రభావం 18వ శతాబ్దం దాటి ప్రసరించింది. నేటికీ ఆయన భావాలు ప్రపంచాన్ని ప్రభావితం చేస్తూనే వున్నాయి.

వోల్టేర్ ఫ్రాన్సులోని పారిస్‌లో 1694 నవంబరు 21వ తేదీన జన్మించాడు. తల్లి మేరీ మార్గరెట్ డౌమండ్, తండ్రి ఫ్రాంకాయిస్ ఆరోయెట్. వారిది మధ్య తరగతి కుటుంబం. తండ్రిది న్యాయవాద వృత్తి. వోల్టేర్ తల్లిదండ్రులకు ఐదవ సంతానం. వోల్టేర్‌కు తల్లిదండ్రులు పెట్టిన పేరు ఫ్రాంకాయిస్ మారీ ఆరోయెటో. వోల్టేర్ అనేది అతని కలం పేరు. ఆ పేరుతోనే అతడు సుప్రసిద్ధుడయ్యాడు.

వోల్టేర్ (1694-1778)

వోల్టేర్ పుట్టడమే అనారోగ్యంతో పుట్టాడు. ఆ బాలుడు నాలుగు రోజుల కంటె ఎక్కువ బ్రతకడని దాది చెప్పింది. అయితే వోల్టేర్ 84 సంవత్సరాలు జీవించాడు. ఆనాడు ఫ్రాన్సుదేశం రాజుల పాలనలో వుండేది. వోల్టేర్ ముగ్గురు ఫ్రెంచి రాజుల పాలన చూశాడు. వారు 14వ, 15వ, 16వ లూయీలు. అంత దీర్ఘకాలం వోల్టేర్ అర్భకంగా, అనారోగ్యంతోనే జీవించాడు.

వోల్టేర్ ఆకారం వికారంగా వుండేది. గుంట కళ్లతో, నొక్కుకుపోయిన దవడలతో పీలగా కనిపించేవాడు. అయితే అర్భకత్వం అతని దేహానికేకాని మేధకుకాదు. చురుకైన, పదునైన అతని మేధాశక్తి, ప్రతిభా సామర్థ్యాలు ప్రపంచ చరిత్రలోనే అత్యంత అరుదుగా కనిపిస్తాయి. ధైర్య సాహసాలలో అతనికతడే సాటి.

వోల్టేరు రచనలలో సాహిత్యం, పద్యాలు, వ్యాసాలు, చరిత్ర, శాస్త్రీయాంశాలు, మత విమర్శ, తత్వశాస్త్రం వంటి అంశాలెన్నో వున్నాయి. నాటకాలు, నవలలు కూడా రచించాడు. అతడు దాదాపు 20 వేల లేఖలు, రెండు వేలకు పైగా కరపత్రాలు, పుస్తకాలు రచించాడు. వోల్టేర్ సామాజిక రంగంలో విప్లవాత్మకమైన మార్పులు కోరాడు.

రోమన్ కాథలిక్ చర్చిని, క్రైస్తవ ధర్మాన్ని విమర్శిస్తూ పలు రచనలు చేశాడు. ఊహాలోకాల్లో విహరించే తత్వశాస్త్రాన్ని నేల మీదకు దింపి, నాలుగు రోడ్ల కూడలిలో నిలబెట్టి ప్రజలకు మార్గదర్శనం చేసే సాధనంగా తీర్చిదిద్దాడు.

ఫ్రాన్సులో ఆనాడు మత మౌఢ్యం బాగా వ్యాపించి వుండేది. నిరంకుశత్వం రాజ్యమేలుతూ వుండేది. రాజునుగాని, మతాధికారులను గాని పల్లెత్తు మాట అన్నా, 'బాస్టిల్ ' అనే ఘోర కారాగారం తలుపులు తెరుచుకునేవి. బాస్టిల్ కారాగారం రాజరిక నిరంకుశత్వానికి ప్రతీకగా, నరకయాతనలకు కేంద్రంగా పేరు పొందింది.

1789లో ఫ్రెంచి మహా విప్లవం విజయవంతమైంది. ఫ్రెంచి ప్రజలు రాజుపై తిరుగుబాటు చేశారు. ఆ విప్లవమే ఆధునిక మానవజాతి చరిత్రను మలుపు తిప్పింది. అటువంటి మహా విప్లవానికి ప్రజలను మానసికంగా, సిద్ధాంతపరంగా సమాయత్తం

చేసిన వారెందరో వున్నా వారందరిలోకి సుప్రసిద్ధుడు, అగ్రగణ్యుడు వోల్టేర్ మహాశయుడు.

వోల్టేర్‌ను ప్రభావితం చేసిన వారిలో జాన్‌లాక్, ఐజాక్ న్యూటన్, లైబ్నిజ్, ప్లేటో, విలియం షేక్స్పియర్ వంటి వారున్నారు. వోల్టేర్ భావాలతో ప్రభావితులైన వారిలో రూసో, డెనిస్ దిదిరో, విక్టర్ హ్యూగో, ఫ్రెడరిక్ ది గ్రేట్, కారల్ మార్క్స్ వంటి మహామహులెందరో వున్నారు.

అతని రచనలలో హాస్యం, వ్యంగ్యం తొణికిసలాడుతూ వుండేవి. అతడు ఎక్కడుంటే అక్కడ విద్వద్గోష్ఠి జరుగుతుండేది. ఆయన చతురోక్తులకు శ్రోతలు ఆనందంతో పరవశించి పోయేవారు. అయినా ఆయన రచనలు ప్రజలకు ఎంతగా వినోదాన్ని అందించాయో అంతకంటె ఎక్కువగా రాజకీయ, మత, తాత్విక సమస్యల గురించి తీవ్రంగా ఆలోచింపజేసేవి. ఫ్రెంచి భాషలో నాటికి, నేటికి అంత అందమైన, శక్తివంతమైన వచనశైలి మరొకరిలో కనిపించదనేది ఫ్రెంచి ప్రజల మాట.

సమాజ పరివర్తన కోసం, పీడిత ప్రజల విముక్తి కోసం వోల్టేర్ తన జీవిత సర్వస్వాన్ని అంకితం చేశాడు. ఆ పరమార్థం కోసమే తన సాహిత్యాన్ని వినియోగించాడు. ఆయన ప్రసిద్ధ రచనలలో జాడిగ్, మైక్రోమెగాస్, కాండిడ్ వంటి గొప్ప కథలు, ఈడిప్, జైర్, ఎరిఫైల్, ఇరినె, సోక్రటిస్, మెరోపెవంటి గొప్ప నాటకాలున్నాయి.

వోల్టేర్ జెసూయిట్ కాలేజీలో చదువుకున్నాడు. కాలేజీ రోజుల్లోనే నీతి నాటకాలు (మొరాలిటీ ప్లేస్)లో వేషాలు వేశాడు. కొన్ని నాటకాలను తానే రాసి ప్రదర్శించేవాడు. చిన్ననాటి ఆ నాటకాల ప్రభావం అతని మీద బాగా పడింది. అందుకే సాహిత్యం సందేశాత్మకంగా, సమాజ ప్రగతికి తోడ్పడే విధంగా వుండాలని వోల్టేర్ భావించడానికి కారణమైనట్లు కనిపిస్తోంది.

తండ్రి అతడిని వ్యాపారంలో ప్రవేశపెట్టాలని చూసినా వోల్టేర్ అందుకు అంగీకరించలేదు. అదే విధంగా ఒక ధనిక వర్తకుని కుమార్తెతో వివాహం చేయడానికి

తండ్రి ప్రయత్నించినపుడు కూడా అతడు విముఖత చూపాడు. సాహిత్యమే తనకు సర్వస్వమని తండ్రితో చెప్పాడు.

విసిగిపోయిన తండ్రి చివరికి వోల్టేర్‌ను హేగ్ నగరానికి ఫ్రెంచి రాయబారి వద్ద ఉద్యోగిగా పంపించాడు. అక్కడ వోల్టేర్ ఒక పేద అమ్మాయిని ప్రేమించి ఆమెతో లేచి పోవడానికి పథకం వేశాడు. అయితే తండ్రి అతడిని అరెస్టు చేయిస్తానని బెదిరించి పారిస్‌కు తీసుకొచ్చాడు.

అప్పటికి 14వ లూయిూ చనిపోయి, 15వ లూయిూ రాజయ్యాడు. అతడు పసివాడయినందువల్ల అతని పేరుతో పరిపాలన సాగించే రాజ ప్రతినిధి విలాస జీవితంపై వోల్టేర్ ఏదో అనరానిమాట అన్నాడని ఫిర్యాదు రావడంతో వెంటనే వోల్టేర్‌ని బాస్టిల్ జైలులో పెట్టారు.

వోల్టేర్ జైలులో పదకొండు నెలలు గడిపాడు. ఆ సమయంలోనే అతడు తన పేరును వోల్టేర్‌గా మార్చుకున్నాడు. జైలులో వుండగానే 'హెన్రియాద్' అనే మహాకావ్యం రచించాడు. జైలు నుంచి విడుదలైన తరువాత కూడా అతను నిరంకుశ రాజరికాన్ని, మత అసహనాన్ని విమర్శిస్తూ రచనలు ప్రారంభించాడు.

వోల్టేర్ రచించిన 'ఈడిప్' అనే విషాదాంత నాటకం అతడికి గొప్ప కీర్తి ప్రతిష్ఠలు తెచ్చిపెట్టింది. ఆ నాటకాన్ని పారిస్‌లోని ప్రధాన నాటక మందిరంలో ప్రదర్శించారు. ఆ నాటక మందిరంలో ఎంత గొప్ప రచయిత నాటకమైనా వరుసగా నాలుగయిదు రోజులు ఆడితే గొప్ప. అటువంటిది వోల్టేర్ నాటకం వరుసగా నలభై రాత్రులు ఆడింది. వోల్టేర్‌కు మంచి ఆదాయాన్ని కూడా తెచ్చిపెట్టింది. దానితో ఫ్రెంచి ప్రజలు అతడిని 23, 24 ఏళ్లకే ఒక మహా రచయితగా గుర్తించి, కీర్తించారు. వోల్టేర్ తనకు సాహిత్యం ద్వారా వచ్చిన ఆదాయాన్ని వ్యాపారంలో పెట్టి బాగా సంపాదించి ధనవంతుడయ్యాడు.

వోల్టేర్ మరోసారి రోహన్ అనే గొప్ప వంశస్థుడితో గొడవపడ్డాడు. దానితో రోహన్ కిరాయి గూండాలచేత వోల్టేర్‌ను కొట్టించాడు. ఆ దాడి నుంచి బయటపడిన వోల్టేర్

మరుసటి రోజు రోహన్‌ను ద్వంద్వ యుద్ధానికి రమ్మని ఆహ్వానించాడు. రోహన్ భయపడి పోలీసులకు ఫిర్యాదు చేయగా వారు వోల్టేర్‌ను బాస్టిల్ కారాగారానికి పంపారు.

అధికారులు వోల్టేరును విడుదల చేసి దేశ బహిష్కార శిక్షను విధించారు. వోల్టేర్ తన ప్రవాస జీవితానికి ఇంగ్లండును ఎంచుకుని అక్కడ మూడేళ్లు గడిపాడు.

ఇంగ్లండులో వోల్టేర్ మూడు నెలల కాలంలోనే ఇంగ్లీషు భాషను నేర్చుకున్నాడు. ఇంగ్లీషులోని ఉత్తమ సాహిత్యాన్నంతా అధ్యయనం చేసాడు. ముఖ్యంగా అక్కడ అనుభూతివాద (ఎంపిరిసిజం) సిద్ధాంతకర్త అయిన జాన్‌లాక్ గ్రంథాలను చదివి వాటివల్ల ప్రభావితుడయ్యాడు.

1727లో న్యూటన్ మరణించినపుడు అతని అంత్యక్రియలలో పాల్గొన్నాడు వోల్టేర్. న్యూటన్ సిద్ధాంతాలను అవగాహన చేసుకుని అతడినే తన గురువుగా భావించాడు. ఇంగ్లీషు మేధావులు, రచయితలైన జొనాథన్ స్విఫ్ట్, ఎడిసన్, అలెగ్జాండర్ పోప్, కాంగ్రీవ్ వంటి వారితో స్నేహం చేశాడు. వారంతా వోల్టేర్‌ను బాగా గౌరవించారు.

వోల్టేర్ ఇంగ్లండును ఒక వర్తక దేశమని భావించినా, అతడికి అక్కడి వాక్ స్వాతంత్ర్యం, మత స్వేచ్ఛ, భావ స్వేచ్ఛ బాగా నచ్చాయి. ఫ్రాన్సులోని దుర్భర పరిస్థితులతో పోల్చుకుని బాధపడ్డాడు. ఉత్తరాల ద్వారా ఫ్రాన్సులోని మిత్రులకు ఆ విషయాలన్నీ వివరించాడు. ఇంగ్లండు పట్ల తన అభిమానాన్ని బాగా పెంచుకున్నాడు.

వోల్టేర్ తన ప్రవాస శిక్షను ముగించుకొని తిరిగి పారిస్‌కు వచ్చాడు. ఇంగ్లండు నుండి మిత్రులకు రాసిన ఉత్తరాలలో ఫ్రాన్సును విమర్శించాడని తెలుసుకున్న అధికారులు వోల్టేర్ అరెస్టుకు ఉత్తర్వులు జారీచేశారు. అప్పుడు తాత్కాలికంగా ఫ్రాన్సును విమర్శించే ప్రయత్నాన్ని విరమించుకుని అక్కడి నుండి తప్పించుకుని పారిపోయాడు. షాంపేన్ రాష్ట్రంలోని సైరీలో పదిహేనేళ్లు గడిపాడు.

వోల్టేర్ భార్య ఎమిలీ డుషాటివే గొప్ప విధుషీమణి. సౌందర్యవతి. ఆమె గణిత, భౌతిక, రసాయన శాస్త్రాలను, సాహిత్యాన్ని బాగా అధ్యయనం చేసింది. న్యూటన్

రచించిన 'ప్రిన్సిపియా' గ్రంథాన్ని ఫ్రెంచి భాషలోకి అనువదించింది.

1733 నుండి 1749 వరకు వీరి దాంపత్య జీవితం కొనసాగింది. 1749 సెప్టెంబరులో ప్రసవంలో సంభవించిన సమస్యల వల్ల ఆమె మరణించింది. వోల్టేర్ విషాదంలో మునిగిపోయాడు. తిరిగి పారిస్‌కు రావడానికి ప్రయత్నించాడు. అయితే అధికారులు అతడిని పారిస్‌లో అడుగు పెట్టనివ్వలేదు.

అప్పుడు ప్రష్యారాజైన ఫ్రెడరిక్ ది గ్రేట్ వోల్టేర్‌కు ఆశ్రయమిచ్చాడు. ఆయన ఆహ్వానం మేరకు వోల్టేర్ బెర్లిన్‌కు వెళ్లి అక్కడ మూడేళ్ల ప్రవాస జీవితం గడిపాడు. చివరికి అక్కడ కూడా వుండలేక స్విట్జర్లాండుకు, ఫ్రాన్సుకు మధ్య సరిహద్దులోని ఫెర్నీ అనేచోట స్థిరపడ్డాడు. అక్కడే అతడు ఒక పెద్ద ఎస్టేట్ ఏర్పాటు చేసుకొని 20 ఏళ్ళు హాయిగా జీవించాడు.

వోల్టేర్ ఫెర్నీలో ఒక విశాలమైన ఉద్యానవనాన్ని నిర్మించుకున్నాడు. నిత్యం అనేకమంది ఆయనను కలిసి చర్చించేవారు. ఆయన ఎక్కడుంటే అక్కడ విద్వత్సభలు జరుగుతుండేవి. ఇంగ్లండు నుండి గిబ్బన్, బాస్వెల్‌లాంటి వారు పారిస్ నుంచి, యూరపు దేశాల నుంచి చాలామంది రచయితలు, తాత్వికులు వచ్చేవారు. వోల్టేర్ పేరును కలిపి ఆ ఉద్యానవనానికి ఫెర్నీ-వోల్టేర్‌గా నామకరణం చేశారు.

పారిస్‌లో దిదిరో, డి అలంబేర్ ప్రభృతులు విజ్ఞాన సర్వస్వం (ఎన్‌సైక్లో పీడియా) సంపుటాలను సంకలనం చేయడానికి ప్రయత్నాలు ప్రారంభించారు. ప్రజాస్వామ్యా స్ఫూర్తిని తెలియజేయడానికి, విప్లవ భావాలను రేకెత్తించడానికి, స్వేచ్ఛా స్వాతంత్ర్యాలను ప్రోది చేయడానికి, మూఢ విశ్వాసాలను ఛేదించడానికి, నిరీశ్వరవాదాన్ని ప్రచారం చేయడానికి, ప్రగతి పట్ల ఆశను కలిగించడానికి, 'వాటిని లక్ష్యంగా చేసుకున్న విజ్ఞానవాదులు (ఎన్‌సైక్లో పీడిస్టులు) గట్టి ప్రయత్నాలు చేశారు. ఫ్రెంచి విప్లవానికి ముందు ఫ్రెంచి ప్రజలలో విప్లవ జ్యోతిని రగిలించడంలో వీరి పాత్ర చాలా వుంది. వీరందరికి నాయకత్వం వహించింది మాత్రం దిదిరో.

వారు వోల్టేర్‌ను కొన్ని వ్యాసాలు రాసి పంపవలసిందిగా కోరారు. వారి కోరిక మేరకు వోల్టేర్ కొన్ని వ్యాసాలు రాసి పంపాడు. ఆ వ్యాసాలు వారు తయారు చేసిన ఎన్‌సైక్లో పీడియాలో భాగమయ్యాయి.

వోల్టేర్ తాత్వికంగా ఆస్తికవాది గాని, నాస్తికవాది గాని కాడు. అతడిని డీయిస్టు అంటారు. గడియారం తయారు చేసిన వాడు దానికి కీ ఇచ్చిన తరువాత దాని పనిలో కల్పించుకోడు. అలాగే దేవుడు ఈ విశ్వాన్ని సృష్టించిన తరువాత దానిలో జోక్యం చేసుకోడు. విశ్వం దాని సహజ సూత్రాల ప్రకారం అది కొనసాగుతూ వుంటుంది. లోక వ్యవహారంలో దేవుడు ఏ విధంగానూ కల్పించుకోడు. మానవుల కష్టసుఖాలను గాని, ప్రార్థనలను గాని పట్టించుకోడు. ఈ విధంగా సృష్టికర్తను అంగీకరిస్తూనే లోక వ్యవహారాలలో అతడి జోక్యం వుండదని భావించే వారిని డీయిస్టులంటారు. వారి తత్వాన్ని 'డీయిజం' అంటారు.

ఇటువంటి భావాలను వోల్టేర్ వెల్లడించాడు. ఎన్‌సైక్లోపీడిస్టులు వోల్టేర్ భావాలను ఆమోదించలేదు. వోల్టేర్ తర్వాత కాలంలో స్వయంగా ఒక తాత్విక నిఘంటువును తయారు చేశాడు. అకారాదిగా ప్రతి విషయాన్ని తీసుకొని తన అపార పాండిత్యంతో ఆ నిఘంటువులో వివరించాడు. అనితర సాధ్యమైన అటువంటి బృహత్కార్యాన్ని తానొక్కడే పూర్తిచేశాడు. అతడి కృషి వల్ల బ్రహ్మాండమైన తాత్విక నిఘంటువు తయారైంది. ఆకర్షణీయమైన అతని వచన రచనాశైలి అందులో ప్రతిఫలించింది.

25 ఏళ్ల తరువాత అవసాన దశలో జన్మస్థలమైన పారిస్‌ను చూడటానికి బయలుదేరాడు. తన ఆఖరు రచనలలో ఒకటైన 'ఐరీన్' అనే విషాదాంత నాటకాన్ని తీసుకొని గుర్రపు బగ్గీలో బయలుదేరాడు. అనారోగ్యంతో బక్కచిక్కిపోయిన వోల్టేరును ఆ ప్రయాణం మానుకొమ్మని వైద్యులు సలహాయిచ్చారు. అయినా ఆయన ఎవ్వరి మాటలు వినకుండా "జీవితమంతా నా యిష్టం వచ్చినట్లు జీవించాను. చనిపోవడం కూడా నా యిష్టం వచ్చినట్లు చనిపోతానని" వారితో అన్నాడు.

వోల్టేర్ (1694-1778)

పారిస్ ప్రజలు వోల్టేర్‌కు బ్రహ్మరథం పట్టారు. అతడిని ప్రేమాభిమానాలతో ముంచెత్తారు. అటువంటి ప్రజాభిమానాన్ని చూసి ఆనాటి పాలకుడైన పదహారవ లూయీ కూడా అసూయపడ్డాడు.

వోల్టేర్ 'ఐరీన్' నాటక ప్రదర్శనకు హాజరయ్యాడు. నాటక మందిరం ప్రజలతో క్రిక్కిరిసి పోయింది. వోల్టేర్ పట్ల ప్రశంసలతో, కరతాళ ధ్వనులతో నాటక మందిరం దద్దరిల్లిపోయింది. నాటకాంతంలో ప్రజలు అతడిని చుట్టుముట్టి కదలనివ్వకుండా చేశారు. ప్రజలు చూపిన ఆ అపూర్వ గౌరవానికి వోల్టేర్ ఉక్కిరిబిక్కిరయ్యాడు.

వోల్టేర్ ఆరోగ్యం క్షీణించింది. చివరికి 1778 మే నెల 30వ తేదీన వోల్టేర్ శాశ్వతంగా కన్నుమూశాడు. అప్పటికి అతనికి 83 సంవత్సరాలు నిండి 84వ సంవత్సరం నడుస్తోంది.

వోల్టేర్‌ను అధికారులు పారిస్‌లో ఖననం చేయడానికి అంగీకరించలేదు. దాంతో అతడిని మరోచోట ఖననం చేయవలసి వచ్చింది.

పదకొండు సంవత్సరాల తరువాత ఫ్రెంచి ప్రజలు 1789లో రాజుపై తిరుగుబాటు చేశారు. నరకానికి ప్రతిరూపంగా వున్న 'బాస్టిల్ ' కారాగారాన్ని ధ్వంసం చేశారు. దాని అవశేషాలమీద వోల్టేర్ భౌతిక అవశేషాలను అతని అంతిమ విజయానికి చిహ్నంగా ప్రతిష్ఠించారు.

'వోల్టేర్ అంటే 18వ శతాబ్దం' అని విక్టర్ హ్యూగో కీర్తించాడు. వోల్టేర్ భావవిప్లవ జ్వాలలు 18వ శతాబ్దం దాటి ప్రసరించాయి. అతని భావాలు భవిష్యత్తరాలను ఇంకా ప్రభావితం చేస్తూనే వున్నాయి.

జాన్ డ్యూయీ (1859-1952)

జాన్ డ్యూయీ సుప్రసిద్ధ అమెరికా తత్వవేత్త, మనస్తత్వ శాస్త్రవేత్త, విద్యా రంగ సంస్కర్త, 20వ శతాబ్దపు ప్రథమార్ధంలో పేరు ప్రఖ్యాతులు గడించిన అమెరికా పండితులలో విశిష్టమైన వ్యక్తిగా నిలిచాడు.

అనుభవం ద్వారా సమస్య పరిష్కారానికి ఆచరణాత్మక విధానాన్ని అవలంబించాలని చెప్పే తాత్విక ఆలోచనా విధానం వ్యావహారిక సత్తావాదం (pragmatism). దానిని తొలిసారిగా ప్రతిపాదించి స్థాపించిన వాడు జాన్‌డ్యూయీ. విద్యావేత్త అయిన డ్యూయీ విద్యలో ప్రగతిశీలమైన మార్పుల కోసం ఉద్యమాన్ని నడిపించి కీలకపాత్ర పోషించాడు. ఉత్తమమైన విద్యా విధానంలో ఆచరణ ద్వారా నేర్చుకోవడం వుంటుందని ఆయన విశ్వసించాడు. దానినే ఆధునిక విద్యావేత్తలు అధ్యయనం చేసి ఉపయోగిస్తున్నారు.

"విద్య అనేది ఒక జీవన ప్రక్రియ అని, అది భవిష్యత్తు జీవితానికి సన్నద్ధమవడం కాదని నేను నమ్ముతాను" అన్నాడు జాన్ డ్యూయీ.

విద్యారంగంలో నూతన ఒరవడిని ప్రతిపాదించిన డ్యూయీ సామాజిక, రాజకీయ రంగాలలో కూడా విశాలమైన భావాలను ప్రతిపాదించి ప్రజాస్వామ్య తత్వానికి, సామాజిక ప్రగతికి బాటలు వేశాడు.

జాన్ డ్యూయీ 1859 అక్టోబర్ 20వ తేదీన అమెరికాలోని బర్లింగ్‌టన్‌లో వున్న వెర్మోంట్‌లో జన్మించాడు.

1879లో వెర్మంట్ విశ్వవిద్యాలయం నుండి బ్యాచిలర్ డిగ్రీ తీసుకున్నాడు. జాన్ హాప్‌కిన్స్ విశ్వ విద్యాలయం నుండి 1884లో తత్వశాస్త్రంపై పరిశోధన చేసి డాక్టరేట్

పట్టా సంపాదించాడు. ఆ తరువాత మిచిగాన్ విశ్వవిద్యాలయంలో తత్వశాస్త్రం, మనోవైజ్ఞానిక శాస్త్రం బోధించాడు. తత్వశాస్త్రంలో కృషి చేస్తూ హారిస్ అనే అతడు నడుపుతున్న 'జర్నల్ ఆఫ్ స్పెక్యులేటివ్ ఫిలాసఫీ' అనే పత్రికకు తన రచనలు పంపుతుండేవాడు.

ప్రారంభదశలో జాన్‌డ్యూయీ భావవాద తత్వవేత్త అయిన హెగెల్ ప్రభావంలో వుండేవాడు. తరువాత పీర్స్, విలియం జేమ్స్ మొదలైన తత్వవేత్తల ప్రభావం వల్ల క్రమంగా ప్రగ్మాటిస్టుగా మారిపోయాడు.

ప్రగ్మాటిజం ప్రకృతికి అతీతంగా వుండే శక్తిని అంగీకరించదు. శాస్త్రజ్ఞానానికి ప్రాధాన్యతనిస్తుంది. అన్ని సమస్యలను శాస్త్రజ్ఞానంతో పరిష్కరించు కోవాలంటుంది. ఎప్పటికప్పుడు ఫలితాలను బట్టి సిద్ధాంతానికి విలువలు కట్టుకుంటూ అవసరమైన మార్పులు చేసుకుంటూ అభివృద్ధి చెందాలంటుంది. చాలామంది తత్వవేత్తలు సిద్ధాంతాలను నిర్వచించి, వివరిస్తారు. డ్యూయీ ప్రజలను క్షోభ పెడుతున్న సమస్యలకు శాస్త్రజ్ఞానం సహాయంతో పరిష్కార మార్గాలను సూచిస్తాడు.

'అన్వేషణకు సంబంధించిన ప్రతిశాఖకూ శాస్త్రజ్ఞానాన్ని జోడించడం ఒక్కటే పారిశ్రామిక ప్రజాస్వామికంలో ఉత్పన్నమయ్యే సమస్యలకు పరిష్కారమార్గం' అనేది డ్యూయీ ఉద్దేశం.

'సంస్కారంలో వున్న సంఘర్షణలకు భారంతో కూడిన రూపాలనిచ్చి, ఆ సంఘర్షణల మూలకారణాలను తెలుసుకుని, వాటి నివారణోపాయాలను తెలియజెయ్యటం తత్వశాస్త్రం యొక్క ప్రయోజనం' అనేది డ్యూయీ అభిప్రాయం.

'మనం అవలంబించే విధానంలో మనకు స్వతంత్రత వుండబట్టే పరిణామానికి ప్రయోజనం ఏర్పడుతూ వుంది. మానవుడు తన బుద్ధిబలంతో భవిష్యత్తును కొంతవరకు అదుపులోకి తెచ్చుకోగలుగుతున్నాడు. కాని ఈ శక్తి సంకుచితంగానే వుంటుంది. హద్దులకులోబడి వుండే మానవుల ఆదర్శాలు, పరిస్థితుల మార్పుతో మారిపోతూ

వుంటాయి. జ్ఞానం అభివృద్ధి చెందిన కొద్దీ విలువలు మారుతుంటాయి' అనేది జాన్‌డ్యూయీ ఆలోచనా విధానంగా కనిపిస్తుంది.

ఈ ప్రపంచాన్ని గురించి మనకున్న నమ్మకాలకూ, నిత్యజీవితంలో అనుక్షణం మనల్ని నడిపే విలువలకూ, ప్రయోజనాలకూ ముందు సమన్వయం కుదరాలి. అలా కుదరనపుడు దేని దారి దానిదే అయితే జీవితం గందరగోళం అయి, అనవసరమైన సంఘర్షణల మధ్య బ్రతుకే నిష్ఫలం అవుతుంది అనేది జాన్ డ్యూయీ అభిప్రాయం.

మన భావాల యొక్క, ఆచారాల యొక్క, సంస్థల యొక్క యోగ్యతా యోగ్యతలను, వాటి ఫలితాలను బట్టి ఎప్పటికప్పుడు నిర్ణయించుకోవడం డ్యూయీ పద్ధతి యొక్క ముఖ్య లక్షణం. ఈ పద్ధతి వల్ల అజ్ఞానం, నిరంకుశత్వం, గందరగోళం నశిస్తాయి. మానవులు వైరుధ్యాలలోపడి విడిపోవలసిన అవసరం వుండదు. సంఘం వర్గవైషమ్యాలతో నాశనం అయ్యే పోరాటాలలో చిక్కుకోవలసిన అవసరం వుండదు.

మానవ వ్యవహారాలను హేతువాదంతో, స్వానుభవంతో సమన్వయ పరచుకోవాలి. అటువంటి సమన్వయం వల్లనే మూఢనమ్మకాలను, మూఢాచారాలను, భ్రాంతులను నిర్మూలించి, ప్రతి వ్యక్తికీ అభివృద్ధి చెందే అవకాశం, ఒకరికొకరు సహకరించుకునే సద్భావం వున్న సంఘాన్ని నిర్మించుకోడానికి సహాయపడుతుందని డ్యూయీ విశ్వాసం.

జాన్ డ్యూయీ చికాగో విశ్వవిద్యాలయ ప్రయోగశాల పాఠశాలలను స్థాపించడంలో తన సహకారాన్ని అందించాడు. అక్కడి విద్యార్థులపై ప్రయోగాల ప్రభావాన్ని అధ్యయనం చేయడానికిగాను అతడు తన బోధనా సిద్ధాంతాలను ఆచరణలో నేరుగా అన్వయించగలిగాడు.

డ్యూయీ చివరికి చికాగో విశ్వవిద్యాలయాన్ని విడిచిపెట్టి 1904 నుండి 1930లో పదవీ విరమణ చేసే వరకు కొలంబియా విశ్వవిద్యాలయంలో తత్వశాస్త్ర ప్రొఫెసర్‌గా పనిచేశాడు.

జాన్ డ్యూయీ (1859-1952)

జాన్ డ్యూయీ 1899లో అమెరికన్ సైకలాజికల్ అసోసియేషన్‌కు అధ్యక్షుడిగా ఎన్నికయ్యారు. ఒక సంవత్సరం ఆ పదవిలో పనిచేశాడు. 1905లో అమెరికన్ ఫిలసాఫికల్ అసోసియేషన్ అధ్యక్షుడిగా కూడా డ్యూయీ ఒక సంవత్సరకాలం పనిచేశాడు.

డ్యూయీ మనస్తత్వ శాస్త్రానికి గొప్ప సేవలందించాడు. అతడు క్రియాత్మక మనస్తత్వ శాస్త్రాన్ని (Functional psychology) అభివృద్ధి పరిచాడు.

తన తాత్విక విధానాన్ని అభివృద్ధి చేసే క్రమంలో ముందుగా ఆనాటి సంప్రదాయబద్ధ తత్వంలోని లోపాలను బహిర్గత పరచడానికి కృషి చేశాడు. 17వ శతాబ్ధపు తత్వవేత్త అయిన రెనె డెకార్ట్ ప్రకారం అనుభవం అంతా వ్యక్తిగతమైనదే. అదొక మానసిక ప్రక్రియ. దాని ప్రకారం భౌతిక ప్రపంచం వాస్తవమైన ఉనికిని కలిగి వుందని చెప్పడానికి ఎటువంటి సాక్షాధారాలులేవు. అందువల్ల భౌతికవాదం తప్పు .

ఈ వాదాన్ని డ్యూయీ పూర్తిగా వ్యతిరేకించాడు. ఉనికి, అనుభవాల మధ్య వైరుధ్యం లేదన్నాడు. ప్రకృతిలోని ప్రతిదీ మారే స్వభావం కలిగినదేనని, ఏదీ మారకుండా స్థిరంగా వుండలేదని స్పష్టం చేశాడు. మానవుడి మనసు కూడా ప్రకృతిలో భాగమైనందువల్ల అతడి అనుభవం కూడా వ్యక్తిగతమైనది కాదని పేర్కొన్నాడు. ప్రకృతిలో జరిగే సంఘటనలను గ్రహించి స్పందించడం వల్లనే మనకు అనుభవాలు ఏర్పడుతున్నాయని తెలిపాడు. నిరంతరం మారిపోతున్న ఈ ప్రకృతి సంఘటనల మధ్య మనిషి ఎలా జీవించాలనేదే మనముందున్న ప్రధాన సమస్య అని అందువల్ల మనం అతీతశక్తుల మీద ఆధారపడకుండా ప్రకృతి నియమాలను అర్థం చేసుకోవడం ద్వారా జ్ఞానాన్ని ఆర్జించి, తద్వారా మన జీవితాలను మెరుగుపరచుకోవాలని పేర్కొన్నాడు.

జాన్‌డ్యూయీ అభివృద్ధి చేసిన తత్వశాస్త్రంలో మూడు ప్రధాన లక్షణాలు కనిపిస్తున్నాయి. అవి ప్రమాదకరమైనవి, చారిత్రాత్మకమైనవి, లక్ష్యాన్ని కలిగి వుండేవి. ఇది వరకే పేర్కొన్నట్లు మనుషులు ఎదుర్కొనే అనుభవాలన్నీ ప్రకృతిలో భాగాలే.

సాటిమనుషులు, సామాజిక సంస్థల వంటివన్నీ అందులో సహజమైన భాగాలే. ఒక నిరంకుశ వ్యక్తి యొక్క క్రూరత్వమైనా, ఒక అపరిచితుడు చూపే దయ అయినా అందులో భాగాలే. ఒక వరద తెచ్చే వినాశనమైనా, ఒక సూర్యాస్తమయ సమయంలోని అందమైన రంగులైనా అందులో భాగాలే. అందువల్ల మనుషుల భావాలను, నైతిక సంప్రదాయాలను కూడా ఆ కోణంలోనే చూడాలి. మానవుడి జ్ఞానం అంతా అన్ని రకాల అనుభవాలను కలుపుకొంటూ సాగుతుంది. అందులో ప్రమాదాలు వుండవచ్చు. అయితే అవి నిరంతరం మార్పు చెందుతూ వుంటాయి. డ్యూయీ దృష్టిలో గుర్తించదగ్గ ఫలితాన్నిచ్చే మార్పు చెందుతున్న ప్రక్రియే చరిత్ర. చరిత్రను నిర్ధారించే అంశాలను గుర్తించినపుడు వాటి ప్రాధాన్యతలను, అవసరమైన మార్పులను చేసుకుంటూ పోవచ్చు. చరిత్ర మానవజాతి గమనాన్ని సూచిస్తుంది.

మనుషుల జీవితం వారి స్వభావం, వ్యక్తిత్వం, నైపుణ్యం లేదా సామాజిక పాత్ర వంటి అంశాల చేత ముందే నిర్ధారించబడి వుండదు. ఈ కారణం వల్లనే డ్యూయీ విద్యాతత్వాన్ని అభివృద్ధి చేయడానికి ప్రయత్నించాడు. మానవాభివృద్ధికి అవసరమైన పరిస్థితులకు సంబంధించిన సరియైన జ్ఞానాన్ని కలిగి వుండడం ద్వారా అనేక విధాలుగా అభివృద్ధిని సాధించవచ్చు. ఆ విధంగా విద్య యొక్క లక్ష్యం మానవజాతి చరిత్ర సత్ఫలితాలనివ్వడానికి దారి తీస్తుంది.

నైతిక విషయాలలో లక్ష్యాలు సహజమైనవి లేదా చైతన్యంతో నిర్మించుకున్నవి కావచ్చు. మానవుడి చర్యలన్నీ సంతోషం కోసం చేసేవే. డ్యూయీ దృష్టిలో లక్ష్యమనేది ఉద్దేశపూర్వకంగా నిర్మించుకున్న చారిత్రక ఫలితమే. ఆ విధంగా మంచిని నిర్మించడమే ఆయన తాత్విక దృక్పథంలోని ప్రధాన లక్షణంగా కనిపిస్తుంది.

అదే విధంగా 'పరిపూర్ణమైన మంచి' అనేది కూడా వుండదు. అటువంటి దాన్ని సాధించడానికి చర్యలు చేపట్టలేం. అయితే మానవజాతిని ప్రమాదాల నుండి రక్షించి,

వికసింపజేయడానికి తగిన చర్యలను చేపట్టడం మంచిదవుతుంది. జాన్ డ్యూయీ తాత్విక విధానాన్ని అర్థం చేసుకోడానికి ఈ విషయాలు తోడ్పడతాయి.

జాన్ డ్యూయీ ప్రతిపాదించిన ప్రాగ్మాటిజాన్ని 'ఇన్స్ట్రుమెంటలిజం' అంటారు. దాని ప్రకారం సంఘటనల మధ్యగల సంబంధాలను సరిగా అర్థం చేసుకునే సామర్థ్యాన్ని బట్టి జ్ఞానం ఏర్పడుతుంది. దాని వల్లనే ఆయా సంఘటనలు ఎటువంటి మార్పులకు దారి తీస్తాయో గ్రహించగలుగుతాడు. ప్రయోగపూర్వకమైన విచారణ ద్వారా రాబోయే మార్పులను ముందుగానే గుర్తించగలుగుతాడు. ఉదాహరణకు ఎటువంటి విద్యను అందించడం ద్వారా విద్యార్థులు మరింత మెరుగ్గా నేర్చుకోగలుగుతారనే విషయాన్ని తెలుసుకోవచ్చు.

ప్రపంచాన్ని మరింత మెరుగ్గా మార్చడంలో భావాలు గొప్ప సాధనాలుగా ఉపయోగపడతాయని డ్యూయీ పేర్కొన్నాడు. ప్రత్యేకించి భావాలు భవిష్యత్తును నిర్మించే చర్యలకు ప్రణాళికల వంటివి. ప్రజలు ఆయా భావాలను కలిగి వుండడం వల్లనే భవిష్యత్తులో రాబోయే ఫలితాలను ముందుగానే వూహించగలుగుతారు. టీకా వేయించుకోవడం వల్ల రోగాన్ని రాకుండా నివారించగలుగుతున్నారు. ఆ విధంగా ఆశించిన ఫలితాలను రాబట్టడానికి ఎటువంటి చర్యలను చేపట్టాలో భావాలు ముందుగా తెలుపుతాయి. కొన్ని సందర్భాలలో కొన్ని భావాల్లో పొరపాట్లు దొర్లవచ్చు. వాటిని ఆచరణలో సవరించుకోవచ్చు. ఆ విధంగా ప్రకృతిలో, సామాజిక ప్రక్రియలలో, సంస్థలలో అభివృద్ధిని సాధించడానికి ప్రజలకు భావాలు చక్కగా ఉపయోగపడ తాయనేది డ్యూయీ ప్రతిపాదించిన ప్రాగ్మాటిజం సారాంశం.

జాన్ డ్యూయీ తత్వంలోని మరో విశేషం అతడు ప్రజాస్వామ్యాన్ని జీవన విధానంగా భావించడం. అన్ని రంగాలలోను సామాజిక ప్రణాళికలకు, సమిష్టి చర్యలకు చురుకుగా పనిచేసే విధానమే ప్రజాస్వామ్యమని అతడు భావించాడు. నైతిక విలువలకు,

సామాజిక సంస్థల ఏర్పాటుకు, మానవవికాసానికి ప్రజాస్వామ్యమే మూలమని ప్రకటించాడు.

మతం చెప్పే నైతిక సంప్రదాయాలకు భిన్నంగా ప్రజాస్వామ్య నైతిక జీవన విధానం వుంటుంది. అది సాపేక్షమూ కాదు, నిరపేక్షమూ కాదు. ఎందుకంటే దాని నియమ నిబంధనలు, ప్రక్రియలు తప్పొప్పులతో కూడి వుండవచ్చు. వాటిని ఆచరణలో పరీక్షించి సవరించుకోవలసి వుంటుంది. ప్రజలు తమకు సంబంధించిన ఉమ్మడి సమస్యలను పరిష్కరించుకోడానికి పరస్పరం చర్చించుకుంటూ సమిష్టిగా కలిసి కృషి చేస్తారు. డ్యూయి దృష్టిలో ప్రజాస్వామ్యమనేది సామాజిక చైతన్యంతో కూడిన తెలివి. పూర్తిగా వర్ధిల్లిన ప్రజాస్వామ్య సమాజంలో ప్రజలు పరస్పరం ఒకరినొకరు గౌరవించుకుంటారు. తమ భావాలను సవరించుకుంటారు. సహకారయుతమైన చర్యలకు, ప్రయోగపూర్వకమైన విచారణకు కట్టుబడి వుంటారు. ఈ విధంగా డ్యూయి ప్రజాస్వామ్యాన్ని మెరుగుపరచి, దాన్నొక జీవనవిధానంగా మలచడానికి కృషి చేశాడు.

జాన్ డ్యూయి అనేక రచనలు చేశాడు. అందులో తాత్విక, సామాజిక, రాజకీయ, విద్య రంగాలకు సంబంధించినవి వున్నాయి. వాటిలో 'ది స్కూల్ అండ్ సొసైటీ', (1900), 'ది చైల్డ్ అండ్ ది కరికులం' (1902), 'మనం ఎలా ఆలోచిస్తాం' (1910), 'ఎక్స్‌పీరియన్స్ అండ్ నేచర్ ' (1925), 'ఫిలాసఫీ అండ్ సివిలైజేషన్ ' (1931), 'ప్రజస్వామ్యం-విద్య', 'హ్యూమన్‌నేచర్ అండ్ కాండక్ట్ ', 'ప్రజలు-వారి సమస్యలు, 'ఆర్ట్ యాజ్ ఎక్స్‌పీరియన్స్ ', 'లాజిక్'ది థియరీ ఆఫ్ ఇంక్వైరీ, 'నోయింగ్ అండ్ ది నోన్,' 'ఉదారవాదం-సామాజిక చర్య', 'ఇంప్రెషన్స్ ఆఫ్ సోవియట్ రష్యా అండ్ ది రెవెల్యూషనరీ వరల్డ్ ' వంటివి వున్నాయి.

మానవ స్వాతంత్ర్యం కోసం, ప్రజాస్వామిక విధానం కోసం డ్యూయి లాగా కృషి చేసిన తత్వవేత్త మరొకరు కనిపించరు. ప్రజాస్వామ్యాన్ని కేవలం ఒక ప్రభుత్వ విధానంగా కాక జీవిత విధానంగా భావించిన తత్వవేత్త జాన్ డ్యూయి.

జాన్ డ్యూయి (1859-1952)

రష్యాలో ట్రాట్స్కీని దేశం నుండి వెళ్లగొట్టి అతనికి తనను తాను డిఫెండ్ చేసుకునే అవకాశం ఇవ్వకుండా, నేరస్తుడిగా నిర్ధారించినపుడు ట్రాట్స్కీకి న్యాయం జరగాలనే ఉద్దేశంతో కొంతమంది ప్రజాస్వామికవాదులు ఒక విచారణ సంఘాన్ని నియమించారు. డ్యూయి ఆ సంఘానికి అధ్యక్షుడిగా పనిచేశాడు. ఈ సంఘం ట్రాట్స్కీని నిర్దోషిగా ప్రకటించింది. నేరారోపణను ఎదుర్కొంటున్న ఎవరికైనా సరే తమను తాము సమర్థించుకునే అవకాశం ఇవ్వకుండా ఏ ప్రభుత్వమూ వారిని దోషిగా నిర్ధారించగూడదు. 'అటువంటి హక్కుకు భంగం కలుగుతుండడం వల్లనే నేనా సంఘానికి అధ్యక్షుడిగా వుండడానికి అంగీకరించాను' అని డ్యూయి తరువాతి కాలంలో పేర్కొన్నాడు.

'నేను విద్యా ప్రచారానికి నా జీవితాన్ని అంకితం చేశాను. విద్యా ప్రచారం అంటే సంఘ శ్రేయస్సు కోసం ప్రజలకు జ్ఞానం కలిగించడమని నేను భావిస్తున్నాను. నేనీ పదవిని అంగీకరించకపోతే నా జీవితాదర్శానికే విరుద్ధంగా నడిచిన వాడినవుతాననే భయంతో అంగీకరించానని' డ్యూయి ప్రకటించాడు.

డ్యూయి మార్క్సిజంలోని కొన్ని సిద్ధాంతాలను ఆమోదించినప్పటికీ చాలా విషయాలలో విభేదించాడు. 'స్వాతంత్ర్యం-సంస్కారం' అనే తన గ్రంథంలో డ్యూయి మార్క్సిజాన్ని తీవ్రంగా విమర్శించాడు. మార్క్స్ మానవ విలువలకూ, భావాలకూ, ప్రయత్నాలకూ సంఘం మీదవున్న ప్రభావాన్ని నిరసించాడు. మార్క్స్ శాస్త్రం పేరుతో మానవ విలువలకు తన సిద్ధాంతంలో చోటివ్వకపోవడం తప్పని విమర్శించాడు.

మార్క్స్ ప్రతిపాదించిన ఆర్థిక నియతివాదాన్ని కూడా డ్యూయి విమర్శించాడు. అదే విధంగా మార్క్సిజంలోని కార్మికవర్గ నియంతృత్వాన్ని తీవ్రంగా విమర్శించాడు. భావ ప్రకటనా స్వాతంత్ర్యం, పత్రికా స్వాతంత్ర్యం, నలుగురు కలిసే స్వాతంత్ర్యం లేని సంఘంలో నిరంకుశత్వం తలెత్తుతుందని ప్రముఖ మార్క్సిస్టు నాయకురాలు రోజాలగ్జెంబర్గ్ కూడా తీవ్రంగా నిరసించింది.

డ్యూయీ గౌరవార్థం వెలువడిన ప్రచురణకు 'ఫిలాసఫర్ ఆఫ్ సైన్స్ అండ్ ఫ్రీడం' అని పేరు పెట్టారు. దానికి పీఠిక రాస్తూ సిడ్నీహుక్, డ్యూయీ ఏలుబడికి కారణం ఆనాటి సంఘాన్ని కలవరపెట్టే రెండు ముఖ్య లక్షణాలను అతడు పరిశీలించడమే అన్నాడు. అందులో మొదటిది శాస్త్ర పరిశోధన యొక్క స్వభావం, దాని లోటుపాటులు . రెండవది- స్వతంత్ర మానవులతో కూడిన ప్రపంచం కావాలనే గాఢమైన వాంఛ. డ్యూయీ తన జీవితాన్ని ఈ రెండు లక్షణాలనూ పరిశోధించటానికే అంకితం చేశాడు.

కమ్యూనిస్టులు జాన్ డ్యూయీని బూర్జువా తత్వవేత్తగా పరిగణించారు. తమ సిద్ధాంతంతో ఏకీభవించని వారిని ఆ విధంగా పరిగణించడం వారికి అలవాటు.

మార్క్సిస్టులు రాజ్యం స్వభావాన్ని గురించి, దౌర్జన్యపూరితమైన హింసాత్మక విప్లవం ద్వారా తప్ప ప్రజాస్వామిక విధానం ద్వారా సోషలిజాన్ని సాధించలేమనే వారి అభిప్రాయాన్ని సమర్థించని వారంతా వారి దృష్టిలో బూర్జువాలే.

లక్ష్య సాధనాల మధ్య సమన్వయం లేకపోవటం మార్క్సిజంలోని మరో ప్రధాన లోపం. లక్ష్యం మంచిదైతే చాలు సాధనం ఎలాంటిదైనా వుండవచ్చుననేది ప్రమాదకరమైన సిద్ధాంతంగా భావించాలి. ఇటువంటి లోపాలనన్నిటినీ డ్యూయీ ఎత్తిచూపాడు. తీవ్రంగా విమర్శించాడు.

సాంఘిక జీవితం తెచ్చిపెట్టే కష్టాల నుంచే తత్వశాస్త్రం ఉద్భవిస్తుందని డ్యూయీ అభిప్రాయం. మనస్సుకీ-పదార్థానికీ, శరీరానికీ-ఆత్మకూ, మానవునికీ-ప్రకృతికీ, వ్యక్తికి-సంఘానికి, సిద్ధాంతానికి-ఆచరణకు వుండవలసిన సంబంధాన్ని గురించిన చర్చలు కూడా అటువంటివేనని అతని అభిప్రాయం.

జీవిత విధానానికి తోడ్పడే వివేకాన్ని అందించడానికే తత్వశాస్త్రం ప్రయత్నిస్తుంది. ఈ ప్రపంచానికి సంబంధించిన విషయాలను తెలుసుకోడానికి వివిధ శాస్త్రాలు తోడ్పడతాయి. అయితే వాటి ద్వారా ఎటువంటి ప్రాపంచిక దృక్పథాన్ని ఏర్పరచుకోవాలో తెలిపేది, సహాయ పడేదే తత్వశాస్త్రం.

జాన్ డ్యూయి (1859-1952)

"నూతన అవసరాల్లో ఉద్భవించిన పరిష్కరించబడని సమస్యలను తత్వశాస్త్రం ఎదుర్కొంటుంది. తత్వశాస్త్రం ముగిసిన ఆలోచన కాదు. అది ఒక దృష్టికి అనుగుణంగా పరిణామం చెందుతున్న ఆలోచన. అది కష్టాలను నిర్వచించి వాటిని ఎదుర్కొనే మార్గాలను సూచిస్తుంది' అనేది డ్యూయి ప్రతిపాదించిన తాత్విక విధాన సారాంశం.

ఒక తత్వవేత్త ప్రతిపాదించిన సిద్ధాంతం ఎక్కువ ప్రచారంలోకి వచ్చిందంటే దానికి కారణం అతడు సంఘంలో వివిధ శక్తులను సమన్వయ పరచడంలో సఫలీకృతుడు కావడమేనని నిర్ధారించుకోవచ్చు. డ్యూయికి అంతమంచి పేరు ప్రఖ్యాతులు రావడానికి కూడా అదే కారణం.

1919లో జాన్ డ్యూయి తన భార్య ఆలిస్‌తో కలిసి జపాన్ సందర్శించాడు. జపాన్ దేశ పాలక వ్యవస్థను విమర్శించాడు. జపాన్‌లో పర్యటిస్తున్న తరుణంలోనే డ్యూయిని పెకింగ్ విశ్వవిద్యాలయం (చైనా) సందర్శించమని ఆహ్వానం అందింది. డ్యూయి సతీసమేతంగా 1919 ఏప్రిల్ 30న షాంగై చేరుకున్నారు. రెండు సంవత్సరాలపాటు చైనాలో పర్యటించి దాదాపు రెండువందల ఉపన్యాసాలు యిచ్చాడు. అతని సభలకు వేల సంఖ్యలో జనం హాజరయ్యారు. చైనా ప్రజలు డ్యూయిని 'అమెరికన్ కన్ఫ్యూషియస్'గా ప్రశంసించారు. డ్యూయి ఉపన్యాసాలు 2015 లో ప్రచురించ బడ్డాయి. 1919లో పెకింగ్ విశ్వవిద్యాలయంలో 'బెర్ట్రాండ్ రస్సెల్, హెన్రీ బెర్గ్సన్, విలియం జేమ్స్'లపై డ్యూయి చేసిన ప్రసంగానికి మావో సేటుంగ్ కూడా హాజరయ్యారు.

డ్యూయి అతని కుమార్తె జేన్ 1934 జులైలో దక్షిణాఫ్రికాలోని కేప్‌టౌన్, జోహెన్నెస్ బర్గ్‌లలో జరిగిన 'వరల్డ్ కాన్ఫరెన్స్ ఆఫ్ న్యూ ఎడ్యుకేషన్ ఫెలోషిప్' కి హాజరయ్యారు. అక్కడ డ్యూయి అనేక ప్రసంగాలు చేశారు. డ్యూయి ప్రయాణ ఖర్చులనన్నిటినీ కార్నెగీ ఫౌండేషన్ భరించింది. డ్యూయి అక్కడ డర్బన్, ప్రిటోరియా వంటి ప్రాంతాలను సందర్శించాడు. అనేక పాఠశాలలు సందర్శించి ఉపాధ్యాయులకు

ఉపన్యాసాలిచ్చాడు. 1934లో డ్యూయీ విట్వాటర్‌స్రాండ్ విశ్వవిద్యాలయం నుండి గౌరవ డిగ్రీని అందుకున్నారు.

డ్యూయీ 1886లో ఆలిస్‌ని వివాహం చేసుకున్నాడు. వారికి ఆరుగురు సంతానం కలిగారు. 1927 జులై 13న గుండెపోటుతో ఆమె మరణించింది.

జాన్ డ్యూయీ 1952 జూన్ ఒకటవ తేదీన న్యూయార్క్ నగరంలోని తన ఇంట్లో అనారోగ్యంతో మరణించాడు.

జాన్ డ్యూయీ విద్యార్థులలో బి.ఆర్.అంబేద్కర్ ఒకరు. అంబేద్కర్ మీద డ్యూయీ ప్రభావం వున్నట్లు తెలుస్తోంది.

జాన్ డ్యూయీకి అనేక గౌరవాలు దక్కాయి. డ్యూయీ పేరుతో ఒక ప్రయివేటు విశ్వవిద్యాలయం ప్యూర్టోరికోలో ఏర్పడింది. విస్కాన్సిన్‌లోని గ్రీన్ జేలో వున్న అకాడమీ పేరు జాన్‌డ్యూయీ అకాడమీ ఆఫ్ లెర్నింగ్. చాలా పాఠశాలలకు డ్యూయీ పేరు పెట్టారు. 1968లో యువైటెడ్ స్టేట్స్ పోస్టల్ సర్వీస్ డ్యూయీ పేరు పెట్టారు. 1968లో యునైటెడ్ స్టేట్స్ పోస్టల్ సర్వీస్ డ్యూయీ పేరుతో ఒక స్టాంపును విడుదల చేసి గౌరవించింది.

సదరన్ ఇల్లినాయిస్ యూనివర్సిటీ ప్రెస్ వారు జాన్‌డ్యూయీ పూర్తి రచనలను 'డ్యూయీస్ కంప్లీట్‌రైటింగ్స్ ' పేరుతో 38 వాల్యూములు ప్రచురించి అందరికీ అందుబాటులో వుంచింది.

1933లో విడుదలైన హ్యూమనిస్ట్ మేనిఫెస్టోపై సంతకం చేసిన వారిలో జాన్ డ్యూయీ కూడా ఒకడు. ఆ మానవవాద ప్రణాళిక 'సెక్యులర్ హ్యూమనిస్ట్ ప్రణాళిక'గా ప్రసిద్ధి చెందింది.

జాన్ డ్యూయీ ప్రాగ్మాటిస్ట్ ఉద్యమానికి సహసంస్థాపకుడు. క్రియాత్మక మనస్తత్వ శాస్త్రానికి (Functional psychology) వైతాళికుడు. ప్రజాస్వామ్య భావానికి నూతన జవజీవాలను అందించిన మేధావి. ప్రగతిశీల విద్యా ఉద్యమానికి నాయకుడు.

జాన్ డ్యూయీ (1859-1952)

మానవవాద చరిత్రలో జాన్ డ్యూయీ నిర్వహించిన పాత్ర అపూర్వమైనది, అమోఘమైనది. ఆయన వెల్లడించిన భావాలు భవిష్యత్తరాల వారిని ప్రభావితం చేస్తూనే వుంటాయి.

బెర్ట్రాండ్ రస్సెల్ (1872-1970)

హేతువాద మానవవాద తత్వవేత్తలలో ప్రధానంగా, ప్రముఖంగా పేర్కొనదగిన వారిలో బెర్ట్రాండ్ రస్సెల్ ఒకరు. ఎంతటి క్లిష్టమైన విషయాన్నయినా సరళంగా, స్పష్టంగా, సుందరంగా చెప్పగలగడం ఆయనలోని ప్రత్యేకత. హేతువాద, మానవవాద భావజాలాన్ని అత్యంత ప్రతిభావంతంగా, సరళమైన భాషలో లోకానికందించిన బ్రిటిష్ తత్వవేత్త బెర్ట్రాండ్ అర్థర్ విలియం రస్సెల్.

రస్సెల్ కేవలం తత్వవేత్త మాత్రమే కాదు. ఆయన బహుముఖ ప్రజ్ఞాశాలి. అఖండ మేధావి. ఆయన అనేక విషయాలపై విస్తృతంగా రచనలు చేశాడు. ఆయన దాదాపు 80 గ్రంథాల దాకా రచించినట్లు తెలుస్తోంది.

తత్వశాస్త్రం, తర్కశాస్త్రం, భౌతికశాస్త్రం, సాంఘిక శాస్త్రం, మనో వైజ్ఞానిక శాస్త్రం, నీతి శాస్త్రం, విద్యా సంస్కరణలు, వివాహ వ్యవస్థ సంస్కరణలు, మతం, రాజకీయాలు, చరిత్ర, స్వీయ చరిత్ర, గణితం వంటి అనేక అంశాలపై విస్తృతంగా రచనలు చేశాడు. హేతువాద మానవవాద తత్వవేత్తగా ఖ్యాతి గడించాడు.

రస్సెల్ కుటుంబం ఇంగ్లండులో పేరు ప్రఖ్యాతులు గల కుటుంబం. ఆయన వంశంలోని పూర్వీకులలో సుప్రసిద్ధులున్నారు. రస్సెల్ తాత అయిన లార్డ్ జాన్ రస్సెల్ ఇంగ్లండు ప్రధానమంత్రిగా పనిచేశాడు. అతడు స్వేచ్ఛా వ్యాపారం కోసం, అందరికీ ఉచిత విద్యావిధానం కోసం, యూదుల విముక్తి కోసం, అన్ని శాఖల్లోను స్వాతంత్ర్యం కోసం కృషి చేసినట్లు తెలుస్తోంది.

బెర్ట్రాండ్ రస్సెల్ (1872-1970)

రస్సెల్ తల్లిదండ్రులు కేథరిన్, విస్కవుంట్ ఎంబర్లేలు. వీరికి 1872వ సంవత్సరం మే నెల 18వ తేదీన వేల్స్‌లోని ట్రెలెక్‌లో బెర్ట్రాండ్ రస్సెల్ జన్మించాడు. తండ్రి విస్కవుంట్ ఎంబర్లే స్వేచ్ఛా ప్రియుడు. అందుకే కుమారుడిని నియంత్రించకుండా ప్రతి విషయంలోనూ స్వయంగా ఆలోచించుకోడానికి అవకాశం కల్పించాడు.

రస్సెల్ పూర్వీకులు విక్టోరియన్లు. వారు తరతరాల నుంచి వస్తున్న ఆచార సంప్రదాయాలను మన్నించి, గౌరవించేవారు. వాటిని ఎవరూ ప్రశ్నించడానికి వీలులేని విధంగా పవిత్రతను ఆపాదించారు. అటువంటి పరిస్థితుల్లో మార్పు తీసుకురావడానికి కృషి చేసిన వారిలో బెర్ట్రాండ్ రస్సెల్ ఒకడు. మిగిలిన వారిలో పేర్కొనదగినవారు జార్జి బెర్నార్డ్‌షా, హెచ్.జి.వెల్స్. ఈ ముగ్గురు రచయితల కారణంగానే ఆనాటి పరిస్థితుల్లో చెప్పుకోదగ్గ మార్పు వచ్చింది.

ఈ ముగ్గురు ప్రముఖుల ప్రయత్నాలను గురించి హెచ్.డబ్ల్యు.లెగ్గెట్ అనే రచయిత ఈ విధంగా ప్రశంసించాడు. "విక్టోరియన్లు సాంప్రదాయ ప్రోద్బలంతో తమ జీవితాలను నడుపుకున్నారు. ఈనాడు మనం హేతువాదం సహాయంతో మన జీవితాలను నడుపుకుంటున్నాము. ఈ ప్రయత్నం నిర్విఘ్నంగా సాగకపోవచ్చు. పూర్తిగా సార్థకం కాకపోవచ్చు. కాని గత 50 సంవత్సరాలలో ఈ దృష్టి మనలను పూర్తిగా మార్చివేసింది. తల్లిదండ్రులకూ- పిల్లలకూ మధ్య వుండవలసిన సంబంధం; వివాహ వ్యవస్థకు బయట వుండవలసిన సెక్సు సంబంధం; భార్యాభర్తల మధ్య వుండవలసిన సంబంధం; యజమానికీ- ఉద్యోగికీ, ఉపాధ్యాయునికీ- విద్యార్థికీ వుండవలసిన సంబంధం' అన్నీ ఈ దృష్టితో నిర్ణయింపబడుతున్నాయి. ఈ మార్పు సాహిత్యంలోనూ, తదితర కళలలోనూ, అలంకరణలోను, మనం ఉబుసుపోక కాలం గడిపే విధానాల్లోనూ కూడా ప్రస్ఫుటంగా కనిపిస్తూ వుంది.

రస్సెల్ జీవితాన్నీ, కృషినీ స్థూలంగా మూడు దశలుగా విభజించవచ్చు.

రస్సెల్‌కు రెండు సంవత్సరాల వయసున్నపుడే తల్లి కేథరిన్ మరణించింది. మూడున్నర సంవత్సరాల వయసున్నపుడే తండ్రి విస్కవుంట్ ఎంబర్లే కూడా మరణించాడు. బెర్ట్రాండ్ రస్సెల్‌ను, అతని అన్నను మత విశ్వాసాలకు దూరంగాను, ఉదారవాద, అభ్యుదయ భావాలకు దగ్గరగాను పెంచాలని తండ్రి వీలునామా రాశాడు. అయితే ఆ వీలునామాను కోర్టులు కొట్టివేశాయి. చివరికి వారు ప్యూరిటన్ మత విశ్వాసాల ప్రకారం, కట్టుదిట్టమైన క్రమశిక్షణతో ముత్తవ్వ దగ్గర పెరిగారు.

బెర్ట్రాండ్ రస్సెల్ బాల్యంలో పాఠశాలకు వెళ్లి చదువుకోలేదు. ఇంటివద్దనే ప్రయివేటుగా అతడి విద్యాభ్యాసం జరిగింది. రస్సెల్ పెంపకం సాంప్రదాయ పద్ధతుల్లో జరిగినా అతనికి వాటిపట్ల గౌరవంగాని, విశ్వాసంగాని కలుగలేదు. పదకొండవ ఏటనే రస్సెల్‌కు మతం పట్ల విశ్వాసం సడలింది. మతంవల్ల, మార్మికతవల్ల అనేక అనర్థాలు జరుగుతున్నాయని అతడు భావించాడు.

బాల్యం నుంచే రస్సెల్‌కు గణితశాస్త్రం పట్ల అభిమానం ఏర్పడింది. గణితం, తర్కం-సైన్స్- ఇవే అతని అభిమాన విషయాలు. బాల్యంలోనే అతనికి సంశయవాదంలో బీజాలు పడ్డాయి. దాని వల్ల ప్రతి విషయాన్ని పెద్దలు చెప్పారని కాక, స్వయంగా పరిశీలించి, పరిశోధించి నిగ్గు తేల్చుకోవాలనీ, అన్నిటినీ ప్రశ్నించాలనీ, దేనినీ గుడ్డిగా నమ్మరాదని రస్సెల్ భావించేవాడు.

1890లో రస్సెల్ తన 18వ ఏట కేంబ్రిడ్జి విశ్వవిద్యాలయానికి చెందిన ట్రినిటీలో చేరాడు. అక్కడ అతని మేధాశక్తిని అందరూ గుర్తించారు. 1893లో గణితం ఆనర్స్ పరీక్షలో ప్రథమ శ్రేణిలో పాసయ్యాడు. 1894లో తత్వశాస్త్రంలో పట్టా పొందాడు. అనతికాలంలోనే అతడు ఎంపిరిసిస్టుగా, పాజిటివిస్టుగా, భౌతికవాస్తవికవాదిగా మారిపోయాడు.

రస్సెల్ 1894లో ఫిలడెల్ఫియాకు చెందిన ఎలైస్ పియర్‌సాల్ స్మిత్ అనే ఆమెను వివాహం చేసుకున్నాడు. 1894 నుండి 1898 వరకు అమెరికాలో నాన్ యూక్లిడియన్

జ్యామెట్రీపై ఉపన్యాసాలిస్తూ గడిపాడు. గణితం పరిపూర్ణమైన సైన్సు అని అతడు భావించాడు. గణితంలో సత్యమేకాక సౌందర్యం కూడా వుందంటాడు. అది సైన్సు మాత్రమే కాక మంచి కళ అని కూడా భావించాడు.

1900 సంవత్సరంలో రస్సెల్ జర్మన్ తత్వవేత్త అయిన లైబ్నిజ్‌పై 'ది ఫిలాసఫీ ఆఫ్ లైబ్నిజ్ ' అనే ఉద్గ్రంథాన్ని రచించాడు. అది రస్సెల్‌కు తాత్విక ప్రపంచంలో మంచి పేరు సంపాదించి పెట్టింది.

1903వ సంవత్సరంలో రస్సెల్ 'ది ప్రిన్సిపుల్స్ ఆఫ్ మేథమెటిక్స్ ' అనే మరో ఉద్గ్రంథాన్ని రచించాడు. ఆ గ్రంథంలో గణితానికి, తర్కానికి భేదంలేదని ప్రతిపాదించినట్లు తెలుస్తోంది.

రస్సెల్‌కు ఒకనాటి గురువు, సుప్రసిద్ధ తత్వవేత్త ఎ.ఎన్.వైట్‌హెడ్. అతనితో కలిసి 1910 నుండి 1913 వరకు 'ప్రిన్సిపియా మేథమెటికా' అనే మూడు సంపుటాల బృహద్గ్రంథాన్ని రచించాడు. ఇది అతని రచనా జీవితాన్ని మలుపు తిప్పింది. రస్సెల్ తత్వవేత్తగా, తర్కవేత్తగా శాశ్వత కీర్తిప్రతిష్టలు తెచ్చిపెట్టింది. ఈ గ్రంథం ఐరోపా గణిత, తర్కశాస్త్రాలపై అమేయమైన ప్రభావాన్ని చూపినట్లు ప్రతీతి.

ఆధునిక ప్రజాస్వామ్యానికి పుట్టిల్లుగా భావించే బ్రిటన్‌లో అప్పటికి స్త్రీలకు రాజకీయ హక్కులు లేవు. ఓటు హక్కు కూడా లేదు. అందుకే రస్సెల్ స్త్రీలకు ఓటు హక్కు కల్పించాలని కోరుతూ 1907లో పార్లమెంటుకు పోటీచేసి ఓడిపోయాడు.

రస్సెల్‌ది మృదు స్వభావం. అతడు హింసకు, నియంతృత్వానికి వ్యతిరేకి. అతడు ఉదారవాది, వ్యక్తి స్వేచ్ఛావాది. అందువల్లనే 1914 నుండి 1918 వరకు కొనసాగిన మొదటి ప్రపంచ యుద్ధాన్ని రస్సెల్ వ్యతిరేకించాడు. సామ్రాజ్యం పోయినా యుద్ధంలోకి బ్రిటన్ దిగరాదని రస్సెల్ వాదించేవాడు. ఆ కారణంవల్ల అతనికి ట్రినిటీ కాలేజీలో ఉద్యోగం ఊడిపోయింది. అప్పటి నుండి రస్సెల్‌కు ప్రపంచమే కాలేజీ, విశ్వవిద్యాలయం అయింది.

రస్సెల్ 1916లోనే నిర్బంధ సైనిక సమీకరణ వ్యతిరేక సంస్థలో చేరి యుద్ధ వ్యతిరేక ప్రచారం చేశాడు. ప్రభుత్వం అతడిని ప్రాసిక్యూట్ చేసింది. కోర్టు అతనికి నూరుపౌండ్ల జరిమానా విధించింది. అతని వద్ద వసూలు చేయడానికి డబ్బులు లేకపోయేసరికి అతని వస్తువులను, అమూల్యమైన పుస్తక భాండాగారాన్ని ప్రభుత్వం స్వాధీనం చేసుకుంది. ఆ తరువాత అతనికి ఆరు నెలల కారాగారశిక్ష కూడా పడింది. జైలులో వుండగానే రస్సెల్ 'ఇంట్రడక్షన్ టు మేథమాటికల్ ఫిలాసఫీ' అనే గ్రంథాన్ని రచించాడు.

రస్సెల్ అమెరికా నుంచి తిరిగి వచ్చిన తరువాత జర్మనీలో ఆర్థికశాస్త్రం అధ్యయనం చేశాడు. జర్మన్ సోషల్ డెమోక్రాట్స్ ద్వారా మార్క్సిజం ప్రభావం అతనిపై పడింది. రస్సెల్ 1914లోనే అచేతనమైపోయిన లిబరల్ పార్టీని వీడి లేబర్ పార్టీలో చేరాడు.

ఫ్రెంచి తత్వవేత్త ప్రొధాన్ 'ఆస్తి అంటే దొంగతనమే' (Property is theft) అన్నాడు. ఆ సిద్ధాంతం రస్సెల్‌ను బాగా ఆకర్షించింది. రాజ్యాధికారాన్ని సహకార సంఘాలు, సిండికేట్లు నిర్వహించాలని భావించి పరిశ్రమలలో గిల్డ్ సోషలిజాన్ని అతడు అభిమానించాడు. అంటే కార్మికులే సంఘాలుగా ఏర్పడి పరిశ్రమలను నిర్వహించాలి. భూమిని సొంత ఆస్తిగా పరిగణించకూడదు.

1920లో లేబర్ పార్టీ ప్రతినిధి వర్గంతో పాటు అతిథి హోదాలో రస్సెల్ సోవియట్ యూనియన్‌లో పర్యటించాడు. క్రెమ్లిన్‌లో లెనిన్, ట్రాట్‌స్కీని కలిశాడు. రష్యా నుంచి తిరిగి వచ్చిన తరువాత "ప్రాక్టీస్ అండ్ థియరీ ఆఫ్ బోల్షివిజం" అనే తన గ్రంథంలో బోల్షివిజాన్ని తీవ్రంగా విమర్శించాడు.

కమ్యూనిజాన్ని అభిమానిస్తూ వున్న రోజుల్లో రస్సెల్‌ను అందరూ 'రెడ్ రస్సెల్ ' అనే నిక్‌నేమ్‌తో పిలిచేవారట. అయితే కమ్యూనిజంతో అతని ప్రయాణం ఎక్కువకాలం కొనసాగలేదు. రస్సెల్ ప్రధానంగా స్వేచ్ఛావాది కావడమే దానికి కారణంగా కనిపిస్తుంది.

బెర్ట్రాండ్ రస్సెల్ (1872-1970)

రస్సెల్‌కు మతం మీద ఏమాత్రం విశ్వాసం లేదు. అతడు హేతువాది, నాస్తికవాది, మానవవాదిగా రూపాంతరం చెందాడు. వ్యక్తి స్వేచ్ఛావాదం, ఉదారవాదమే అతని ఉచ్ఛ్వాసనిశ్వాసాలుగా మారిపోయాయి.

రస్సెల్ తన స్వీయ చరిత్రలో ఇలా రాసుకున్నాడు. "నా జీవితాన్ని మూడు ఉజ్వలమైన ఉద్వేగాలు 'అతి సాధారణమైనవి, అతి బలీయమైనవి' ఆవేశించాయి. ఒకటి ప్రేమ కోసం ఆరాటం; రెండవది విసుగు, విరామం ఎరుగని విజ్ఞాన అన్వేషణ; మూడవది దుఃఖిత మానవాళిపై భరించలేనంత కరుణ, అనుకంప. ఈ మూడు ఉద్వేగాలు ఝంఝా ప్రభంజనాలవలె నన్ను అటూ ఇటూ విసిరేశాయి. ఏవేవో సంకీర్ణ, సంక్లిష్ట మార్గాలలోకి తీసుకు పోయాయి. ఆవేదనా సముద్ర తరంగాల మీదుగా నిరాశా నిస్పృహల కొసల వరకు తీసుకుపోయాయి."

"ప్రేమ, జ్ఞానం నాకు లభ్యమైనంతవరకు నన్ను ఆకాశవీధుల్లోకి తీసుకుపోయాయి. కాని మానవ కారుణ్య భావన నన్ను ఎప్పటికప్పుడు దివి నుంచి భువికి లాక్కువస్తూనే వుంది. బాధాసర్పదష్టుల గాధాక్రందనలు నా హృదయ కుహరంలో ప్రతిధ్వనిస్తాయి. కరవు రక్కసి కొరలలో చిక్కిన చిన్నారి పాపలతో, నియంతల చేతులలో చిత్రహింసలనుభవించే అభాగ్యులతో, కొడుకులకు కూడా బరువైపోయి దిక్కుమొక్కులేని దీనవృద్ధులతో నిండిన ఈ శోకపులోకంలో భరించరాని ఒంటరితనం, నిరుపేదరికం, రంపంలా కోసే బాధ ' ఇవన్నీ మానవ జీవితాన్ని వికటాట్టహాసంతో వెక్కిరిస్తాయి. నేను ఈ దుఃఖ తిమిరాలను ఏ కొంచెమైనా పారద్రోలాలని ఆరాట పడతాను. కాని ఈ కన్నీటి సముద్రాలను తుడవడం ఎవరితరం? చివరికి నిస్సహాయంగా నా బాధతప్త హృదయం విలవిలలాడి ఓడిపోతుంది. ఇది నా జీవిత గాధాబాధ. అయినా జీవితం జీవించదగ్గదిగానే నాకు సాక్షాత్కరించింది. నాకే అవకాశం వస్తే మళ్లీ ఇదే జీవితం జీవిస్తాను."

పై వాక్యాలలో రస్సెల్ హృదయ ఘోష ఆవిష్కృతమైంది. అందుకే ఆయన జీవితాంతం సంపూర్ణ మానవవాదిగానే జీవించాడు.

రస్సెల్ జీవితం అనేక ఒడిదుడుకులతో సాగింది. అతడు తన మొదటి భార్య ఎలైస్‌కు 1911లో విడాకులిచ్చాడు. 1920లో రష్యా పర్యటన అనంతరం రస్సెల్ డోరాబ్లాక్ అనే యువతితో చైనాలో పర్యటించాడు. చైనా పర్యటన అనంతరం రస్సెల్ డోరాను వివాహం చేసుకున్నాడు.

ఈ దశలో అతడు 'విద్యను గురించి', 'వివాహం' 'నీతి', 'సుఖాన్ని జయించటం', 'విద్య'సాంఘిక నిర్మాణం' అనే గ్రంథాలు రచించాడు. అంతేగాక అతడు తన భార్యతో కలిసి పిల్లలకు నూతన విద్యావిధానం ఒకటి ఆచరణలో పెట్టడానికి గాను 'పురోగమన పాఠశాల'ను నెలకొల్పి నడిపాడు. దానిలో 4 నుండి 11 సంవత్సరాల మధ్య వయస్సు గల ఇరవై మంది బాలబాలికలుండే వారు. విద్యావిధానం గురించి తన ఆశయాలను, ఆదర్శాలను వారితో ప్రయోగం చేశాడు. ఈ పాఠశాల ముఖ్యసూత్రం చిన్న పిల్లలకు వారి ప్రవర్తనలో కొంత స్వాతంత్ర్యం ఇవ్వటం. అప్పుడు గాని వారి వ్యక్తిత్వం పూర్తిగా వికాసం చెందదు. అయితే వారికిచ్చే స్వేచ్ఛ విశృంఖలత్వానికి దారి తీయరాదు. క్రమశిక్షణతోనే పిల్లలను పెంచాలి.

పిల్లలు కలిసిమెలసి స్నానభోజనాదులు చేయాలి. వారంతా దిగంబరంగా పరుగులు తీయాలి. వారికి మతాన్ని బోధించరాదు. నైతిక విలువలను మాత్రం చిన్నతనం నుండే బోధించాలి. ఇటువంటి విశ్వాసాలతో ఆ పాఠశాలను నడిపాడు. అయితే ఆ ప్రయోగం విజయవంతం కాలేదు. చాలామంది సంప్రదాయవాదులు ఈ ప్రయోగాన్ని చీదరించుకున్నారు. రస్సెల్ ద్వితీయ వివాహం కూడా రద్దు కావడంతో ఆ పాఠశాలలో ప్రవేశపెట్టిన నూతన విద్యావిధాన పరిశోధన కూడా రద్దయింది. రస్సెల్ డోరాకు 1935లో విడాకులిచ్చాడు. 1936 లో అతడు పెట్రీషియా స్పెన్స్ అనే మహిళను వివాహం చేసుకున్నాడు.

బెర్ట్రాండ్ రస్సెల్ (1872-1970)

రస్సెల్ అన్న 1931లో మృతిచెందగా ప్రభు బిరుదం అతనికి వారసత్వంగా సంక్రమించింది. అయినా వారసత్వంగా లభించే ఆస్తులు, పదవుల పట్ల రస్సెల్‌కు వ్యామోహం లేదు. వాటిని ఏనాడూ రస్సెల్ పట్టించుకోలేదు. ప్రతి మనిషి తాను కష్టపడి పనిచేసి సంపాదించుకొని జీవించాలన్నది అతని అభిమతం.

1938-39 సంవత్సరాలలో రస్సెల్ అమెరికాలోని న్యూయార్క్ సిటీ కాలేజీలో లెక్చరర్‌గా పనిచేశాడు. కాని అతని పద్ధతులు, నమ్మకాలు నచ్చని వారు అతని లెక్చరర్ ఉద్యోగ నియామకాన్ని సవాలు చేస్తూ కోర్టులో దావా వేశారు.

1929లో రస్సెల్ "మ్యారేజ్ అండ్ మోరల్స్" అనే గ్రంథంలో భార్యాభర్తలకు దాంపత్యేతర లైంగిక సంపర్కాలకు స్వేచ్ఛ వుండాలని రాశాడు. దీన్ని ఆధారం చేసుకుని అతడు భ్రష్టుడని, వ్యభిచారాన్ని, సెక్సు విశృంఖలతను ప్రోత్సహించాడని, మతానికి వ్యతిరేకి అని అభియోగం మోపబడింది. దాన్ని పురస్కరించుకొని కోర్టు అతని నియామకాన్ని రద్దుచేసింది.

1944లో రస్సెల్ స్వదేశానికి తిరిగి వచ్చాడు. తిరిగి తన పాత కాలేజీ ట్రినిటీలో లెక్చరర్‌గా చేరాడు. 1950లో రస్సెల్‌కు నోబుల్ సాహిత్య బహుమతి లభించింది.

బెర్ట్రాండ్ రస్సెల్ చాలా విషయాల మీద గ్రంథ రచన సాగించాడు. కాలం గడుస్తున్న కొద్దీ అతని దృష్టిని తాత్విక సమస్యలు బాగా ఆకర్షించసాగాయి. ఆ దశలో అతడు 'స్వాతంత్ర్య నిర్మాణం', 'సత్యార్థ పరిశీలన', 'పాశ్చాత్య తత్వచరిత్ర', 'మానవ పరిజ్ఞానం' మొదలైన గ్రంథాలు రచించాడు. అతడు తన నూతన రచనల ద్వారా కొత్త భావాలను వెదజల్లుతూనే వున్నాడు. అతని గ్రంథాలలోని నూతన భావాలన్నీ ఎప్పటికప్పుడు అతడు అనుభవిస్తున్న జీవితంలో నుంచీ, ఆ జీవితం సృష్టించిన పరిస్థితుల్లో నుంచీ ఏర్పడినవే. తత్వచింతనే ఆచరణకు మార్గదర్శనం చేయాలని (Philosophy must be a guide to action) భావించాడు.

రస్సెల్ తాత్త్విక పరిజ్ఞానం క్రమ పరిణామంలో వికసించిందే. అయితే ఆయన సాహిత్య ప్రతిభ మాత్రం అమోఘమైంది. కొంతమంది రచయితలు స్వల్ప విషయాలను సైతం జటిలంగా మార్చేస్తూ వుంటారు. కాని రస్సెల్ మాత్రం ఎంతటి జటిలమైన విషయాన్నయినా సులభంగా, సరళంగా రాయగల శక్తి సామర్థ్యాలు గలవాడు. అతని రచనల్లో కొత్తదనం, ఉల్లాసం అడుగడుగునా కనిపిస్తుంటాయి. అవి అతని గ్రంథాలకు ఒక కొత్త ఆకర్షణను ఏర్పరుస్తాయి. చదువరుల మనస్సులను పులకింపజేస్తాయి. రస్సెల్ సందర్భానుసారంగా చక్కని ఉదాహరణలను, అలంకారాలను ఉపయోగించి సాధారణ పాఠకునికి కూడా సులభంగా అర్థమయ్యేటట్లు చేస్తాడు. అందువల్ల అతడు ఏది రాసినా అందరినీ ఆకట్టుకోగలిగింది.

రస్సెల్ స్వాతంత్ర్యాన్ని గురించి విపులంగా చర్చించాడు. మానవజాతి పురోభివృద్ధికి స్వాతంత్ర్యం ప్రథమావసరం అన్నాడు. వ్యక్తి స్వాతంత్ర్యం లేకుండా వ్యక్తిత్వం అభివృద్ధి చెందడానికి అవకాశమే లేదన్నాడు. ప్రతి మనిషిలో శక్తులు వికసించి జీవితాన్ని ఆనందమయం చెయ్యాలంటే మూర్తిమత్వం అభివృద్ధి చెందే అవకాశాలను సృష్టించుకోవాలి. అందుకు స్వేచ్ఛా చర్చలు తోడ్పడుతాయని తెలిపాడు.

విద్య గురించి రస్సెల్ అభిప్రాయాలు గొప్పగా వున్నాయి. మనం విద్య అంటే స్థిరపడిపోయిన జ్ఞానాన్ని విద్యార్థులకు అందివ్వటం అనుకుంటున్నామేగాని, శాస్త్రీయ దృక్పథాన్ని ప్రోత్సహించటం అనుకోవడం లేదు. వాస్తవానికి విద్యార్థుల్లో శాస్త్రీయ దృక్పథాన్ని పెంపొందించడమే అసలైన విద్య యొక్క లక్ష్యం కావాలి.

త్వరగా ఒక నిర్ణయానికి రావటం, ఆ తరువాత తన అభిప్రాయాలే తిరుగులేనివనుకోవటం తెలివితక్కువ వారి ముఖ్య లక్షణం. శాస్త్రవేత్త దేనినీ త్వరపడి నమ్మడు. దిద్దుబాటుకు వీలులేకుండా మాట్లాడడు. శాస్త్రజ్ఞానం పెరుగుతున్న కొద్దీ, సాక్ష్యాధారాలున్నంతవరకు నమ్ముతూ, ఎప్పటికప్పుడు ఆ నమ్మకం పొరపాటవటానికి వీలుందనే స్పృహతో జీవించటం అలవాటు చేసుకుంటాడు. ఈ విధానం వల్ల విద్య అనేక

అవరోధాలను, చెరుపులను రూపుమాపే సాధనంగా తయారవుతుంది. తద్వారా నూతన సంఘానికి సరిపోయే నూతన వ్యక్తులుగా తరువాతి తరం వారిని తీర్చిదిద్దుతుందని రస్సెల్ అభిప్రాయపడ్డాడు.

ఏ విషయాన్నయినా గుడ్డిగా నమ్మకుండా, ప్రతిదాన్ని సందేహిస్తూ, పరీక్షించిగాని దాని స్వభావాన్ని గురించి ఒక నిర్ణయానికి రాకూడదనే దృష్టి రస్సెల్ వల్ల వ్యాప్తిలోకి వచ్చింది. ఈ దృష్టివల్ల అనేక అంధవిశ్వాసాలు కనుమరుగై పోవటం జరిగింది. అయితే ఈ దృష్టి వల్ల దేనినీ నమ్మకపోవటం, ప్రతిదాన్నీ నిరసించటం వంటివి ప్రజల్లో వ్యతిరేక భావాల్ని పెంచిందనే విమర్శలు వచ్చాయి.

రస్సెల్‌కు అంతర్జాతీయ రాజకీయాలపట్ల చాలా ఆసక్తి, అభిరుచి వుండేవి. ప్రధానంగా రెండవ ప్రపంచ యుద్ధం తర్వాత నుంచి అమెరికా, రష్యాల మధ్య ప్రచ్ఛన్న యుద్ధం ప్రారంభమైంది. అణ్వస్త్రాల నిర్మాణంలో పోటీ, ప్రపంచం అణ్వస్త్ర యుద్ధ ప్రమాద దిశగా కొనసాగడం అతనికి బాధ కలిగించాయి. అణ్వస్త్ర పరీక్షల మూలంగా వాతావరణం కలుషితమైపోయి భూగోళం మానవజాతికి నివాసయోగ్యం కాకుండా పోతుందనే శాస్త్రవేత్తల హెచ్చరికలకు అతడు కూడా గొంతుకలిపాడు.

1954లోనే ఐన్‌స్టీన్ వంటి ప్రముఖ శాస్త్రవేత్తలను కలుపుకుని అణ్వస్త్ర వ్యతిరేక ప్రకటన విడుదల చేశాడు. 1957లో కెనడాలోని పగ్వాష్ గ్రామంలో అణ్వస్త్ర వ్యతిరేకులైన శాస్త్రవేత్తల ప్రథమ సమావేశాన్ని ఏర్పాటు చేసి, దానికి తాను అధ్యక్షత వహించాడు. 1958లో అణ్వస్త్ర నిర్మూలనోద్యమ సంఘం స్థాపించి దానికి తానే అధ్యక్షుడిగా కొనసాగాడు. చివరికి 1960లో అణ్వస్త్ర పాటవ పరీక్షల నిషేధాన్ని కోరుతూ 'శత సభ్య సంఘం' స్థాపించాడు. 'కమిటీ ఆఫ్ వన్ హండ్రెడ్ 'గా అది ప్రపంచ ప్రఖ్యాతి పొందింది. 1961లో ఆ సంఘం తరఫున పదివేలమంది అభిమానులతో పార్లమెంటు ముందు శాసనోల్లంఘన ప్రదర్శనలు చేశాడు.

1952లో రస్సెల్ తన మూడవ భార్య పెట్రీషియా స్పెన్స్‌కు విడాకులిచ్చాడు. అమెరికన్ మహిళ ఎడిత్ ఫించ్‌ను వివాహం చేసుకున్నాడు. ఆమె రస్సెల్‌కు నాల్గవ భార్య.

శాసన ధిక్కారానికి పాల్పడినందుకు వారిద్దరిని బ్రిటిష్ ప్రభుత్వం అరెస్టు చేసింది. కోర్టు ఆరు వారాల జైలు శిక్ష విధించింది. అప్పటికి రస్సెల్ వయసు 90 ఏళ్లు. వారి అనారోగ్య కారణాల వల్ల ప్రభుత్వం రస్సెల్ దంపతులను ఒక వారం రోజుల్లోనే జైలు నుంచి విడుదల చేసింది.

ప్రపంచ శాంతి కోసం రస్సెల్ విసుగు విరామంలేని కృషి చేస్తూనే గడిపాడు. నిరాయుధీకరణ, అణ్వస్త్రాల విసర్జన, వివిధ దేశాల మధ్య సహకార సామరస్యాలు మొదలైన ఆదర్శాల కోసం అతడు నిర్విరామంగా శ్రమించాడు. 1962 నాటి ఇండియా-చైనా యుద్ధం, వియత్నాం-అమెరికా యుద్ధాల సందర్భంగా రస్సెల్ ఆందోళనా కార్యక్రమాలను చేపట్టాడు. వియత్నాం యుద్ధంలో అమెరికా పాత్ర పట్ల బ్రిటన్‌లోని లేబర్ ప్రభుత్వ ఉదాసీన వైఖరికి నిరసనగా తాను 51 సంవత్సరాలుగా సభ్యుడిగా కొనసాగుతున్న లేబర్ పార్టీకి రాజీనామా చేశాడు. ఫ్రెంచి తత్వవేత్త సార్త్రే మొదలైన వారితో కలిసి 'వియత్నాం యుద్ధ నేరస్తుల విచారణ ట్రిబ్యునల్'ను ఏర్పాటు చేశాడు. అది బాగా ప్రచారం పొంది ప్రపంచ దృష్టిని ఆకర్షించినట్లు తెలుస్తోంది.

మానవుడి దైనందిన జీవితంలోని సుఖదుఃఖాలతో, ఆశలతో, ఆశయాలతో, భయాందోళనలతో సంబంధంలేని తర్క, గణిత, తత్వశాస్త్రాలు నిరుపయోగమని భావించి లోక కళ్యాణం కోసం కృషి చేయడానికే తన జీవితాన్ని అంకితం చేసిన ఆదర్శ మేధావి బెర్ట్రాండ్ రస్సెల్. తన చివరి సంవత్సరాలలో మూడు సంపుటాలలో తన స్వీయ జీవిత చరిత్రను రచించాడు. అది అందరి మన్ననలు పొందింది. రస్సెల్ తన 98వ ఏట '1970 ఫిబ్రవరి 2వ తేదీన ' శాశ్వతంగా కన్ను మూశాడు.

బెర్ట్రాండ్ రస్సెల్ (1872-1970)

రస్సెల్ కాలంలో బ్రిటన్‌లో అనుభూతి వాదం (ఎంపిరిసిజం) వెలిసింది. ఫ్రాన్సిస్ బేకన్ ఇండక్టివ్ పద్ధతి దీనికి ప్రేరణ. డిడక్టివ్ పద్ధతిలో సాధారణ మౌలిక సత్యాల నుంచి ప్రత్యేక సత్యాలను రాబట్టడం జరుగుతుంది. దీనికి భిన్నంగా ఇండక్టివ్ పద్ధతిలో ప్రత్యేక సత్యాలను గమనించి, పరిశీలించి, తర్కించి మౌలిక సాధారణీకృత సత్యాలను ఆవిష్కరించడం జరుగుతుంది. ఇది ఇంద్రియానుభవాలపై ఆధారపడే వివేచన పద్ధతి. ఈ బ్రిటన్ ఎంపిరిసిజానికి లాక్, బెర్క్లీ, హ్యూమ్‌లు మూల పురుషులు.

రస్సెల్‌లో కూడా ఈ అనుభూతివాద ధోరణి ప్రబలంగా వుంది. గణితం-తర్కం-అనుభూతి వాదాల సమ్మేళనం ద్వారానే తాత్విక సత్యాలు పరిపూర్ణమవుతాయని ఆయన భావించాడు. ఆధునిక విజ్ఞాన శాస్త్రాలు వెల్లడించే సత్యాలను అలక్ష్యం చేసి తత్వవివేచన పురోగమించలేదని, తత్వశాస్త్రాన్ని ఆధునిక విజ్ఞానశాస్త్రాలతో సమన్వయం చేయడమే తత్వవేత్తల కర్తవ్యమని రస్సెల్ భావించాడు.

రస్సెల్ జీవితపు వివిధ దశల్లో విభిన్న వాదాలను చేపట్టినట్లు తెలుస్తోంది. అందుచేత అతని చింతనలో వైరుధ్యాలు కనిపిస్తాయని విమర్శించే వారున్నారు. అతని చింతనను క్లుప్తంగా, స్పష్టంగా చెప్పడం కష్టమని చెప్పేవారున్నారు. అయితే రస్సెలే స్వయంగా తన తాత్విక చింతనను క్లుప్తీకరిస్తూ పాశ్చాత్య తత్వశాస్త్ర చరిత్ర గ్రంథంలో వివరించాడు.

రస్సెల్ వాదాన్ని "ఫిలాసఫీ ఆఫ్ లాజికల్ ఎనాలిసిస్ " ' తర్క విశ్లేషణవాదం అంటారు. అతని గణిత-తర్క విశ్లేషణ ప్రభావం యూరోపియన్ తత్వవేత్తలపై అధికంగా పడింది. ఆరిస్టాటిల్ తరువాత అంతటి గొప్ప తార్కికుడిగా పేరు గడించాడు. అరిస్టాటిల్ తన నిగమన తర్కం (డిడక్టివ్ లాజిక్)లో చేసిన తప్పులను, వైరుధ్యాలను కూడా పరిష్కరించినవాడిగా కీర్తి పొందాడు.

రస్సెల్ తర్కంలో 'థియరీ ఆఫ్ టైప్స్ ' అనేది ఆసక్తికరమైంది. ఈ వాదం ప్రకారం "ఒక సమూహం మొత్తానికి లేదా వర్గం మొత్తానికి వర్తించే ఏ ప్రతిపాదనా ఆ

సమూహంలో, లేక వర్గంలో భాగమై ఉండరాదు". అంటే ఒక ప్రతిపాదన ఇతర విషయాలకు వర్తించవలసిందే తప్ప తనకు వర్తించరాదు. దీన్ని సోదాహరణంగా వివరించాడు.

ఉదాహరణకు ఒకడు "నేను అబద్ధం చెపుతున్నాను' అంటాడనుకోండి. ఆ మాటను మనం నమ్మాలా? వద్దా? అతడు చెప్పింది నిజమైతే ఆ వాక్యం అబద్ధం. అతడు అబద్ధం చెపుతుంటే ఆ వాక్యం నిజం. అంటే ఆ వాక్యం నిజమైతే అబద్ధం, అబద్ధమైతే నిజమవుతుంది. ఇది ఎలా పొసగుతుంది. ఎంత ప్రయత్నించినా ఈ వైరుధ్యం నుంచి బయటపడలేం. దీన్ని పరిష్కరించడానికి రస్సెల్ "ఏ ప్రతిపాదనను అది ఉద్దేశించిన విషయానికి తప్ప తనకు తాను వర్తింపజేయరాదు" అని సూత్రీకరించాడు. అలా ఒక వాక్య ప్రతిపాదనను దానికి దాన్నే వర్తింపజేస్తే అది అర్థరహితమవుతుంది. ముఖ్యంగా 'ఏ ప్రతిపాదన అయినా' అనిగాని, 'అన్ని ప్రతిపాదనలు' అనిగాని సాధారణీకరించడం అర్థరహితమవుతుంది. దానికి బదులు 'కొన్ని ప్రతిపాదన సమూహాలు' అని వ్యవహరించాలంటాడు రస్సెల్.

రస్సెల్ తర్క సిద్ధాంతంలో మరొక ఆసక్తికరమైంది వర్ణనా సిద్ధాంతం (థియరీ ఆఫ్ డిస్క్రిప్షన్స్). కొన్ని వాక్యాల నిర్మాణం వల్ల ఆ వాక్యంలోని వస్తువులకు లేని అస్తిత్వం వున్నట్లు సూచించబడుతుందని వివరించాడు. రస్సెల్ ఇచ్చిన ఉదాహరణలలో ఒకటి 'బంగారపు కొండ అనేది లేదు' అనే వాక్యం. అంటే బంగారపు కొండ అనే లేని వస్తువు వుందని అర్థం . ఈ విధంగా లేని వస్తువుల అస్తిత్వపు సమస్యను పరిష్కరించడానికి రస్సెల్ తన వర్ణనా సిద్ధాంతాన్ని ప్రవేశపెట్టినట్లు తెలుస్తోంది. ఈ విధంగా వాక్యాలను తర్కం ద్వారా విశ్లేషించడం వల్ల ప్లేటోతో ప్రారంభమైన రెండు వేల ఏళ్ల పాటు వస్తువుల అస్తిత్వం గురించి తాత్విక లోకంలో పాతుకుపోయిన గందరగోళం తొలగిపోయిందని రస్సెల్ పేర్కొన్నాడు.

బెర్ట్రాండ్ రస్సెల్ (1872-1970)

రస్సెల్‌ది మొదటి నుండి వైజ్ఞానిక తత్వమే. (సైంటిఫిక్ ఫిలాసఫీ). అతనివి విజ్ఞానశాస్త్ర పరిశోధనలు, పరిశీలనలపై ఆధారపడి నిర్మించుకున్న భావాలే. ముఖ్యంగా నాలుగు విజ్ఞానశాస్త్రాలు ' భౌతికశాస్త్రం, శరీరశాస్త్రం, మనస్తత్వశాస్త్రం, గణిత తర్కం ' సమన్వయం నుంచి తన ప్రపంచ తత్వ విచారం బయలుదేరుతుందని అతడు అంటాడు. విజ్ఞానశాస్త్రాలను, వాటి పరిశోధనలను కాదని తత్వశాస్త్రం పురోగమించలేదనే తన ధృఢాభిప్రాయాన్ని వెల్లడించాడు.

రస్సెల్ తాత్విక విశ్వాసాలలో ముఖ్యమైనది 'న్యూట్రల్ మోనోయిజం' (Neutral Monism).. దీన్ని 'తటస్థ ఏకత్వవాదం' అంటారు. పాశ్చాత్య దార్శనికులు కొందరు పదార్థం, మనస్సు పరస్పరం ఏ సంబంధం లేని రెండు విభిన్న విషయాలని భావించారు. దాన్ని రస్సెల్ అంగీకరించలేదు. పదార్థానికి, మనస్సుకు ఒకే మూలాధారం వుందని, ఆ మూలాధారం అటు మనస్సు లక్షణాలుగాని, పదార్థ లక్షణాలుగాని లేని తటస్థ వస్తువని, దాని నుంచే అవి ఉధ్భవించాయని అతడు ప్రతిపాదించినట్లు తెలుస్తోంది. ఇక్కడ మనస్సుకు బదులు చైతన్యం అని కూడా పేర్కొనవచ్చు.

రస్సెల్ ప్రకారం ఆదిమ పదార్థం కేవలం నిర్జీవ పదార్థం కాని, కేవలం చైతన్యం కాని కాదు. దాన్నే అతడు 'తటస్థ ఏకత్వవాదం'గా అభివర్ణించినట్లు తెలుస్తోంది.

రస్సెల్ ప్రజాస్వామ్యవాది. 1947లో 'ఫిలాసఫీ అండ్ పాలిటిక్స్ ' అన్న గ్రంథం రచించాడు. అందులో అతడు ప్రజాస్వామ్యానికి సిద్ధాంత రూపమైన ప్రాతిపదికను చేకూర్చగలిగిన దర్శనం ఒక్కటే వుంది. అది అనుభవ ప్రామాణ్యవాదం (Empiricism), ప్రజాస్వామ్య మనుగడకు అదే తగిన తత్వం అని తెలిపాడు.

మానవ జీవితానికి సంబంధించి రస్సెల్ నూతన తాత్విక మార్గాలను ప్రతిపాదించాడు. కేవలం మానవమేధ మానవ జీవితానికి సంబంధించిన అనేక ప్రధాన ప్రశ్నలకు సమాధానాలు కనుగొనలేని మాట వాస్తవమే. అయితే అందుకు వేరే ఏదో ఉన్నతమైన, మానవాతీతమైన మార్గం వుందని పూర్వతత్వవేత్తలు విశ్వసించారు.

నిజానికి అటువంటి మార్గం ఏమీలేదు. తర్క విశ్లేషణ (లాజికల్ ఎనాలిసిస్) వాదం సత్య నిర్ధారణకు ఒక నిర్దిష్ట ప్రక్రియను సమకూరుస్తున్నది. దాని సహాయంతో అనేక తాత్విక సమస్యలకు పరిష్కారాలు చూపవచ్చునంటాడు రస్సెల్.

తత్వశాస్త్ర ప్రపంచంలో రస్సెల్ సాధించినవి చాలా గొప్ప విషయాలు. బ్రిటన్‌కి సంబంధించినంతవరకు రస్సెల్‌కు ముందు, రస్సెల్ తరువాత తత్వశాస్త్రం అనడంలో అతిశయోక్తి లేదు.

1963లో రస్సెల్ రెండు ధార్మిక సంస్థలను ఏర్పాటు చేశాడు. ఒకటి-'బెర్ట్రాండ్ రస్సెల్ శాంతి ఫౌండేషన్. రెండవది-'అట్లాంటిక్ శాంతి ఫౌండేషన్. రెండు సంస్థలు కూడా అణ్వస్త్ర ప్రమాదాన్ని గురించి అంతర్జాతీయ ప్రతిఘటనను సాధించటం కోసం పని చేస్తున్నవే.

రస్సెల్ జీవితాంతం వరకు స్వేచ్ఛ, న్యాయం, శాంతి, ప్రగతి వంటి ఉత్తమ మానవ విలువల కోసం కృషి చేశాడు. పైకి కఠోర తార్కికుడిగా కనిపించే రస్సెల్ జీవితానికి సార్థకత చేకూర్చే నైతిక విలువల కోసం తపించాడు. ఆదర్శ మేధావిగా, హేతువాద మానవవాద తత్వవేత్తగా చరిత్రలో శాశ్వత స్థానాన్ని సంపాదించుకున్నాడు.

ఎం.ఎన్.రాయ్ (1887-1954)

ఎం.ఎన్.రాయ్ (మానవేంద్రనాథ్ రాయ్)గా ప్రసిద్ధులైన నరేంద్రనాథ్ భట్టాచార్య 20వ శతాబ్దపు భారతీయ విప్లవ తత్వవేత్త, రాజకీయ సైద్ధాంతికుడు, రాడికల్ హ్యూమనిస్టు తత్వ ప్రతిపాదకుడు. ఆసియా, ఐరోపా, అమెరికా ఖండాలలో తీరిక లేకుండా పర్యటించిన సాహసికుడు. మెక్సికన్ కమ్యూనిస్టు పార్టీని, భారత కమ్యూనిస్టు పార్టీని స్థాపించిన రాజకీయ దురంధరుడు. ఆదర్శమేధావి.

ఎం.ఎన్.రాయ్ అనేక విధాలుగా అసాధారణమైన వ్యక్తి. ఆలోచనా రంగంలో, ఆచరణ రంగంలో అత్యున్నత దశలకు చేరిన మహోన్నతుడు. వివేకోద్వేగాల మేలు కలయిక అతని మేధస్సు. భావ విప్లవానికి దారితీసిన అతని ఆలోచనలు, సామాజిక విప్లవానికి దారి చూపిన అతని ఆచరణ, అనుభవాలు అతని తాత్విక జీవితాన్ని మూడు విలక్షణమైన దశలుగా తీర్చిదిద్దాయి.

తీవ్ర జాతీయవాదిగా బయలుదేరిన రాయ్, క్రమంగా అంతర్జాతీయ కమ్యూనిస్టు నాయకుడిగా రూపొంది, చివరికి సృజనాత్మక శక్తి గల చురుకైన రాడికల్ హ్యూమనిస్టుగా పరిణతి చెందాడు.

సమకాలీన సమాజం తమ కాలంలోని తత్వవేత్తలను, శాస్త్రవేత్తలను, సంస్కర్తలను గుర్తించడం, పట్టించుకోవడం అరుదుగా మాత్రమే జరుగుతుంది. గుర్తించకపోవడం, పట్టించుకోకపోవడమే అనేక సందర్భాలలో జరుగుతుంది. దీనికి చరిత్రే సాక్ష్యం పలుకుతోంది. ఆయా కాలాలలోని భావాలకంటె వారి భావాలు చాలా ముందుండడం, సమాజంలోని ఆచార సంప్రదాయాలను అవి వ్యతిరేకించడం, అనాదిగా వస్తున్న మత విశ్వాసాలను అవి ప్రశ్నించడం వంటి కారణాలే సమకాలీన సమాజంలోని

ప్రజలను ఆకర్షించలేకపోవడంలో ప్రధాన పాత్ర వహిస్తున్నాయి.

ఏనాటి సమాజాన్ని తీసుకున్నా ఆనాటి సమాజంలోని లోటుపాట్లను, ప్రగతి నిరోధక భావాలను ఎత్తిచూపే తత్వవేత్తలను, సంస్కర్తలను గౌరవించి, ఆదరించిన సందర్భాలకంటె విస్మరించి, నిరాదరించి, వ్యతిరేకించిన సందర్భాలే ఎక్కువగా కనిపిస్తాయి.

అటువంటి మహనీయులు మరణించిన తరువాత చాలాకాలానికి వారి భావాల్లోని సత్యాన్ని లోకం గుర్తిస్తూ వస్తుంది. ఎం.ఎన్.రాయ్ విషయంలోను నేడు అదే జరుగుతోంది. ఆయన భావాల్లోని సత్యాన్ని, ఆయన గొప్పతనాన్ని లోకం గుర్తించడం ప్రారంభించింది.

ఎం.ఎన్.రాయ్ బెంగాలులోని 24 పరగణాల జిల్లాలో అర్బేలియా గ్రామంలో 1887 మార్చి 21వ తేదీన జన్మించాడు. తల్లి వసంతకుమారి, తండ్రి దీనబంధు. వసంత కుమారి దీనబంధు రెండవ భార్య. ఈమె ద్వారా దీనబంధు ఎనిమిది మంది సంతానాన్ని కన్నాడు. ఎం.ఎన్.రాయ్ నాలుగవ సంతానం. తల్లిదండ్రులు పెట్టిన పేరు నరేంద్రనాథ్ భట్టాచార్య.

తండ్రి దీనబంధు దక్షిణ బెంగాలులోని మిద్నపూర్ జిల్లాలో క్షేపుట్ గ్రామంలోగల క్షేపుటేశ్వరీ దేవాలయానికి ముఖ్య పురోహితుడిగా వుండేవాడు. దీనబంధు ఆ గ్రామాన్ని వదిలి ఆర్బేలియా గ్రామంలో జూనియర్ హైస్కూలులో సంస్కృత పండితుడిగా పనిచేశాడు.

1898 వరకు నరేన్ అర్బేలియాలోనే పెరిగాడు, అక్కడే (జ్ఞానవికాసినీ పాఠశాలలో) ప్రాథమిక విద్యాభ్యాసం జరిగింది. 1898లో ఆ కుటుంబం కొడాలియాకు తరలివెళ్లింది. అక్కడ నరేన్ హరినవి ఆంగ్లో సంస్కృత పాఠశాలలో 1905 వరకు విద్యను కొనసాగించాడు. అప్పుడతడు పొడవుగా, బలంగా, చురుకైన ఆటగాడిలా వుండేవాడు.

తరువాత కొంతకాలం అరవిందుడి ఆధ్వర్యంలో నడిచే జాతీయ కళాశాలలో నరేన్ చదివాడు. తరువాత బెంగాలు సాంకేతిక సంస్థ (ప్రస్తుత జాదల్‌పూర్ విశ్వవిద్యాలయం)లో చేరి ఇంజనీరింగ్, రసాయన శాస్త్రాన్ని అభ్యసించాడు. ఎక్కువగా అతడు స్వీయ అధ్యయనం ద్వారానే జ్ఞానాన్ని ఆర్జించాడు.

నరేన్ విద్యార్థి దశలోనే భగవద్గీత, బంకించంద్ర రచన ఆనందమఠం, అరవింద ఘోష్ రచన భవానీమందిర్, వివేకానంద రచన ప్రజెంట్ ఇండియా చదివాడు. వారి భావాల ప్రభావం నరేన్ మీద పడింది. పాశ్చాత్యుల మతం, నాగరికతల కంటె హిందూమతం గొప్పదని వివేకానందుడు ప్రచారం చేసేవాడు. అందుకే అతడు జాతీయోద్యమ నాయకులను ఆకర్షించగలిగాడు. ప్రజా జీవితానికి అంకితం కావాలనే ఆదర్శాన్ని బంకించంద్ర నుండి నేర్చుకున్నాడు.

నరేన్ తన దాయాది తమ్ముడైన హరికుమార్ చక్రవర్తి (1882-1963)తో కలిపి ఒక హేతువాద గ్రూపును ప్రారంభించాడు. అందులో సత్కోరి బెనర్జి (బందోపాధ్యాయ), సోదరులైన శైలేశ్వర్, శ్యాం సుందర్ బోసు, దాయాది సోదరులు ఫణి, నరేంద్ర చక్రవర్తి సభ్యులుగా వుండేవారు. అంతేగాక ఇంకా మోక్షదా చరణ్ సహోధ్యాయి అనే అతడు అనుశీలన సమితిలో ఆర్గనైజర్‌గా వుండి నరేన్ ప్రారంభించిన హేతువాద గ్రూపులో సభ్యుడిగా కొనసాగాడు.

నరేన్ 14 సంవత్సరాల పిన్న వయసులోనే, విద్యార్థి దశలో వున్నపుడే రహస్య విప్లవ కార్యకలాపాల్లో పాల్గొన్నాడు. 1905లో నరేన్ తండ్రి దీనబంధు మరణించాడు. 1905లో బెంగాల్ విభజన జరిగింది. దీన్ని రద్దు చేయాలని దేశవ్యాప్త ఆందోళన ప్రారంభమైంది. అందులో భాగంగానే పాఠశాలలో ఆఖరి సంవత్సరం చదువుతున్న నరేన్ ప్రముఖ బెంగాల్ మితవాది సురేంద్రనాథ్ బెనర్జీ సభను ఏర్పాటు చేశాడు. ఆ విధంగా పాఠశాల ప్రధానోపాధ్యాయుడి ఉత్తర్వులను ఉల్లంఘించినందుకు నరేన్‌ను

పాఠశాల నుండి తొలగించారు. 1905లోనే నరేన్, హరికుమార్ చక్రవర్తితో కలిసి 'అనుశీలన సమితి' అనే విప్లవ సంస్థలో చేరాడు.

అనుశీలన సమితికి ఆర్థిక వనరులను సమకూర్చడంలో భాగంగా తొలిసారిగా నరేన్ 1907 డిసెంబర్ 6వ తేదీన చెంద్రిపోతా దోపిడీలో పాల్గొని అరెస్టయ్యాడు. బాగా జతిన్ మిత్రుడైన జె.ఎన్.రాయ్, ప్రమోదనాథ్ ముఖర్జీ తమ వాదనలతో నరేన్‌కు బెయిల్‌పై విడిపించారు.

1908లో నరేన్ తల్లి మరణించింది. దానితో అతనికి కుటుంబ సంబంధాలు తెగిపోయాయి. 1909లో హౌరా'శివపూర్ కుట్ర కేసులో పాల్గొన్నాడనే నెపంతో 1910 జనవరిలో 45 మందితోపాటు నరేన్‌ను మరోసారి అరెస్టు చేశారు. ఆ కేసులో ప్రధాన నిందితుడు జితేంద్రనాథ్ ముఖర్జీ. అతడిని సహచరులు బాగా (పులి) జతిన్ అని పిలిచేవారు. ఈ కేసులో అరెస్టయిన నరేన్ దాదాపు సంవత్సరకాలం జైలు జీవితం గడిపి 1911 ఏప్రిల్‌లో నిర్దోషిగా బయటపడ్డాడు. జైలులో నరేన్, జతిన్ ముఖర్జీలు సన్నిహితులయ్యారు.

ఇండియాలోని బ్రిటిష్ ప్రభుత్వాన్ని కూలదోయడానికి అవసరమైన సాయుధ తిరుగుబాటును చేపట్టడానికి, జతిన్ ముఖర్జీ, నరేన్ మరికొందరు మిత్రులతో కలిసి ప్రణాళికను సిద్ధం చేశారు.

1914లో మొదటి ప్రపంచ యుద్ధం ప్రారంభమైంది. బ్రిటన్ జర్మనీలను అది బాగా ప్రభావితం చేసింది 1915లో బెంగాలులోని విప్లవ గ్రూపులన్నీ జతిన్ ముఖర్జీ నాయకత్వంలో సమాఖ్యగా ఏర్పడ్డాయి. సంఘ నిర్మాణ బాధ్యతను, నిధులు సమకూర్చే బాధ్యతను నరేన్‌కు అప్పగించారు. నిధులు సమకూర్చే ప్రయత్నంలో భాగంగా నరేన్ అనేక రాజకీయ దోపిడీలలో పాల్గొన్నాడు. అటువంటి దోపిడీలలో 1915 ఫిబ్రవరి 12న కలకత్తాలో నరేన్ నిర్వహించిన గార్డెన్‌రీచ్ దోపిడీ ఒకటి. నరేన్ ఆ కేసులో ఇరుక్కున్నాడు. నరేను విడిపించడానికి జతిన్ ముఖర్జీ అనేక విధాలుగా ప్రయత్నించాడు.

ఆ ప్రయత్నాల ఫలితంగా రాధాచరణ్ ప్రమాణిక్ అనే అతడు ఆ దోపిడీకి తానే బాధ్యుడినని రాతపూర్వకంగా ప్రకటించాడు. రాధాచరణ్‌కు ఏడు సంవత్సరాల కఠినశిక్ష పడింది. జైలులోనే అతడు మరణించాడు. ఇద్దరు వ్యక్తుల హామీతో వెయ్యి రూపాయలుకట్టి నరేన్ బెయిలు మీద విడుదలయ్యాడు.

మొదటి ప్రపంచయుద్ధంలో బ్రిటన్‌కు వ్యతిరేకంగా జర్మనీ వున్నందువల్ల, ఇండియాలో సాయుధ తిరుగుబాటుకు వారి సహకారాన్ని పొందడానికై నరేన్, జతిన్ ముఖర్జీలు అనేకసార్లు కలకత్తాలోని జర్మన్ కాన్సల్‌తో సమావేశమై చర్చలు జరిపారు.

1915 ఫిబ్రవరి 21న జరపాలనుకున్న సాయుధ తిరుగుబాటు పథకం ముందుగానే పోలీసులకు తెలియడంతో విఫలమైంది. 1915 మార్చిలో ఆయుధాలు పంపడానికి తమ సంసిద్ధతను తెలియజేస్తూ జర్మనీ కబురు పంపింది. ఆ ఆయుధాలు అందుకోడానికి అవసరమైన ప్రణాళికను రూపొందించడానికి, భారత విప్లవకారుల ప్రతినిధిగా ఒకరిని బటేవియాకు పంపడానికి ఒప్పందం కుదిరింది. భారత విప్లవకారుల ప్రతినిధిగా బటేవియా వెళ్లడానికి నరేన్ ఎన్నికయ్యాడు.

1915 ఏప్రిల్‌లో ఆయుధాల అన్వేషణలో నరేన్ బటేవియా (ఇప్పటి ఇండొనేషియా) కు ప్రయాణమయ్యాడు. అక్కడ ప్రధాన జర్మన్ కాన్సల్‌తో చర్చలు జరిపి వారితో ఒప్పందం చేసుకుని ఇండియాకు తిరిగివచ్చాడు. అయితే ఒప్పందం ప్రకారం మావెరిక్ అనే ఓడగాని, ఆయుధాలుగాని రాలేదు. కారణాలు కూడా స్పష్టంగా తెలియలేదు.

తిరిగి రెండవసారి నరేన్ ఆయుధాల కోసం బటేవియాకు బయలుదేరాడు. ఈసారి ఆయుధాలతోనే ఇండియాకు తిరిగి రావాలనుకున్నాడు. జర్మన్ ఓడ ఆయుధాలతో అండమాన్ దీవులకు చేరేటట్లు ఆ తరువాత అవి ఒరిస్సా తీరం చేరేటట్లు, పథకం సిద్ధం చేశాడు. అయితే వూహించిన విధంగా జర్మనులు సహకరించలేదు.

పట్టు వదలని నరేన్ ఆయుధాల కోసం పోలీసులు కన్నుగప్పి జపాన్‌మీదుగా హాంకో చేరాడు. అక్కడ జర్మన్ కాన్సల్ సమక్షంలో చైనా నాయకులతో ఆయుధాల కొనుగోలుకు ఒప్పందం కుదుర్చుకున్నాడు. చైనా నాయకుల నుంచి ఆయుధాల కొనుగోలుకు అవసరమైన నిధులు సమకూర్చవలసిందిగా జర్మన్ రాయబారిని కోరాడు. అయితే అంత పెద్ద మొత్తం ఇచ్చే అధికారం తనకులేదని, దానికోసం జర్మనీ వెళ్లి, బెర్లిన్‌లోని సంబంధిత సైనికాధికారుల ఆమోదం పొందాలని సలహా ఇచ్చాడు ఆ రాయబారి. ఏది ఏమైనా జర్మనులు తాము ఆశిస్తున్న ఆయుధాల సహాయం విషయాన్ని అంతగా పట్టించుకోవడంలేదని నరేన్ గ్రహించసాగాడు.

చివరికి నరేన్ బెర్లిన్ వెళ్లడానికే నిర్ణయించుకున్నాడు. అదే సమయానికి బెంగాల్‌లోని సుందరవనాల్లో పోలీసులతో జరిగిన ఘర్షణలో తమ నాయకుడు జతిన్ ముఖర్జీ మరణించినట్లు తెలుసుకున్నాడు. ఇండియాలో సాయుధ తిరుగుబాటు విజయావకాశాలు దీనితో దెబ్బతిన్నట్లు నరేన్ గ్రహించాడు.

తీరని స్వాతంత్ర్యకాంక్షతో ఆయుధాన్వేషణకై బయలుదేరిన నరేన్ ఇండోనేషియా, ఫిలిప్పీన్స్, జపాన్, చైనా, సయాం, జావా మొదలగు ప్రాంతాలలో సంవత్సరాలపాటు తిరిగి, తిరిగి ఆ అన్వేషణలో భాగంగానే జపాన్ ఓడలో ప్రయాణించి పసిఫిక్ మహాసముద్రాన్ని దాటి 1916 జూన్ 15వ తేదీన అమెరికా పశ్చిమ తీరాన వున్న శాన్ ఫ్రాన్సిస్కోలో అడుగుపెట్టాడు. సి.ఎ.మార్టిన్ పేరుతో పాండిచ్చేరి నుంచి మత విజ్ఞానాన్ని అధ్యయనం చేయడానికై పారిస్‌కు వెళుతున్న విద్యార్థిగా నరేన్ ప్రయాణించాడు.

శాన్‌ఫ్రాన్సిస్కోలో స్థానిక పత్రికలు మార్టిన్ (నరేన్) రాకను పసిగట్టి రకరకాల పతాక శీర్షికలతో ప్రచురించాయి. దాంతో శాన్‌ఫ్రాన్సిస్కోలో కదలడం కష్టమని గ్రహించిన నరేన్ పొరుగు పట్టణం పాలోఆల్టోకు వెళ్లాడు. అది స్టాన్‌ఫర్డ్ విశ్వవిద్యాలయానికి స్థానం. అక్కడ మిత్రుడు ధనగోపాల్ ముఖర్జీ నరేన్‌కు స్వాగతం

పలికి కొత్త జీవితాన్ని ప్రారంభించమని సలహా ఇచ్చాడు. నరేన్ ఆ సలహాను కొంతమేర ఆమోదించి, అతని సలహా మేరకు తన పేరును మానవేంద్రనాథరాయ్‌గా మార్చుకున్నాడు. ఆ విధంగా అక్కడే అతని జీవితం ఎం.ఎన్.రాయ్‌గా గొప్పమలుపు తిరిగింది. అప్పటికి రాయ్ వయసు 29 సంవత్సరాలు.

స్టాన్‌ఫర్డ్ విశ్వవిద్యాలయ గ్రాడ్యుయేట్‌గా వున్న ఎవిలిన్ ట్రెంట్ అనే అమ్మాయితో రాయ్‌కి అక్కడ పరిచయం ఏర్పడింది. ఆమె అభ్యుదయ భావాలుగల యువతి. రెండు నెలల తరువాత రాయ్ న్యూయార్క్ వెళ్ళినపుడు ఆమె రాయ్‌తో కలిసి వెళ్లింది. రాయ్ తన కూతురిని లేపుకు పోయాడని ఎవిలిన్ తండ్రి పోలీసులకు ఫిర్యాదు చేశాడు. పోలీసులు రాయ్‌ని అరెస్టుచేశారు. ఎవిలిన్ తండ్రిని ధిక్కరించి తాను రాయ్‌ని వివాహమాడదలచానని వెల్లడించడంతో పోలీసులు రాయ్‌ని వదిలిపెట్టారు. న్యూయార్క్‌లోనే రాయ్ ఎవిలిన్‌ల వివాహం జరిగింది.

న్యూయార్క్‌లో భారత జాతీయ నాయకుడైన లాలా లజపతిరాయ్‌తో ఎం.ఎన్.రాయ్‌కి పరిచయమైంది. ఇద్దరూ సన్నిహిత మిత్రులయ్యారు. కొంతకాలంపాటు ఒకేచోట కలిసి వున్నారు. న్యూయార్క్‌లోనే వారికి సోషలిస్టులతో పరిచయమైంది.

లజపతిరాయ్ 1916లో తన డైరీలో రాసుకున్న విషయాలను చూస్తే భారత విప్లవకారుల్లో రాయ్ స్థానం అర్థమవుతుంది. "అమెరికాలోని భారతీయ విప్లవకారులతో నా అనుభవం చాలా నిరాశాజనకమైంది. ముందు బెంగాల్ విప్లవ కారులనే తీసుకుందాం. వారి దేశభక్తి అంతా లాభసాటి వ్యాపారం. వారు విలాసాల కోసం చాలా ధనం ఖర్చు చేస్తారు. బెంగాల్ విప్లవకారుల్లో ఎవరి మీదనైనా నాకు నిజమైన గౌరవమున్నదంటే అది ఒక్క ఎం.ఎన్.రాయ్ మీద మాత్రమే" అని లజపతిరాయ్ తన డైరీలో రాసుకున్నాడు.

ఎం.ఎన్.రాయ్ న్యూయార్క్ పబ్లిక్ లైబ్రరీలో సోషలిస్టు సాహిత్యాన్ని అధ్యయనం చేయడం ప్రారంభించాడు. కారల్ మార్క్స్ రచనలను బాగా అధ్యయనం చేశాడు. రాయ్ భావాలలో మౌలికమైన మార్పులు చోటు చేసుకున్నాయి. రాయ్ సోషలిస్టుగా మారాడు. భౌతికవాద సిద్ధాంతాన్ని మాత్రం ఆమోదించలేకపోయాడు.

రాయ్ అమెరికాలో ఎక్కువకాలం వుండలేకపోయాడు. రాయ్‌తో సహా అనేకమందిపై శాన్‌ఫ్రాన్సిస్కోలో క్రిమినల్ కేసు పెట్టారు. దాన్నే హిందూ జర్మన్ కుట్రకేసు అంటారు. న్యూయార్క్‌లో రాయ్‌ని అరెస్టుచేసి వ్యక్తిగత పూచీపై విడుదల చేశారు.

అమెరికాలోని జర్మనులు తనకు సహాయపడరని తేలిపోవటంతో నిరాశ చెంది తన ప్రయత్నాన్ని ఇంకా కొనసాగించటం నిరుపయోగమని భావించాడు. కొత్త మార్గాల కోసం అన్వేషించి మెక్సికోకు వెళితే బాగుంటుందని నిర్ణయించుకున్నాడు. రాయ్ జాగ్రత్తగా పోలీసుల నిఘా నుంచి తప్పించుకుని ఎవిలిన్‌తో కలిసి పొరుగు దేశమైన మెక్సికో చేరాడు.

రాయ్ మెక్సికో చేరేనాటికి అతని వద్ద డబ్బులేదు. మిత్రులులేరు.ఉన్నదల్లా ఒక పరిచయ పత్రం మాత్రమే. 1917 జులై నుంచి 1919 డిశంబరు వరకు రెండున్నర సంవత్సరాలు రాయ్ మెక్సికోలో ఉన్నాడు. 'ఎల్ పబ్లో' (ప్రజలు) అనే దినపత్రిక సంపాదకుడిని కలిసి, ఇండియా గురించి ఆ పత్రికలో అనేక వ్యాసాలు రాశాడు. మెక్సికోలోనే రాయ్ స్పానిష్ భాష నేర్చుకుని ఆ భాషలో రెండు పుస్తకాలు రచించి ప్రచురించాడు. చిన్న గ్రూపుగా వున్న మెక్సికన్ సోషలిస్టు పార్టీలో చేరి దాని ప్రచార కార్యదర్శిగా వున్నాడు. సామ్రాజ్యవాద వ్యతిరేక వైఖరితో వున్న ఆ పార్టీని మెక్సికన్ ప్రజలు ఆహ్వానించి ఆదరించారు.

మెక్సికో అధ్యక్షుడయిన కరంజా కూడా సోషలిస్టు పార్టీ సహాయాన్ని కోరాడు. రాయ్‌ని ఇంటర్వ్యూకు పిలిచాడు. మూడు గంటలు సాగిన ఇంటర్వ్యూలో రాయ్ వివరించిన పథకాన్ని కరంజా చాలా మెచ్చుకున్నాడు. 1918 డిసెంబరులో మెక్సికో

నగరంలో సోషలిస్టుల మహాసభ విజయవంతంగా జరిగింది. ఆ పార్టీ ప్రధాన కార్యదర్శిగా రాయ్ ఏకగ్రీవంగా ఎన్నికయ్యాడు.

1919లో ప్రసిద్ధ కమ్యూనిస్టు నాయకుడైన మైఖేల్ బరోడిన్ మెక్సికో వచ్చాడు. రాయ్‌ని కలిసి అతని ఇంట్లోనే అతిథిగా వున్నాడు. ఆ సమయంలో వారిద్దరి మధ్య సుదీర్ఘ చర్చలు జరిగాయి. ఫలితంగా రాయ్ భౌతికవాద సిద్ధాంతాన్ని ఆమోదించి పూర్తి స్థాయి కమ్యూనిస్టుగా మారాడు.

1917లో రష్యాలో జరిగిన విప్లవవార్త ప్రపంచమంతటా వ్యాపించింది. మెక్సికోలోను అది వ్యాపించింది. సోషలిస్టుపార్టీ ప్రధాన కార్యదర్శిగా వున్న రాయ్ పార్టీ అసాధారణ సమావేశాన్ని ఏర్పాటు చేశాడు. ఆ సమావేశంలోనే ఆ పార్టీని మెక్సికన్ కమ్యూనిస్టు పార్టీగా ప్రకటించారు. ఆ విధంగా రాయ్ రష్యా వెలుపలి తొలి కమ్యూనిస్టు పార్టీ స్థాపకుడయ్యాడు.

1920 జులైలో మాస్కోలో జరిగే అంతర్జాతీయ కమ్యూనిస్టు ద్వితీయ మహాసభలకు రాయ్ నేతృత్వంలో ఒక ప్రతినిధుల బృందాన్ని పంపాలని పార్టీ నిర్ణయించింది. ఈలోగా బరోడిన్ సిఫారసు వల్ల ఆ కమ్యూనిస్టు మహాసభలకు హాజరు కావలసిందిగా రాయ్‌కి ఆహ్వానం అందింది. రాయ్ ఎవిలిన్‌తో కలిసి 1919 డిసెంబరులో లిగార్షియా దంపతులు అనే పేరుతో మెక్సికన్ డిప్లమాటిక్ వీసా తీసుకుని స్పెయిన్ ఓడలో బయలుదేరాడు.

మాస్కో ప్రయాణంలో పరిస్థితులు అనుకూలించనందువల్ల రాయ్ దంపతులు బెర్లిన్‌లో నాలుగు నెలలు ఆగవలసి వచ్చింది. 1916లో రాయ్ చైనా నుంచి బయలుదేరింది బెర్లిన్ చేరాలనే. అయితే అమెరికాలో ఆయన భావాల్లో మార్పు వచ్చినందువల్ల ఆయుధాల వేట వెనకడుగు వేసింది.

1920 ఏప్రిల్ మధ్యలో రాయ్ బెర్లిన్ నుంచి బయలుదేరి జూన్‌లో మాస్కో చేరుకున్నాడు. 1920 జులై 16వ తేదీ నుంచి ఆగష్టు 17వ తేదీ వరకు అంతర్జాతీయ

కమ్యూనిస్టు ద్వితీయ మహాసభలు మాస్కోలో జరిగాయి. మహాసభలకు ముందే రాయ్ అనేకసార్లు లెనిన్‌ని కలిశాడు.

వలస దేశాల్లో కమ్యూనిస్టులు అనుసరించవలసిన విధానం గురించి లెనిన్ ఆ సమస్యపై జాతీయ వలస సిద్ధాంతాన్ని తయారు చేశాడు. దాన్ని చదివిన రాయ్ లెనిన్ భావాలతో విభేదించాడు. లెనిన్ సలహా మేరకు రాయ్ తన వలస సిద్ధాంతాన్ని తయారు చేశాడు. వలస దేశాల్లోని జాతీయ విమోచనోద్యమాలు కమ్యూనిస్టు నాయకత్వంలోని కార్మికుల, వ్యవసాయకూలీల ఆధ్వర్యంలో మాత్రమే అభివృద్ధి చెందగలవనేదే రాయ్ సిద్ధాంతం. లెనిన్ తన సిద్ధాంతంతోపాటు రాయ్ సిద్ధాంతాన్ని కూడా మహాసభ ఆమోదం కోసం పంపవలసిందిగా సలహా ఇచ్చాడు. చివరికి అంతర్జాతీయ కమ్యూనిస్టు ద్వితీయ మహాసభ కొద్ది సవరణలతో ఆ రెండు సిద్ధాంతాలను ఆమోదించింది.

తరువాత కాలంలో ఆ సిద్ధాంతాలు కమ్యూనిస్టు మహాసభలలో పెద్ద అలజడిని రేపాయి. పాక్షికంగా అభివృద్ధి చెందిన పెట్టుబడిదారీ వర్గం వున్న ఇండియా, చైనా వంటి వలస దేశాల్లో రాయ్ ప్రతిపాదించిన సిద్ధాంతంతోనే చరిత్ర ఏకీభవించినట్లు రుజువైంది.

కమ్యూనిస్టు ద్వితీయ మహాసభల తరువాత రాయ్‌కి గుర్తింపు, మన్నన పెరిగాయి. కమ్యూనిస్టు ఉద్యమంలోని సంస్థలన్నింటిలోను రాయ్‌కి స్థానం దక్కింది. కమింటర్న్ ప్రిసీడియం, పొలిటికల్ సెక్రటేరియట్, ఎగ్జిక్యూటివ్ కమిటీ, వరల్డ్ కాంగ్రెస్ వంటి అన్ని సంస్థలోను రాయ్‌కి సభ్యత్వం దక్కింది.

తాష్కెంట్‌లోని భారతీయులకు శిక్షణ ఇవ్వడం కోసం రాయ్ 'భారత రాజకీయ, సైనిక పాఠశాల'ను నెలకొల్పాడు. ఆ పాఠశాలలో కొద్దిమంది సభ్యుల కోరికను పురస్కరించుకొని 1920, అక్టోబర్ 17న రాయ్ 'కమ్యూనిస్టు పార్టీ ఆఫ్ ఇండియా'ను ఏడుగురు సభ్యులతో తాష్కెంట్‌లో స్థాపించాడు.

భారతదేశంలో విప్లవోద్యమాన్ని అభివృద్ధి చేయడానికై రాయ్ తన ప్రధాన కార్యాలయాన్ని 1922 ఏప్రిల్‌లో మాస్కో నుంచి బెర్లిన్‌కు మార్చాడు. అప్పటికే రాయ్

తాను రచించిన 'సంధి దశలో భారతదేశం' (India in Transition) అనే గ్రంథాన్ని ప్రచురించాడు. అది ఇండియాలో నిషేధానికి గురైనప్పటికీ కొన్ని ప్రతులు రహస్యంగా గమ్యాన్ని చేరాయి.

ఎం.ఎన్.రాయ్ అక్కడే 'వాన్ గార్డ్ ఆఫ్ ఇండియన్ ఇండిపెండెన్స్ ' అనే పత్రికను ప్రారంభించాడు. దాన్ని భారతదేశం నిషేధించింది. అప్పుడు దాని పేరును రాయ్ 'అడ్వాన్స్ గార్డ్ 'గా మార్చాడు. అది కూడా నిషేధానికి గురి కావడంతో దాన్ని 'మాసెస్ 'గా మార్చాడు. శిక్షణ పొందిన కమ్యూనిస్టులను రాయ్ భారత్‌కు పంపాడు. వారిలో చాలా మందిని పోలీసులు అరెస్టు చేశారు.

విప్లవ కార్యకలాపాలు జరుపుకున్నందు వల్ల రాయ్‌ని జర్మనీ బహిష్కరించింది. అప్పుడు రాయ్ తన ప్రధాన కార్యాలయాన్ని జూరిచ్‌కు మార్చాడు. అక్కడి నుంచి ఫ్రాన్స్‌లోని అన్నెసీకి, అన్నెసీ నుంచి పారిస్‌కు మారుస్తూ వచ్చాడు. 1924 జనవరి 21న లెనిన్ మరణించాడు. రష్యా స్టాలిన్ నాయకత్వం క్రిందకు వచ్చింది.

భారత ప్రభుత్వం 1924లో ఇండియాలోని ముఖ్యమైన కమ్యూనిస్టుల మీద కాన్పూరు కుట్రకేసును బనాయించింది. అందులో ఎం.ఎన్.రాయ్ మొదటి ముద్దాయి. రాయ్ విదేశాలలో వున్నందువల్ల అతడి మీద చర్య తీసుకోడానికి వీలుకాలేదు. మిగతా వారిపై జైలు శిక్ష విధించారు.

వామపక్ష కాంగ్రెస్‌వాది సత్యభక్త 1925 డిసెంబరులో కాన్పూరులో కమ్యూనిస్టు మహాసభను ఏర్పాటు చేసాడు. ఆ మహాసభలోనే కమ్యూనిస్టు పార్టీ ప్రారంభమైంది. రాయ్ దాన్ని మనసారా ఆహ్వానించి, అభినందించాడు.

చైనాలో విప్లవ పరిస్థితిపై సమీక్ష జరిగింది. వ్యవసాయ కూలీల ఆర్థికపరమైన కోరికలపై ఆధారపడిన వ్యావసాయక విప్లవంగా చైనా విప్లవాన్ని రూపొందించాలని రాయ్ చేసిన సిద్ధాంత ప్రతిపాదనను కార్యవర్గం ఆమోదించింది. ఆ సిద్ధాంత అమలును పర్యవేక్షించడానికి రాయ్‌ని చైనాకు పంపారు.

1927 ఫిబ్రవరిలో రాయ్ ముందుగా కాంటన్, తరువాత హాంకో చేరుకున్నాడు. మరో పర్యవేక్షకుడిగా బరోడిన్ కూడా చైనా చేరుకున్నాడు. బరోడిన్, రాయ్‌ల మధ్య అభిప్రాయ భేదాలొచ్చాయి. రాయ్ పథకం అమలు కాలేదు. రాయ్, బరోడిన్‌లు తిరిగి మాస్కో చేరుకున్నారు. స్టాలిన్ నిరంకుశ విధానాలను అవలంబించి పార్టీలోని అగ్రశ్రేణి నాయకులందరినీ అణగదొక్కడం ప్రారంభించాడు.

తదనంతర కాలంలో మావోసేటుంగ్ నాయకత్వంలో చైనా కమ్యూనిస్టు పార్టీ విప్లవాన్ని విజయవంతం చేసింది. అది ప్రధానంగా వ్యావసాయక విప్లవం కావడం గమనార్హం.

రాయ్ తిరిగి మాస్కో చేరేటప్పటికి అక్కడి పరిస్థితులు పూర్తిగా మారిపోయి తనకు వ్యతిరేకంగా వున్నట్లు గుర్తించాడు. చైనాలో ఏం జరిగిందో తెలుసుకోడానికి కూడా స్టాలిన్ రాయ్‌ని పిలిపించలేదు. 1928 ఫిబ్రవరిలో జరిగిన కమింటర్న్ కార్యవర్గం తొమ్మిదో ప్లీనం సమావేశాల్లో పాల్గొనడానికి కూడా రాయ్‌కి అనుమతి లభించలేదు.

అంతలో రాయ్ మాస్టోడిటిస్ అనే తీవ్రమైన వ్యాధివల్ల చెవి నొప్పితో మంచాన పడ్డాడు. అయినా అతడిని ఎవరూ అంతగా పట్టించుకోలేదు. అధికారికంగా తాను పరపతి కోల్పోయినట్లు గ్రహించిన రాయ్ స్నేహితురాలిని స్విట్జర్‌లాండ్ నుండి పిలిపించుకుని, బరోడిన్, బుకారిన్‌ల సహాయంతో రహస్యంగా రష్యా నుండి బయటకు రాగలిగాడు.

బెర్లిన్‌లో రాయ్‌కి ఆపరేషన్ జరిగింది. వ్యాధి నుంచి కోలు కుంటుండగానే అతడు 'చైనాలో విప్లవం- ప్రతి విప్లవం (Revolution and counter Revolution in China) అనే బృహద్గ్రంథాన్ని రచించాడు.

1928-1929లో జరిగిన మహాసభలలో స్టాలిన్ అంతర్జాతీయ కమ్యూనిస్టు ఉద్యమ విధానాలలోనే మౌలికమైన మార్పులు తెచ్చాడు. ఆ విధానాలను రాయ్ వ్యతిరేకించాడు. పోటీ కమ్యూనిస్టు పత్రికలలో ఆ విషయాలపై వ్యాసాలు రాశాడు.

1929 సెప్టెంబరులో కమ్యూనిస్టు ఇంటర్నేషనల్ నుండి రాయ్‌ని బహిష్కరిస్తున్ననట్లు ఇంప్రెకార్‌లో ఒక పత్రికా ప్రకటన వెలువడింది. స్వతంత్రాలోచన చేసే హక్కును కోరడమే తాను చేసిన నేరమని, అందుకే తనను బహిష్కరించారని రాయ్ భావించాడు.

1924లోనే తన మీద కాన్పూరు కుట్రకేసు నమోదయి వుందని, తనను అరెస్టు చేస్తారని తెలిసి వుండి, మిత్రులు వారించినా వినకుండా రాయ్ భారతదేశానికి బయలుదేరాడు. ఇస్తాంబుల్, బాగ్దాద్‌ల మీదుగా ప్రయాణించి 1930 డిసెంబరు 11న రహస్యంగా కరాచీ చేరాడు. డాక్టర్ మహమ్మదు పేరుతో కొంతకాలం రహస్యంగా తిరిగాడు. 1931 జులై 26న బొంబాయిలో రాయ్‌ని అరెస్టు చేశారు. అప్పటి నుండి 1936 నవంబరు 20వరకు రాయ్ జైలు జీవితాన్ని గడిపాడు.

రాయ్ జైలులో నెలకు ఒక్క ఉత్తరం కంటె ఎక్కువగా రాయడానికి వీలులేదని, మిత్రులెవ్వరూ అతడిని చూడటానికి వీలులేదని షరతులు విధించారు. జైలులో రాయ్ జర్మనీలోని ఎలెన్ గోస్టాక్ ద్వారా అనేక పుస్తకాలను తెప్పించుకుని విపరీతంగా చదివాడు. విజ్ఞానశాస్త్ర గ్రంథాలను బాగా అధ్యయనం చేశాడు. రాయ్ జైలు నుండి విడుదలయ్యాక ఎలెన్ జర్మనీ నుండి ఇండియాకు వచ్చి రాయ్‌ని వివాహమాడింది.

రాయ్ జైలులో వుండి గొప్ప రచనలు చేశాడు. దాదాపు 9000 పేజీల రచనలు చేశాడు. ఆ తరువాత కొన్ని పుస్తకాలుగా ప్రచురింపబడ్డాయి. వాటిలో ఫాసిజం, హిస్టారికల్ రోల్ ఆఫ్ ఇస్లాం, మెటీరియలిజం, హెర్సీస్ ఆఫ్ ట్వంటియత్ సెంచరీ, ఐడియల్ ఆఫ్ ఇండియన్ ఉమన్‌హుడ్, అవర్ టాస్క్ ఇన్ ఇండియా, చైనా ఇన్ రివోల్ట్, విథర్ కాంగ్రెస్, లెటర్స్ టు ది కాంగ్రెస్ సోషలిస్ట్ పార్టీ ఉన్నాయి.

జైలు నుండి రాయ్ 1936 నవంబరు 20న విడుదలయ్యాడు. వెంటనే జాతీయ కాంగ్రెస్‌లో చేరాడు. 1937 మార్చిలో ఎలెన్ ఇండియాకు వచ్చి రాయ్‌ని వివాహమాడింది. రాయ్ బతికి వున్నంతకాలం ఉద్యమంలో అతనితో కలిసి పనిచేసింది.

రోజూ 18 గంటల వరకు పనిచేసేది. 1960 డిశంబరు 13వ తేదీన హత్యకు గురైంది. ఆ హత్యకు రాజకీయాలే కారణమై వుండొచ్చని భావిస్తున్నారు.

కాంగ్రెస్‌ను విప్లవాత్మకం చేస్తే అందులోనే ప్రత్యామ్నాయ విప్లవ నాయకత్వం అభివృద్ధి చెందగలదని భావించిన రాయ్ 'లీగ్ ఆఫ్ రాడికల్ కాంగ్రెస్ మెన్ ' అనే సంస్థను నిర్మించాడు. 1939 సెప్టెంబరు ఒకటిన రెండవ ప్రపంచయుద్ధం ప్రారంభం కావడంతో రాయ్ పథకం విజయావకాశాల్ని కోల్పోయింది.

రాయ్ వెంటనే 'ఇండియా అండ్ వార్ ' అనే సిద్ధాంతాన్ని తయారు చేశాడు. దాన్ని లీగ్ ఆఫ్ కాంగ్రెస్ మెన్ ఆమోదించింది. అది చారిత్రక ప్రాధాన్యం గల గొప్ప రచన. అందులో యుద్ధం గురించి రాయ్ చేసిన విశ్లేషణ అమోఘం, అనితర సాధ్యం.

హిట్లర్ ఆధ్వర్యంలో ఫాసిస్ట్ జర్మనీ విజయం పొందితే విప్లవానికి, భారత స్వాతంత్ర్యానికి వీడ్కోలు చెప్పవలసిందేనని రాయ్ ప్రకటించాడు. అందువల్ల మిత్ర పక్షాల యుద్ధాన్ని బేషరతుగా సమర్థించాలని, బ్రిటిష్ వారికి యుద్ధంలో సహకరించాలని రాయ్ తీర్మానించాడు.

బ్రిటిష్ వ్యతిరేక భావాలను జీర్ణించుకున్న భారతీయులు ఫాసిస్టు ప్రమాదాలు తెలియక హిట్లర్ విజయాలను కీర్తిస్తూ పొంగిపోయారు. అటువంటి పరిస్థితులలో బ్రిటిష్ యుద్ధాన్ని సమర్థించడం వల్ల తాను అప్రతిష్టపాలవుతానని తెలిసి కూడా రాయ్ తన ఫాసిస్టు వ్యతిరేక లక్ష్యాన్ని వదులుకోలేదు. అందుకోసం తన కీర్తి ప్రతిష్టలనే వదులుకోడానికి సిద్ధపడ్డాడు. జాతీయ కాంగ్రెస్ మాత్రం స్వతంత్రంగా ప్రభుత్వాన్ని ఏర్పాటు చేసుకోడానికి అంగీకరిస్తే తప్ప బ్రిటిష్ ప్రభుత్వానికి యుద్ధంలో సహకరించరాదని భావించింది. ఈ విధంగా రాయ్‌కి కాంగ్రెస్‌తో విభేదాలు తలెత్తడంతో అతడు, అతని అనుచరులు కాంగ్రెస్ నుండి బయటకు వచ్చారు.

రాయ్ 1940 డిశంబరులో అనుచరులతో కలిసి బొంబాయిలో 'రాడికల్ డెమోక్రటిక్ పార్టీని' స్థాపించాడు. రష్యా మిత్ర పక్షాల తరఫున యుద్ధంలో పాల్గొంటుందని రాయ్ ముందుగానే చెప్పిన జోస్యం నిజమైంది.

1942 డిశంబరులో లక్నోలో జరిగిన రాడికల్ డెమోక్రటిక్ పార్టీ మహాసభలో రాయ్ ఒక ప్రకటన చేశాడు. రెండవ ప్రపంచ యుద్ధంలో ఫాసిస్టు శక్తుల పరాజయం తప్పదని, బ్రిటన్‌తో సహా మిత్రపక్ష దేశాలన్నిటిలో సంభవించే ఆర్థిక, సామాజిక మార్పుల ఫలితంగా భారతదేశానికి, ఇతర వలస దేశాలకు స్వాతంత్ర్యం లభిస్తుందనేదే ఆ ప్రకటన.

అందువల్ల రాయ్ తన దృష్టిని స్వాతంత్ర్యానంతర భారతదేశ నిర్మాణం పైకి మరల్చాడు. రెండు ప్రధాన రచనలు చేశాడు. అవి 'భారతదేశ ఆర్థికాభివృద్ధికి ప్రజా ప్రణాళిక', 'స్వతంత్ర భారత రాజ్యాంగ ముసాయిదా'. దేశ ఆర్థిక, రాజకీయ సమస్యల పరిష్కారానికి సరైన మార్గాలను వాటిలో చూపాడు.

1946 మే 8 నుంచి 18 వరకు డెహ్రాడూన్ సమీపంలోని 'గాధి' వద్ద రాడికల్ డెమోక్రటిక్ పార్టీ అధ్యయన శిబిరాన్ని నిర్వహించారు. తాత్వికంగా పరిపక్వత చెందిన రాయ్ ఆ శిబిరంలోనే రాడికల్ హ్యూమనిస్టు భావాన్ని వెల్లడించాడు. ఆ శిబిరంలో రాయ్ చేసిన ఉపన్యాసాలు 'న్యూ ఓరియంటేషన్ ' అనే పుస్తకంగా వెలువడ్డాయి.

1946 డిశంబరులో బొంబాయిలో రాడికల్ డెమోక్రటిక్ పార్టీ మహాసభ జరిగింది. అంతకుముందే రాయ్ తాను ప్రతిపాదించదలచుకున్న నూతన తత్వసారాన్ని 22 సిద్ధాంతాల రూపంలో తయారుచేశాడు. మహాసభ వాటిని కూలంకషంగా చర్చించి ఆమోదించింది. ఆ సిద్ధాంతాలపై రాయ్ చేసిన ఉపన్యాసాలు 'బియాండ్ కమ్యూనిజం'గా పుస్తక రూపం దాల్చాయి.

రాయ్ తన నూతన సిద్ధాంతానికి ప్రణాళికను రూపొందించాడు. 1947 మేలో అది ప్రచురితమైంది. అదే హ్యూమనిస్టు మానిఫెస్టో అయింది. అందులో రాయ్ ప్రస్తుత

సిద్ధాంతాల వైఫల్యాన్ని, కమ్యూనిస్టు సిద్ధాంతం - ఆచరణలో వున్న లోపాలను, పతనాన్ని వివరించాడు. అదే రాడికల్ హ్యూమనిజం అయింది.

1948 డిశంబరులో కలకత్తాలో జరిగిన పార్టీ మహాసభలో రాయ్ పార్టీ రాజకీయాలు అధికారం కోసం ఏ విధంగా అవినీతికి దారితీసేదీ వివరిస్తూ ఉపన్యాసాలు చేశాడు. అవి 'రాజకీయాలు-అధికారం-పార్టీలు అనే పుస్తకరూపం దాల్చాయి. ఆ మహాసభలోనే రాడికల్ డెమోక్రటిక్ పార్టీని రద్దు చేశారు. రాడికల్ హ్యూమనిస్టు ఉద్యమాన్ని ప్రారంభించారు.

1952లో అంతర్జాతీయ మానవవాద నైతిక సంఘం (International Humanist and Ethical Union ('ప్రస్తుతం- Humanist International) ఏర్పడింది. ఈ సంస్థ ఫౌండర్ డైరెక్టర్లలో రాయ్ ఒకరు. రాయ్ పరోక్షంలోనే ఆ సంఘ ఉపాధ్యక్షుల్లో ఒకరిగా ఎన్నికయ్యారు.

1952 జూన్ 11న రాయ్, ఎలెన్‌లు డెహ్రాడూన్ సమీపంలోని ముస్సోరిలో ఉదయం పూట నడుస్తుండగా ప్రమాదవశాత్తు రాయ్ కాలుజారి 50 అడుగుల లోయలోకి దొర్లుకుంటూ పడిపోయాడు.

జీవితపు చివరి రోజుల్లో రాయ్ 'వివేకం-ఉద్వేగం-విప్లవం' అనే గొప్ప పుస్తకాన్ని రెండు సంపుటాలుగా రాశాడు. అందులో మానవాభ్యుదయంలో భావాల విశిష్టమైన పాత్రను వివరించాడు. తరువాత రాయ్ స్మృతులను రాయడం ప్రారంభించి, అవి పూర్తికాకముందే 1954 జనవరి 25న గుండెపోటు వల్ల శాశ్వతంగా కన్నుమూశాడు. అతని జీవితాన్ని నడిపిన మౌలిక ప్రేరణ స్వేచ్ఛ. దానిని కాపాడడానికే మానవవాదాన్ని మానవాళికి అందించిన ధన్యజీవి ఎం.ఎన్.రాయ్.

రాయ్ ప్రతిపాదించిన రాడికల్ హ్యూమనిజాన్ని నవ్యమానవవాదంగా, శాస్త్రీయ మానవవాదంగా పరిగణిస్తున్నారు. రాడికల్ హ్యూమనిజం ఒక సమగ్ర తాత్విక జీవన విధానం.

ఎం.ఎన్.రాయ్ (1887-1954)

విశ్వాన్ని గురించి, విశ్వపరిణామ క్రమంలో మానవుడి ఆవిర్భావాన్ని గురించి రాడికల్ హ్యూమనిజం భౌతికవాదపరంగా వివరిస్తుంది. విశ్వానికి, విశ్వంలో భాగమైన వ్యక్తికి గల సంబంధాన్ని, వ్యక్తికి సమాజానికి వున్న సంబంధాన్ని గురించి విజ్ఞానశాస్త్రం వెలుగులో విశ్లేషిస్తుంది. వ్యక్తి వివేచనకు మూలమైన హేతువును విశ్వనియమాల్లో చూస్తుంది. స్వేచ్ఛను మానవ జీవనసారంగా గుర్తిస్తుంది. మానవులను చరిత్ర నిర్మాతలుగా పేర్కొంటుంది. చరిత్ర నిర్మాణంలో వివేక సంకల్పాలకు, భావాలకు సముచిత స్థానాన్నిస్తుంది. సత్యాన్వేషణ, స్వేచ్ఛాపిపాసలను అభ్యుదయ కారకాలుగా పరిగణిస్తుంది.

మానవుడు తనకు తానే లక్ష్యమని, మరో లక్ష్యానికి సాధనం కాదని మానవవాదం భావిస్తుంది. "మానవుడే అన్నిటికీ ప్రమాణం" అన్న ప్రొటాగరస్ సూక్తి, 'మానవుడు తన భవితవ్యానికి తానే కర్త' అన్న మార్క్స్ సూక్తి మానవవాదానికి స్ఫూర్తి. మానవవాదంలో వ్యక్తి, వ్యక్తి శ్రేయస్సు కేంద్ర స్థానంలో వుంటాయి. వ్యక్తి స్వేచ్ఛకు భంగం కలిగించే నియంతృత్వ విధానాలను అన్నిటినీ వ్యతిరేకిస్తుంది మానవవాదం.

విశ్వమంతా పదార్థ నిర్మితమే. అందుకే దాని తత్వాన్ని భౌతికవాద మంటున్నాం. పదార్థం అణువుల, పరమాణువుల రూపంలోనేకాక అంతకంటె సూక్ష్మమైన ఎలక్ట్రానులు, ప్రొటానులు, న్యూట్రానుల వంటి అత్యంత సూక్ష్మ రేణువుల రూపంలోను వుంటుందని తేలింది. అంతేగాక పదార్థం వక్తి రూపంలోను వుంటుందని రుజువైంది. సుప్రసిద్ధ భౌతిక శాస్త్రవేత్త అల్బర్ట్ ఐన్‌స్టీన్ ఎంతపదార్థం ఎంత శక్తిగా మారుతుందో గణిత సూత్రరీత్యా లెక్కించి $E=MC^2$ అనే సూత్రాన్ని కనిపెట్టాడు. దాంతో భౌతికవాదం భౌతిక వాస్తవికవాదమయింది.

విశ్వం నియమబద్ధం, నిత్య పరిణామ శీలం. ఆద్యంతరహితం. విశ్వనియమాలను గ్రహించడం ద్వారానే మనకు జ్ఞానం ఏర్పడుతుంది. జ్ఞానం ఏర్పడిన

మేరకే దాన్ని సత్యంగా గుర్తిస్తాం. సత్యం అంటే జ్ఞాన విషయమే. (Truth is the content of knowledge).. సత్యం తెలిసిన మేరకే స్వేచ్ఛ లభిస్తుంది.

విశ్వంలోని నియమబద్ధతే మానవుడిలో హేతుత్వంగా రూపొందింది. అందుకే మానవులందరూ హేతువాదులవుతున్నారు. అంటే తమలోని హేతుత్వాన్ని వినియోగించుకోగల సామర్థ్యాన్ని కలిగి వున్నారని అర్థం .

ఎప్పటికప్పుడు మానవుడు తన భావాలను అనుభవాల ఆధారంగా, జ్ఞానం వెలుగులో పరీక్షించుకుంటూ, మార్చుకుంటూ పోవడమే హేతువాద విధానం. దీనికి భిన్నంగా ఒకసారి ఏర్పరచుకున్న భావాన్ని, తప్పని తేలిన తరువాత కూడా వదులుకోకపోవడం అహేతుకమవుతుంది. అప్పుడు అటువంటి భావాలు అతనిలో వ్యవస్థీకృతమైపోతాయి. ఆ వ్యవస్థీకృతమైన భావాలే మతాలుగా రూపొందినట్లు భావాల చరిత్ర తెలుపుతోంది.

వివేకవంతుడైన మానవుడు తన శ్రేయస్సుకోసం, సుఖసంతోషాల కోసం కుటుంబం, సమాజం, వివాహం వంటి వ్యవస్థలను రూపొందించుకున్నాడు. ఆర్థిక, రాజకీయ వ్యవస్థలను నిర్మించుకున్నాడు. సాంస్కృతిక కళారూపాలను పెంపొందించుకున్నాడు. ఆచార సాంప్రదాయాలను, కట్టుబాట్లను విధించుకున్నాడు. చివరికి తాను సృష్టించుకున్న వాటికే తాను బానిసగా మారిపోయాడు. భద్రత కరువై, సుఖశాంతులకు దూరమై సమస్యల సుడిగుండంలో చిక్కుకున్నాడు. జాతి, కులం, మతం, వర్గం వంటి సమిష్టి మిథ్యా భావనలకు బలైపోతున్నాడు.

ఈ సంక్షోభం నుండి బయటపడాలంటే ముందుగా తన శక్తి సామర్థ్యాల గురించి, తన స్థానం గురించి తెలుసుకోవాలి. అప్పుడు తనను ఉద్ధరించే వారెవ్వరూ లేరని, తనను తానే ఉద్ధరించుకోవాలని తెలుసుకుంటాడు. కోల్పోయిన ఆత్మ విశ్వాసాన్ని తిరిగి పొందుతాడు. దానితో శారీరకంగా, మానసికంగా వున్న సంకెళ్ళను తెంచుకుంటాడు. స్వేచ్ఛా జీవిగా అవతరిస్తాడు. స్వేచ్ఛ అంటే విశృంఖలత్వం కాదు. అది

నిర్బంధ రాహిత్యం. వ్యక్తుల్లోని శారీరక, మానసిక శక్తుల వికాసాన్ని నిరోధించే ఆటంకాలన్నీ క్రమంగా అదృశ్యం కావడమే స్వేచ్ఛ.

నైతిక విలువలకు రాడికల్ హ్యూమనిజం అత్యంత ప్రాధాన్యతనిస్తుంది. నీతి అంటే అంతరంగానికి జరిగే విన్నపమే. దైవానికో, చట్టానికో భయపడి నీతిగా వుండడమనేది నిజమైన నీతి కాదు. అటువంటి వాటికి భయపడకుండా బుద్ధిపూర్వకంగా నీతిగా ప్రవర్తించినపుడే అది నిజమైన నీతి అవుతుంది.

తనపట్ల ఇతరులు ఏవిధంగా ప్రవర్తించరాదని అనుకుంటాడో, అదే విధంగా తాను ఇతరులపట్ల ప్రవర్తించరాదని భావించడమే మౌలిక నైతిక సూత్రంగా పరిగణించాలి. నైతిక విలువలు సాపేక్షమైనవి కావు. అవి నిరపేక్షమైనవి, విశ్వజనీనమైనవి.

లక్ష్య సాధనాల మధ్య సమన్వయం ఉండాలంటుంది రాడికల్ హ్యూమనిజం. చెడ్డ సాధనం ద్వారా మంచి లక్ష్యాన్ని చేరుకోలేం. మంచి సాధనం ద్వారానే మంచి లక్ష్యాన్ని చేరుకోగలం.

కమ్యూనిస్టు సిద్ధాంతంలోని లోపాలను గుర్తించి, వాటిని సరిదిద్దడానికి రాయ్ చేసిన ప్రయత్నమే అతడిని మానవవాద సిద్ధాంతానికి చేర్చింది. కమ్యూనిస్టు సిద్ధాంతంలోని ఆర్థిక నియతివాదం, శ్రామికవర్గ విప్లవ అనివార్యత, రాజ్యం రాలిపోవడం, కార్మికవర్గ నియంతృత్వం, వర్గపోరాటం మొదలైన భావాలన్నీ పూర్తిగా పొరపాటు అవగాహనతో కూడుకున్నవని రాయ్ గుర్తించాడు. వాటి వల్లనే కమ్యూనిస్టు సిద్ధాంతం విఫలమైందని భావించిన రాయ్ ప్రత్యామ్నాయంగా రాడికల్ హ్యూమనిస్టు సిద్ధాంతాన్ని ప్రతిపాదించాడు.

రాడికల్ హ్యూమనిజం తాత్విక రంగంలో భౌతిక వాస్తవిక వాదాన్ని, సామాజిక రంగంలో సమతావాదాన్ని, రాజకీయ రంగంలో పార్టీరహిత ప్రజాస్వామ్యాన్ని, ఆర్థిక

రంగంలో సహకార ఆర్థిక విధానాన్ని ప్రతిపాదించింది. వాటిని సాకారం చేసుకోడానికే రాడికల్ హ్యూమనిస్టులు నిరంతరాయంగా శ్రమిస్తున్నారు.

భావాలను, నైతిక విలువలను కమ్యూనిస్టు సిద్ధాంతం నిర్లక్ష్యం చేసింది. మనుషుల్లోని భావాలు గాని, సంబంధాలుగాని ఆయా కాలాలలోని ఉత్పత్తి సాధనాలను బట్టే వుంటాయని, వర్గరహిత సమాజంలో భిన్నమైన నైతిక విలువలు ఆవిర్భవిస్తాయని కమ్యూనిస్టులు కన్న కలలన్నీ కల్లలని చరిత్ర రుజువు చేసింది.

వీటన్నిటినీ ప్రత్యక్షంగా గమనించిన రాయ్ మానవుడి స్వేచ్ఛకు, శ్రేయస్సుకు భంగం కలుగని విధంగా రాజకీయార్థిక విధానాలుండాలని భావించాడు. నేడు ప్రపంచ వ్యాప్తంగా అధిక భాగం మత నియంతృత్వాలు, సైనిక నియంతృత్వాలు రాజ్యమేలుతున్నాయి. ఇవి మానవుడి రాజకీయ, ఆర్థిక స్వేచ్ఛకు ప్రమాదకరంగా పరిణమించాయి. దీనికి ప్రత్యామ్నాయంగా కొన్ని దేశాలలో పార్లమెంటరీ ప్రజాస్వామ్యాలు కొనసాగుతున్నప్పటికీ అవి నిజమైన ప్రజాస్వామ్యాన్ని అపహాస్యం చేస్తున్నాయి.

ప్రజాస్వామ్యం పేరుతో నేడు కొనసాగుతున్నది పార్టీ స్వామ్యమే. ఎందుకంటే, పార్టీలు నిలబెట్టే సభ్యులు గెలుపొందాక నియోజక వర్గాల ప్రజలకు బదులుగా వారిని నిలబెట్టిన పార్టీలకే బాధ్యత వహిస్తున్నారు. ఈ క్రమంలో అధికారాన్ని పొందడానికి వివిధ పార్టీల మధ్య పోటీ తీవ్రరూపాన్ని ధరిస్తుంది. ఆ అధికారాన్ని పొందడానికి, పొందిన అధికారాన్ని నిలబెట్టుకోవడానికి పార్టీలన్నీ అవినీతికి పాల్పడుతున్నాయి.

ఈ క్రమంలో పార్టీ రాజకీయాల్లో ప్రజా శేయస్సు అదృశ్యమై, ప్రజాస్వామ్యం అపహాస్యమవుతుంది. చివరకు అధికారం పార్టీలలోను, పార్టీ నాయకుల చేతుల్లోను కేంద్రీకృతమవుతుంది. ఈ విధంగా పార్టీతత్వమే ప్రజాస్వామ్య తత్వానికి విరుద్ధమని తేలిపోయింది.

అందుకే రాడికల్ డెమోక్రటిక్ పార్టీని రద్దు చేసిన ఎం.ఎన్.రాయ్, రాజకీయాల్లో పార్టీరహిత, భాగస్వామ్య ప్రజాస్వామ్యాన్ని ప్రతిపాదించాడు.

పార్టీరహిత ప్రజాస్వామ్యంలో ప్రజలు తమ సార్వభౌమత్వాన్ని వినియోగించుకోడానికి స్థానిక ప్రజా సంఘాలు (peoples committees) గా ఏర్పడాలి. ఇవి గ్రామ స్థాయి నుండి, మండల, జిల్లా, రాష్ట్రస్థాయి వరకు ఏర్పడాలి. అటువంటి ప్రజాసంఘాలపై ఆధారపడి నిర్మితమైన పిరమిడు ఆకారంలో రాజ్యం వుండాలి. ఈ ప్రజాసంఘాలు స్థానిక పాలనా వ్యవహారాలను నిర్వహించడంతో పాటు శాసన సభలకు, పార్లమెంటుకు సభ్యులను సిఫారసు చేసి నిలబెడతాయి.

చట్టసభలలో చట్టాల గుణదోషాలను పరిశీలించడానికి, కొత్త చట్టాలను ప్రతిపాదించడానికి (Initiative), అవసరమైనపుడు తమ ప్రతినిధులను వెనుకకు పిలిపించడానికి (Recall), ప్రధాన సమస్యలలో అభిప్రాయ సేకరణకు (Referendum), ప్రధాన వ్యవహారాలలో తమ అభీష్టాన్ని తెలియజేయడానికి (plebisite). ప్రజాసంఘాలకు అధికారం వుండాలి. స్థానిక ఆర్థిక ప్రణాళికలను తయారు చేసి, దాని అమలును పర్యవేక్షించే అధికారం కూడా ప్రజాసంఘాలకు ఉండాలి.

రాజకీయార్థికాధికారాల్లో సమూల వికేంద్రీకరణ జరగాలి. అప్పుడే అది నిర్మాణాత్మక ప్రజాస్వామ్యం (organised Democracy) అవుతుంది. ప్రజలు తమ అధికారాన్ని సర్వకాల సర్వావస్థలలోను సమర్థవంతంగా చెలాయించుకోడానికి అవసరమైన సాధనాలకు, మార్గాలకు అవకాశం ఏర్పడుతుంది. ఈ విధానం విజయవంతం కావాలంటే ప్రజలు విద్యావంతులు కావాల్సి వుంటుంది.

ఆర్థికరంగాన్ని పరిశీలిస్తే రెండు ప్రధానమైన ఆర్థిక విధానాలు ప్రపంచ వ్యాప్తంగా చాలా దేశాల్లో అమలవుతున్నాయి. ఒకటి ప్రయివేటు వ్యక్తుల యాజమాన్యం కింద స్వేచ్ఛా వ్యాపారంగా కొనసాగే పెట్టుబడిదారీ ఆర్థిక విధానం. మరొకటి మొత్తం

ఆర్థిక వ్యవస్థనే జాతీయం చేసే కమ్యూనిస్టు ఆర్థిక విధానం. పెట్టుబడి దారీ ఆర్థిక విధానంలో ధనికులు, పేదల మధ్య విపరీతమైన ఆర్థిక వ్యత్యాసాలు కొనసాగుతుండగా, కమ్యూనిస్టు ఆర్థిక విధానంలో రాజకీయాధికారం వున్న చోటనే ఆర్థికాధికారం కూడా కేంద్రీకృతమవుతుంది.

పెట్టుబడిదారీ దేశాలలో రాజకీయ స్వేచ్ఛపేరిట ఆర్థిక దోపిడీ కొనసాగుతుండగా, కమ్యూనిస్టు దేశాల్లో ఆర్థికసమత పేరిట రాజకీయ నియంతృత్వం కొనసాగుతోంది. వాస్తవానికి రాజకీయ ప్రజాస్వామ్యం లేకుండా ఆర్థిక ప్రజాస్వామ్యం కానీ, ఆర్థిక ప్రజాస్వామ్యం లేకుండా రాజకీయ ప్రజాస్వామ్యం కానీ సాధ్యం కావు. ఒక దానిలో రాజకీయ స్వేచ్ఛ కోసం ఆర్థిక స్వేచ్ఛ బలవుతుండగా, మరో దానిలో ఆర్థిక స్వేచ్ఛకోసం రాజకీయ స్వేచ్ఛను బలిపెట్టడం జరుగుతుంది.

ఆర్థిక ప్రజాస్వామ్యం కావాలంటే ఉత్పత్తి సాధనాల మీద పెట్టుబడిదారుల యాజమాన్యం కానీ, ప్రభుత్వ యాజమాన్యం కానీ లేకుండా వుండాలి. అందుకోసమే విఫలమైన ఈ రెండు విధానాలకు ప్రత్యామ్నాయంగా రాడికల్ హ్యూమనిజం సహకార ఆర్థిక విధానాన్ని ప్రతిపాదిస్తుంది.

సహకార ఆర్థిక విధానంలో ప్రధాన ఉత్పత్తి సాధనాలు, పంపిణీ, వినిమయం పెట్టుబడిదార్లకు గాని, ప్రభుత్వానికి గాని చెందవు. అందులో పనిచేసే కార్మికులకే చెందుతాయి. అక్కడ పెట్టుబడిదారుల వల్లగాని, ప్రభుత్వం వల్ల గాని కార్మికుల దోపిడీ వుండదు. ఉత్పత్తి సాధనాల, ఉత్పత్తి సరుకుల యజమానులుగా కార్మికులే వుంటారు. ఉత్పత్తి, పంపిణీలు పూర్తిగా వికేంద్రీకృతమవుతాయి. కేవలం లాభార్జన దృష్టితో కాక మానవుడి జీవన ప్రమాణం పెంచటం, నిత్యావసరాలు తీర్చటం ప్రధాన ఆదర్శాలుగా ఉత్పత్తి విధానం వుండాలి. దీనికోసం ఉత్పత్తిదారుల, వినిమయదారుల సహకార సంఘాలు ఏర్పాటు కావాలి. క్రింది స్థాయి సహకార సంఘాల నుంచి జాతీయ స్థాయి సహకార సంఘాల వరకు పరస్పర సహకార భావం వుండాలి.

ఎం.ఎన్.రాయ్ (1887-1954)

ప్రభుత్వ అధీనంలో అర్థప్రభుత్వ వ్యవస్థగా కొనసాగుతున్న నేటి సహకార వ్యవస్థ అధికార వ్యామోహం, అవినీతి, బంధుప్రీతి వంటి అనేక అవలక్షణాలతో, కులం, మతం, వర్గం వంటి సంకుచిత భావాలతో సమస్యల సుడిగుండంలో చిక్కుకొని సతమతమవుతూ పూర్తిగా విఫలమైంది. రాడికల్ హ్యూమనిజం ప్రతిపాదించే సహకార ఆర్థిక విధానంతో నేటి సహకార విధానాన్ని ఏ విధంగానూ పోల్చడానికి వీలులేదు.

ఆత్మ విశ్వాసంతో, చైతన్యవంతులైన సభ్యులతో కూడిన సహకార సంఘాలు స్వేచ్ఛా సమానత్వ సౌభ్రాతృత్వ విలువలను కాపాడుతూ, నిజాయితీగా, చిత్తశుద్ధితో ప్రవర్తించినపుడు హ్యూమనిస్టు ఆర్థిక విధానం విజయవంత మవుతుంది.

ప్రతి సాంఘిక విప్లవానికి ముందు సాంస్కృతిక విప్లవం తప్పని సరిగా జరగాలనేది మానవవాదంలో మరో మౌలిక సూత్రం. సమాజంలో ఏ మార్పు రావాలన్నా ముందుగా ఆ మార్పు సమాజంలోని వ్యక్తుల ఆలోచనల్లో రావాలి. వ్యక్తుల భావాలలో, ఆలోచనా విధానంలో ఆశించిన మార్పు రానంతకాలం సమాజంలో కూడా అభ్యుదయకరమైన మార్పు సాధ్యం కాదు.

అందువల్ల ఎన్ని పార్టీలు మారినా, ప్రభుత్వాలు మారినా, ఎన్ని చట్టాలు చేసినా ఆచరణలో అవన్నీ విఫలమవుతుండడాన్ని మనం ప్రత్యక్షంగా చూస్తున్నాం.

సమాజాన్ని అనేక సమస్యలు పట్టి పీడిస్తున్నాయి. ముఖ్యంగా కర్మవాదం, ఆధ్యాత్మిక వాదం, మూఢవిశ్వాసాలు విజృంభించి సమాజాన్ని శాసిస్తున్నాయి. మతఛాందసవాదం, తీవ్రవాదం పరాకాష్టకు చేరి ప్రపంచానికే ప్రమాదకరంగా పరిణమించాయి.

ఇటువంటి విషమ పరిస్థితులలో మానవాళిని రక్షించగలిగేది ఆధునిక విజ్ఞానశాస్త్రం మీద ఆధారపడిన వైజ్ఞానిక తత్వమే. ఆ వైజ్ఞానిక తత్వం మీద ఆధారపడిన భావవిప్లవోద్యమమే. దానికి హేతువాదం సాధనంగా, మానవవాదం లక్ష్యంగా వుండాలి.

నేడు దేశంలో వర్గ చైతన్యం కంటె కులచైతన్యం, మతచైతన్యమే ఆధిపత్యంలో కొనసాగుతున్నాయి. ఈ పరిస్థితిని హిందూమతవాదులు బాగా సొమ్ము చేసుకుంటున్నారు. ఒకే మతం, ఒకే జాతి, ఒకే పార్టీ వంటి నినాదాలతో వారు ఫాసిజాన్ని దేశంలో స్థాపించడానికి కృషి చేస్తున్నారు. ఈ దేశంలో ఫాసిస్టు నియంతృత్వ పాలన రావడానికి సామాజిక పరిస్థితులు అనుకూలంగా వున్నాయి. ఫాసిస్టు శక్తులు రాజ్యాంగాన్ని సమూలంగా మార్చడానికి, హిందూ రాష్ట్రాన్ని స్థాపించడానికి కుట్రలతో కూడిన ప్రణాళికలను రచిస్తున్నారు. ఇదే నేడు దేశం ఎదుర్కొంటున్న ప్రధాన సమస్య.

అందుకే దాదాపు 80 ఏళ్ల క్రితమే ఎం.ఎన్.రాయ్ ఇటువంటి పరిణామాలను సక్రమంగా వూహించి, తన రచనల్లో విశ్లేషించి, వివరించారు. మానవవాద భావవిప్లవమే దానికి పరిష్కార మార్గంగా చూపారు.

హేతువాద భావాలతో, మానవవాద స్ఫూర్తితో ప్రేరణ పొందిన వ్యక్తులు నిస్వార్థంగా, నిజాయితీగా కృషి చేసినపుడు హ్యూమనిస్టు విప్లవం విజయవంత మవుతుందని రాయ్ ఆశించాడు. అధికారాన్ని ఆశించని రాడికల్ హ్యూమనిస్టులు ప్రజలకు మార్గదర్శకులుగా, స్నేహితులుగా, తాత్వికులుగా మాత్రమే వుంటారు.

ఇటువంటి విప్లవాత్మకమైన, ఉన్నతమైన రాడికల్ హ్యూమనిస్టు సిద్ధాంతాన్ని మానవాళికి అందించిన విప్లవాత్మక తాత్వికుడైన ఎం.ఎన్.రాయ్‌కి మానవాళి రుణపడి వుంటుంది.

జులియన్ హక్స్‌లే (1887-1975)

జులియన్ సోరెల్ హక్స్‌లే బ్రిటన్‌కు చెందిన పరిణామ జీవ శాస్త్రవేత్త, యూజెనిసిస్ట్ (జీన్స్ నిర్మాణంలో మార్పు చేయడం ద్వారా మంచి సంతానాన్ని సృష్టించడం), అంతర్జాతీయ వాది, 20వ శతాబ్దపు సుప్రసిద్ధ మేధావి, మానవవాద తత్వవేత్త.

హక్స్‌లే లండన్ జువలాజికల్ సొసైటీకి కార్యదర్శిగా (1935-1942) ఉన్నాడు. యునైటెడ్ నేషన్స్ ఎడుకేషనల్, సైంటిఫిక్ అండ్ కల్చరల్ ఆర్గనైజేషన్ (UNESCO)కి మొదటి డైరెక్టర్‌గా వున్నాడు. ప్రపంచ వన్యప్రాణుల సంస్థలో సభ్యుడిగా వున్నాడు. బ్రిటిష్ యూజెనిక్స్ సొసైటీకి అధ్యక్షుడిగా (1959-1962), బ్రిటిష్ మానవవాద సంఘానికి అధ్యక్షుడిగా వున్నారు.

హక్స్‌లే తన పుస్తకాల ద్వారా, రేడియో, టెలివిజన్ ప్రసంగాల ద్వారా సైన్సుకు బాగా ప్రచారం కల్పించాడు. అతడు దర్శకత్వం వహించిన వన్యప్రాణి చిత్రానికి ఆస్కార్ అవార్డు లభించింది. సైన్సుకు ప్రజాదరణ కల్పించినందుకు గాను 1953లో యునెస్కో వారి డార్విన్ మెడల్ హక్స్‌లే ని వరించింది . 1956లో అతనికి లష్కర్ ఫౌండేషన్ వారి నుండి ప్రత్యేక అవార్డు లభించింది.

హక్స్‌లేది తండ్రి తరపున హక్స్‌లే కుటుంబమైనా తల్లి తరఫున ఆర్నాల్ట్ కుటుంబం. హక్స్‌లే తాత థామస్ హెన్రీ హక్స్‌లే అజ్ఞేయవాదాన్ని ప్రచారం చేశాడు. థామస్ హెన్రీ హక్స్‌లే చార్లెస్ డార్విన్‌కు మిత్రుడు మరియు పరిణామవాదాన్ని సమర్థించినవాడు.

హక్స్‌లే తండ్రి లియోనార్డ్ హక్స్‌లే ఒక రచయిత, సంపాదకుడు. తల్లి జులియా ఆర్నాల్డ్ ఆక్స్‌ఫర్డ్ గ్రాడ్యుయేట్. 1882లో ఆంగ్ల సాహిత్యంలో ప్రథమ శ్రేణిలో పాసయ్యింది. జులియా, లియోనార్డ్‌లు 1885లో వివాహం చేసుకున్నారు. వారికి నలుగురు సంతానం. మార్గరెట్, అల్డాస్, ట్రెవెనెన్, జులియన్.

జులియన్ హక్స్‌లే 1887 జూన్ 22వ తేదీన లండన్‌లో జన్మించాడు. అతని తల్లి గిల్డ్ ఫోర్డ్‌లోని కాంప్టన్‌లో 1902లో పాఠశాలను ప్రారంభించింది. 1908లో ఆమె కాన్సర్‌తో మరణించింది. అప్పుడు హక్స్‌లే వయసు 21 సంవత్సరాలు. 1912లో హక్స్‌లే తండ్రి, హక్స్‌లే వయసుతో సమానంగా వున్న రోసలిండ్ బ్రూస్ అనే యువతిని రెండో వివాహం చేసుకున్నాడు. వారికి ఆండ్రూ, డేవిడ్ అనే ఇద్దరు కుమారులు జన్మించారు.

హక్స్‌లే ఇంగ్లండులోని షాకిల్ ఫోర్‌లో గల ఇంటిలోనే తన బాల్యం గడిపాడు. తన తాతగారైన థామస్ హెన్రీ హక్స్‌లే నేర్పిన పాఠాల వల్ల తనకు ప్రకృతి పట్ల ఆసక్తి కలిగింది.

హక్స్‌లే 1919లో ఫ్రెంచ్'స్విస్ మహిళ జులియట్ బయిలాట్‌ను వివాహం చేసుకున్నాడు. కొన్నాళ్ల తరువాత అతడు మే సార్టన్ అనే కవయిత్రితో అక్రమ సంబంధం పెట్టుకొన్నాడు. హక్స్‌లే 'బైపోలార్ డిసార్డర్ ' అనే మానసిక వ్యాధితో బాధపడ్డాడు. తన రోజువారీ పనులు చేసుకోలేక విపరీతమైన నిరాశా నిస్పృహలకు లోనయ్యేవాడు. జీవితాంతం అతడు తన భార్య మీద ఆధారపడుతూ జీవించాడు.

హక్స్‌లే - జులియట్‌లకు ఆంథోనీ, ఫ్రాన్సిస్ అనే ఇద్దరు కుమారులు జన్మించారు. వారిద్దరూ శాస్త్రవేత్తలుగా స్థిరపడ్డారు.

బాల్యంలో హక్స్‌లే ఈటన్ కాలేజీలో చదువుకొన్నాడు. ఆ సమయంలోనే జంతుశాస్త్రంలో భాగమైన పక్షిశాస్త్రం (Ornithology) పై ఆసక్తిని పెంచుకున్నాడు. పిగ్గీ హిల్ అనే గురువు తన ఆసక్తికి కారణమని హక్స్‌లే పేర్కొన్నాడు. 1905లోనే హక్స్‌లే

జంతు శాస్త్రంలో స్కాలర్‌షిప్ పొందాడు. హక్స్‌లేకు పక్షి శాస్త్రజ్ఞుడైన విలియం వార్డే ఫౌలర్‌తో స్నేహం కుదిరింది. అతనికి పిండోత్పత్తి శాస్త్రం (Embriology), ఏకకణ జీవశాస్త్రం (Protozoology) వంటి వాటిపై మరింతగా ఆసక్తి పెరిగింది.

హక్స్‌లే 1909లో ప్రథమ శ్రేణిలో పాసై తన ఆనర్స్ డిగ్రీని పొందాడు. అదే సంవత్సరం కేంబ్రిడ్జి విశ్వవిద్యాలయంలో జరిగిన డార్విన్ శతజయంతి సభలకు హాజరయ్యాడు.

హక్స్‌లే నేపుల్స్ మెరైన్ బయోలాజికల్ స్టేషన్‌లో ఒక సంవత్సరం పాటు గడపడానికి స్కాలర్‌షిప్ లభించింది. అక్కడే అతనికి సముద్ర జీవులను పరిశోధించడంలో ఆసక్తి కలిగింది. 1910లో ఆక్స్‌ఫర్డ్ విశ్వవిద్యాలయంలోని జంతుశాస్త్ర శాఖలో డెమాన్‌స్ట్రేటర్‌గా ఉద్యోగం దొరికింది. అక్కడ హక్స్‌లేకి నీటి పక్షులను, వాటి అలవాట్లను ఒక క్రమపద్ధతిలో పరిశీలించే అవకాశం దక్కింది. చిన్నతనంలో అతనికి వున్న పక్షులను గమనించే అలవాటే పక్షిశాస్త్రంలో ఆసక్తిని కలిగించింది. ఆ అలవాటే పక్షులను సర్వే చేయడానికి, రక్షించడానికి సహాయపడింది. నీటిపక్షుల ప్రవర్తన పైనే అతనికి ఆసక్తి మెండు. 1914లో హక్స్‌లే నీటి పక్షుల గురించి రాసిన పుస్తకం పక్షుల ప్రవర్తన మీద రాసిన గొప్ప పుస్తకంగా పేరుపొందింది. అందులో అతడు వెల్లడించిన భావాలు సామాన్య పాఠకులలో ఆసక్తిని రేకెత్తించాయి.

హ్యూస్టన్‌లో కొత్తగా ఏర్పాటైన రైస్ విశ్వవిద్యాలయంలో జీవశాస్త్రశాఖను ప్రారంభించవలసిందిగా 1912లో హక్స్‌లేని ఎడ్గార్ డెల్ లోవెట్ కోరాడు. మరుసటి సంవత్సరంలో దాన్ని ప్రారంభించడానికి హక్స్‌లే అంగీకరించాడు. 1912లోనే హక్స్‌లే అమెరికాలో పర్యటించి రైస్ సంస్థతో సహా సుప్రసిద్ధ విశ్వవిద్యాలయాలన్నిటినీ దర్శించాడు. కొలంబియా విశ్వవిద్యాలయంలోని హెచ్.జె.ముల్లర్‌ను తనతోపాటు రైస్ సంస్థలో చేరవలసిందిగా హక్స్‌లే ఆహ్వానించాడు. దానికి అంగీకరించిన ముల్లర్ తన పి.హెచ్.డి.ని త్వరగా పూర్తి చేయాలనే ఉద్దేశంతో 1915-1916 విద్యా

సంవత్సరారంభం సమయానికి హ్యూస్టన్ చేరుకున్నాడు. అక్కడ ముల్లర్ జీవశాస్త్రాన్ని బోధించాడు.

రైస్ ఇన్స్టిట్యూట్‌లో అసిస్టెంట్ ప్రొఫెసరుగా చేరకముందే హక్స్లే తన కొత్త ఉద్యోగార్థం జర్మనీలో ఒక సంవత్సరం గడిపాడు.

హక్స్లే లూసియానా రాష్ట్రంలోని అవెరీ ద్వీపాన్ని సందర్శించే సందర్భంగా హమ్మింగ్ పక్షిని చూడటం అతని జీవితంలో అత్యంత సంతోషకరమైన సంఘటన అయ్యింది. అక్కడే అతడు నీటి పక్షులు ప్రదర్శించే పరస్పర సహకార చర్యల్ని గమనించాడు.

1914లోనే మొదటి ప్రపంచయుద్ధం ప్రారంభమైంది. 1916 సెప్టెంబర్‌లో యుద్ధంలో సహాయపడడానికిగాను టెక్సాస్ నుండి ఇంగ్లండుకు తిరిగి వచ్చాడు. 1917 మే 25న రాయల్ ఆర్మీ సర్వీస్ కార్పొరేషన్‌లో ద్వితీయశ్రేణి తాత్కాలిక లెఫ్టినెంట్‌గా నియమించబడ్డాడు. 1918 జనవరి 26 నుండి బ్రిటిష్ ఆర్మీ ఇంటలిజెన్స్ కార్పొరేషన్‌లో పనిచేయడానికై బదిలీ చేయబడ్డాడు. తరువాత అతడిని ఉత్తర ఇటలీకి బదిలీ చేశారు. 1918 మే 3న అతనికి ప్రొమోషన్ లభించింది. యుద్ధం ముగిసిన తరువాత ఆక్స్‌ఫర్డ్ న్యూకాలేజీలో ఫెలోగా నియమితుడైనాడు. విశ్వవిద్యాలయ జంతుశాస్త్ర విభాగంలో సీనియర్ డెమాన్స్ట్రేటర్ అయ్యాడు. వాస్తవానికి హక్స్లే తన పాత గురువైన జఫ్రీ స్మిత్ స్థానాన్ని పొందాడు.

1925లో హక్స్లే లండన్ కింగ్స్ కాలేజీలో జంతుశాస్త్ర ఆచార్యుడిగా నియమితుడయ్యాడు. అయితే 1927లోనే అతడు తన ఉద్యోగానికి రాజీనామా చేసి, హెచ్.జి.వెల్స్‌తో కలిసి పూర్తి కాలం జీవశాస్త్రంలో పనిచేయడానికి వెళ్లాడు. 1927 నుండి 1931 వరకు రాయల్ ఇన్స్టిట్యూట్‌లో శరీర ధర్మశాస్త్ర ఆచార్యుడిగా పనిచేశాడు.

1930 దశకంలో హక్స్లే విస్తృతంగా పర్యటించి అనేక శాస్త్ర సంబంధమైన కార్యకలాపాలలో పాల్గొన్నాడు. 1931లో రష్యా ఆహ్వానం మేరకు వెళ్లి రష్యాను

దర్శించాడు. కెన్యా మరియు ఇతర తూర్పు ఆఫ్రికా దేశాలలో పర్యటించి అక్కడ నేషనల్ పార్కులను ఏర్పాటు చేశాడు.

1933 నుండి 1938 వరకు హక్స్‌లే లార్డ్‌హేవీస్ ఆఫ్రికన్ సర్వేలో కమిటీ సభ్యుడిగా వున్నాడు. 1935లో జువలాజికల్ సొసైటీ ఆఫ్ లండన్‌కి కార్యదర్శిగా నియమితుడయ్యాడు.

అమెరికా వారి ఆహ్వానం మేరకు 1941లో హక్స్‌లే అమెరికాలో పర్యటించి ఉపన్యాసాలిచ్చాడు. 1943లో బ్రిటిష్ ప్రభుత్వం హక్స్‌లేని వలసదేశాల ఉన్నత విద్యా కమిషన్‌లో అధికారిగా నియమించింది. పశ్చిమ ఆఫ్రికా కామన్‌వెల్త్ దేశాల్లో విశ్వవిద్యాలయాల స్థాపనకై సర్వే జరిపాడు. అక్కడే అతనికి హెపటైటిస్ వ్యాధి సోకింది. దాంతో హక్స్‌లే మానసికంగా క్రుంగిపోయాడు. దాని నుండి కోలుకోడానికి అతనికి సంవత్సరకాలం పట్టింది. అప్పుడతని వయసు 55 సంవత్సరాలు.

హక్స్‌లే జీవితాంతం అంతర్జాతీయ వాదిగా వున్నాడు. విద్య గురించి ఎక్కువగా ఆలోచించాడు. 'యునైటెడ్ నేషన్స్ ఎడ్యుకేషనల్, సైంటిఫిక్ అండ్ కల్చరల్ ఆర్గనైజేషన్ (UNESCO) ఏర్పాటుకై కృషిచేశాడు. ఆ సంస్థకు 1946లో మొదటి డైరెక్టర్ జనరల్‌గా పనిచేశాడు. అతని పదవీకాలం ఆ హోదాలో ఆరు సంవత్సరాలైనప్పటికీ అమెరికన్ డెలిగేషన్ వారి జోక్యంతో ఆ కాలాన్ని రెండు సంవత్సరాలకు కుదించారు. అతడు మానవవాది, వామపక్షవాది కావడమే బహుశా దానికి కారణమై వుండవచ్చని భావిస్తున్నారు. 15 రోజుల్లోనే హక్స్‌లే యునెస్కో తత్వాన్ని గురించి, లక్ష్యాన్ని గురించి 60 పేజీల అధికారిక పుస్తకాన్ని రచించాడు. అందులో అతడు వివరించిన శాస్త్రీయ మానవవాదాన్ని అనేకమంది సంప్రదాయవాదులు వ్యతిరేకించారు. హక్స్‌లే జనాభా నియంత్రణ కోసం అందులో గర్భనిరోధక పద్ధతులను ప్రతిపాదించాడు. అవి అటు చర్చి వారికి, ఇటు కమ్యూనిస్టులకు నచ్చలేదు. ప్రారంభ సంవత్సరాలలోనే యునెస్కో విప్లవాత్మక భావాలతో చురుకుగా పనిచేయడానికి హక్స్‌లే చేసిన కృషే ప్రధాన కారణం.

అంతర్జాతీయ వాదిగా హక్స్‌లే మిత్రులతో కలిసి 'ప్రకృతి పరిరక్షణకై ప్రపంచ వ్యాప్తనిధి' (World wide Fund for Nature) ఏర్పాటు చేశాడు. సోవియట్ యూనియన్‌లో ట్రోఫిమ్ లైసెంకో అనే శాస్త్రవేత్త లామార్క్ ప్రతిపాదించిన వంశపారపర్య లక్షణాల సిద్ధాంతాన్ని సమర్థించసాగాడు. అతడు వ్యవసాయానికి సంబంధించి అనేక అశాస్త్రీయ ప్రతిపాదనలు చేసి ప్రచారం చేశాడు. రష్యాలో సంప్రదాయ జన్యుశాస్త్రాన్ని నాశనం చేశాడు. నిజమైన శాస్త్రవేత్తలను వారి అధికార హోదాల నుండి తప్పించాడు. 1940లో వృక్ష జన్యు శాస్త్రవేత్త నికొలాయ్ వావిలావ్ అరెస్టు చేయబడ్డాడు. అతని స్థానంలో జన్యుశాస్త్ర సంస్థకు లైసెంకో డైరెక్టర్‌గా నియమితుడయ్యాడు. 1941లో వావిలోవ్‌ను విచారించి, వెన్నుపోటు పొడిచిన నేరస్తుడిగా భావించి మరణశిక్షను విధించారు. శిక్షను వాయిదా వేయగా సరియైన ఆహారం అందక ఆకలితో 1943లో జైలులోనే మరణించాడు వావిలోవ్.

వావిలోవ్ అరెస్టు కావడానికి లైసెంకో కుతంత్రాలే కారణం. లైసెంకోయిజం రుజువైన జన్యుశాస్త్ర వాస్తవాలను కూడా తిరస్కరించింది. డార్విన్ సూత్రాలను అడ్డుపెట్టుకుని పంటల కృత్రిమ ఎంపికను నిలిపివేసింది. ఇది సోవియట్ యూనియన్ వ్యవసాయ విధానం ద్వారా ఏర్పడే ఆహార కొరతను ఇంకా పెంచేది. హక్స్‌లే రెండుసార్లు సోవియట్ యూనియన్‌ను సందర్శించినా కమ్యూనిస్టు వ్యతిరేకి కాలేదు. కాని ఎప్పుడైతే జోసఫ్ స్టాలిన్ లైసెంకో సిద్ధాంతాలను విచక్షణ లేకుండా సమర్థించాడో అప్పటి నుండే హక్స్‌లే తన సహనాన్ని కోల్పోయి కమ్యూనిస్టు వ్యతిరేకి అయ్యాడు. లైసెంకో తన చివరి రోజులను సోవియట్ మానసిక వైద్యశాలలోనే గడిపాడు. వావిలోవ్ ప్రతిష్ట అతని మరణానంతరం 1955 ప్రాంతంలో తిరిగి పునరుద్ధరింపబడింది.

1975 ఫిబ్రవరి 14న హక్స్‌లే మరణించాడు. టంగన్యికా జాతీయ పార్కుల సంచాలకులుగా వున్న జాన్ ఓలెన్ హక్స్‌లే గురించి ఇలా రాశాడు. "ప్రపంచ సుప్రసిద్ధ మేధావులలో హక్స్‌లే ఒకరు. అతడు తన జీవిత ప్రారంభ దశలో తూర్పు ఆఫ్రికాలోని

వన్యప్రాణుల సంరక్షణలో ప్రధాన పాత్ర వహించాడు. అంతర్జాతీయ సమాజంపై అతని ప్రభావం అనితర సాధ్యమైనది."

అంతర్జాతీయ మానవవాద విషయాలలోనే కాక అతని పరిశోధనాసక్తి జంతు ప్రవర్తనాశాస్త్రం, పిండోత్పత్తి శాస్త్రం, జన్యుశాస్త్రం, మానవ సమాజ శాస్త్రం, జీవకణ శాస్త్రం వంటి వాటిలో సంభవించే పరిణామాల అధ్యయనంలో కూడా వుండేది. ఆధునిక పరిణామ సిద్ధాంత రంగంలో అతడు చేసిన విశేష కృషి అమూల్యమైనది. అతడి కృషికి గుర్తింపుగా 1956లో రాయల్ సొసైటీవారు అతనికి డార్విన్ మెడల్‌ని బహూకరించారు. అలాగే లిన్నెయిన్ సొసైటీవారి డార్విన్ వాలస్ మెడల్‌ని 1958లో హక్సలే అందుకున్నాడు.

హక్సలే జీవశాస్త్రజ్ఞులకు మిత్రుడు, మార్గదర్శి. సుప్రసిద్ధ జీవ శాస్త్రవేత్తలైన కొనార్డ్ లారెంజ్, నికోటిన్ బెర్గన్ హక్సలే మిత్రులు. అతడు చాలామందికి జీవశాస్త్రాన్ని బోధించాడు. వారందరినీ ప్రోత్సహించాడు. అతడు తన తాత టి.హెచ్. హక్సలే కంటె గొప్ప ప్రకృతి శాస్త్రజ్ఞుడుగా పరిగణింపబడ్డాడు. హక్సలే ప్రకృతివరణ సిద్ధాంతానికి మెరుగులు దిద్దడంలో విశేషంగా కృషిచేశాడు. అతనిది అంతర్జాతీయ దృక్పథం. పరిణామ మానవవాద అభివృద్ధిలో అతనికున్న ఆసక్తి అతని రచనలలో దర్శనమిస్తుంది. హక్సలే మానవవాద ప్రణాళిక (హ్యూమనిస్టు మేనిఫెస్టో) పై సంతకాలు చేసిన వారిలో ఒకడు.

హక్సలే జీవశాస్త్రజ్ఞుడైన అగస్ట్‌వైజ్‌మాన్‌తో కలిసి ప్రకృతివరణ సిద్ధాంతంపై కృషిచేశాడు. 20వ శతాబ్ధపు మధ్యకాలంలో ఆధునిక జీవపరిణామ సిద్ధాంతంపై విశేషంగా కృషి చేసిన శాస్త్రజ్ఞుడిగా హక్సలే కీర్తి గడించాడు. జీవశాస్త్ర విషయాలను సామాన్య జనానికి అర్థమయ్యేలా ప్రచారం చేసినవాడిగా గుర్తింపు పొందాడు.

హక్సలేతో కలిసి చాలామంది సుప్రసిద్ధ జీవశాస్త్రజ్ఞులు పనిచేశారు. వారిలో

ఎర్నెస్ట్ మేయర్, జార్జ్ గేలార్డ్ సింప్సన్, జె.బి.ఎస్. హాల్డేన్, రొనాల్డ్ ఫిషర్ వంటి వారున్నారు.

మానవజాతి తన భవిష్యత్తుకు తానే బాధ్యత వహించాలనేది హక్స్‌లే సెక్యులర్ మానవవాదంలోని విశిష్టత. దీనివల్ల మానవజాతి ఏ దిశలో పయనించాలి, ఎటువంటి నైతిక వ్యవస్థను రూపొందించుకోవాలి అనేవి ప్రాధాన్యత వహిస్తాయి.

ఇటువంటి సమస్యలు ఎదురైనపుడు హక్స్‌లే తాత టి.ఎస్.హక్స్‌లే అజ్ఞేయవాదాన్ని ఆశ్రయించాడు. అయితే జులియన్ హక్స్‌లే మాత్రం నైతిక విలువలకు పునాదిగా మానవవాదాన్నే ఆశ్రయించాడు. అతని భావాలు ఇలా వుండేవి.

"మానవ పరిణామ క్రమంలో మనిషి భాష నేర్చుకోవడం ముఖ్యమైన అంశంగా నిలబడింది. మానవాభివృద్ధి మలుపు తిరిగింది. అతడు పరిణామంలో నూతన విధానాన్ని రూపొందించుకున్నాడు. మానవజాతి ఆర్జించిన అనుభవాలన్నీ సంప్రదాయంగా తరువాతి తరాలకు అందజేయడం వల్ల, సహజసిద్ధంగా జరిగే ప్రకృతివరణ ప్రక్రియ వెనకడుగు వేసింది. ఆ ప్రక్రియను అనుభవాలు అధిగమించి మార్పుకు కీలకాంశంగా మారిపోయాయి". హక్స్‌లే మరియు అతని తాత ఇద్దరు కూడా పరిణామానికి, నైతిక విలువలకు వున్న సంబంధాన్ని తను ఉపన్యాసాల ద్వారా వెల్లడించారు. దేవుడి విషయంలో హక్స్‌లేను అజ్ఞేయ నాస్తికవాదిగా అభివర్ణించవచ్చు.

హక్స్‌లేకు బ్రిటిష్ రేషనలిస్ట్, సెక్యులర్ హ్యూమనిస్టు ఉద్యమాలతో సన్నిహిత సంబంధాలున్నాయి. అతడు 1927 నుండి మరణించేవరకు రేషనలిస్ట్ ప్రెస్ అసోసియేషన్‌లో గౌరవ సభ్యులుగా వున్నాడు. 1963లో బ్రిటిష్ హ్యూమనిస్టు అసోసియేషన్ ఏర్పడినపుడు దాని మొదటి అధ్యక్షుడుగా కూడా వున్నాడు. హక్స్‌లే తదనంతరం 1965లో ఎ.జె.అయ్యర్ ఆ సంస్థకు అధ్యక్షుడయ్యాడు.

హక్స్‌లే అంతర్జాతీయ మానవవాద నైతిక సంఘం (International Humanist and Ethical Union - IHEU - At present Humanist

International) కార్యకలాపాలలో చురుకుగా పాల్గొన్నాడు. అతని పుస్తకాలు మానవవాద రీతులను వివరిస్తాయి. హక్స్‌లేకు 1962లో అమెరికన్ హ్యూమనిస్టు అసోసియేషన్ వారి 'హ్యూమనిస్ట్ ఆఫ్ ద ఇయర్ ' అవార్డు లభించింది.

హక్స్‌లే ఇంటర్నేషనల్ హ్యూమనిస్టు నైతిక సంఘం స్థాపక సభకు అధ్యక్షత వహించాడు. న్యూయార్క్‌లోని మొదటి హ్యూమనిస్టు సొసైటీ స్థాపక సలహా సంఘంలో జాన్ డ్యూయీ, అల్బర్ట్ ఐన్‌స్టీన్, థామస్ మాన్ వంటివారు సభ్యులుగా వున్నారు.

"సంఘటనలన్నీ ప్రకృతి పరిణామంలో భాగాలే. ప్రకృతికి అతీతంగా ప్రత్యేకమైనదేదీ లేదు. సైన్సుకు, మతానికి మధ్య ఎటువంటి మౌలిక సంబంధమూ లేదు... మన మత భావాలలో మౌలికమైన మార్పు రావలసిన అవసరం వుంది. మనం దైవకేంద్ర భావన నుండి పరిణామ కేంద్ర భావానికి రావాలని నేను విశ్వసిస్తున్నాను" అని హక్స్‌లే రాశాడు. దీన్ని కొందరు 'మత స్వభావవాదంగా (Religious Naturalism) అభివర్ణించారు.

హక్స్‌లే పారాసైకాలజీ, ఆధ్యాత్మికవాద సంఘటనలపై పరిశోధనలు జరపడంలో ఆసక్తి కనబరిచారు. అతడు 1928లో 'మానసిక పరిశోధన సంఘంలో' చేరాడు. పరిశోధనల అనంతరం ఆ రంగమే అశాస్త్రీయమని, బూటకమని గుర్తించాడు. 1934లో 'మానసిక పరిశోధనల అంతర్జాతీయ సంస్థ'లో చేరాడు. అయితే కొన్ని నెలల సమయంలోనే ఆ సంస్థలోని సభ్యుల ఆధ్యాత్మికవాద, అశాస్త్రీయ ధోరణి మూలంగా రాజీనామా చేశాడు.

చచ్చిన వాళ్లతో మాట్లాడే శక్తుల గురించి పరిశోధించాక హక్స్‌లే అటువంటి సంఘటనలకు సహజమైన ప్రాకృతిక కారణాలు లేవని అవి మోసపూరితమైన విధానాలని గుర్తించాలని పేర్కొన్నాడు. హక్స్‌లే ఇతర న్యాయమూర్తులతో కలిసి పరిశోధించాక అటువంటి సంఘటనలలో జరుగుతున్న మోసాలను బయటపెట్టాడు.

1952లో డోనోవన్ రాక్లిఫ్స్ రాసిన 'ది సైకాలజీ ఆఫ్ ది అక్కల్ట్ ' అనే గ్రంథానికి ముందుమాట రాశాడు హక్స్లే.

హక్స్లే బ్రిటిష్ యూజెనిక్స్ సొసైటీలో ప్రముఖ సభ్యుడు 1937-1944 వరకు ఆ సంస్థకు ఉపాధ్యక్షుడుగాను, 1959-1962 వరకు అధ్యక్షుడుగాను పనిచేశాడు. (యూజనిక్స్ అంటే మనుషులలో జన్యుపరమైన లోపాలను తొలగించి మెరుగైన మానవ జాతిని సృష్టిచేయడం.) మానవ జన్యుసమూహం నుండి లోపభూయిష్టమైన జన్యువులను తొలగించడానికి యూజెనిక్స్ ప్రధానమని అతడు భావించాడు. రెండవ ప్రపంచయుద్ధం తరువాత, జీవశాస్త్రంలో 'జాతి' భావన అర్థరహితమైనదని, అస్థిరమైనందువల్ల దాన్ని మనుషులకు వర్తింపజేయడానికి వీలులేదని హక్స్లే భావించాడు.

1920, 1930 దశకాలలో యూజెనిక్స్ని పరమావధిగా భావించడాన్ని హక్స్లే తీవ్రంగా విమర్శించాడు. యూజెనిక్స్ ఉద్యమంలో అతడు సుప్రసిద్ధుడు.

1930వ దశకంలో యూరపు ఖండంలో పెరుగుతున్న ఫాసిజానికి స్పందనగా జులియన్ హక్స్లే, మానవ ప్రవర్తనా శాస్త్రవేత్త ఎ.సి.హడ్డన్, జంతు శాస్త్రవేత్త అలెగ్జాండర్ కర్'సాండర్స్, సైన్సు చరిత్రకారుడు చార్లెస్ సింగర్‌తో కలిసి 'ఉయ్ యూరోపియన్స్ ' అనే గ్రంథాన్ని రచించాడు. 1937లో ఆ గ్రంథ రచనకు అతడు 'అనిస్ ఫీల్డ్ ' వుల్ఫ్‌బుక్ అవార్డు'ను అందుకున్నాడు.

1951లో హక్స్లే 'ట్రాన్స్‌హ్యూమనిజం' అనే పదాన్ని బహుళ ప్రచారం పొందేలా చేశాడు. శాస్త్ర సాంకేతిక అభివృద్ధిని అంది పుచ్చుకుని, యూజెనిక్స్ని ఉపయోగించుకుని, అభివృద్ధి చెందిన సామాజిక వాతావరణంలో తమను తాము మెరుగు పరచుకోవడమే 'ట్రాన్స్ హ్యూమనిజమని' తెలిపాడు.

సైన్సుకు బహుళ జనాదరణ కల్పించడంలో హక్స్లే సమర్థుడు. అతడు రచించిన పుస్తకాలలో సగానికి పైగా సాధారణ పాఠకుల కోసం రాసినవే. హక్స్లే తరచుగా దినపత్రికలలో, మాసపత్రికలలో రాసేవాడు. ఆ వ్యాసాలన్నీ 'ఎస్సేస్ ఆఫ్ ఎ

బయాలజిస్ట్ ' అనే శీర్షికతో పునర్ముద్రించబడ్డాయి. హెచ్.జి.వెల్స్ ప్రోత్సాహంతో హక్స్‌లే సాధారణ పాఠకులకు అర్థమయ్యే విధంగా 'ది సైన్స్ ఆఫ్ లైఫ్ ' అనే గ్రంథంలో జీవశాస్త్రాన్ని గురించి సమగ్రంగా వివరించాడు. 1929-1930లో ఆ గ్రంథాన్ని కొన్ని సంపుటాలుగా ప్రచురించాడు. 1931లో మరల దానిని ఒక సంపుటంగా ప్రచురించడం జరిగింది. జీవ పరిణామం గురించి తలెత్తిన వివాదాస్పద అంశాల గురించి చాలా స్పష్టంగా, సరళంగా, సమగ్ర సమాచారంతో హక్స్‌లే ఆ గ్రంథాన్ని రచించాడని, అటువంటి గ్రంథం ఎవ్వరూ అప్పటివరకు రాయలేదని రాబర్ట్ ఆల్బీ పేర్కొన్నాడు. ఈ గ్రంథాన్ని గురించి తన జ్ఞాపకాలలో ప్రస్తావిస్తూ హక్స్‌లే దాని ద్వారా దాదాపు పదివేల పౌండ్ల ఆదాయాన్ని పొందినట్లు తెలిపాడు.

1920 నుండి హక్స్‌లే రేడియో ప్రసంగాలు చేశాడు. అవన్నీ 'లిజనర్ ' అనే పత్రికలో అచ్చయ్యాయి. తరువాత కాలంలో హక్స్‌లే టెలివిజన్ ప్రసంగాల ద్వారా చాలా మంచి పేరు తెచ్చుకున్నాడు. 1939లో బి.బి.సి.లో జనరల్ నాలెడ్జ్ షోలలో హక్స్‌లే రెగ్యులర్‌గా ప్రసంగాలు చేశాడు. 'ది బ్రెయిన్ ట్రస్ట్ ' అనే ప్రోగ్రాంలో 1941 నుండి 1944 వరకు ప్రసంగించడం ద్వారా హక్స్‌లే అత్యంత ప్రజాదరణ పొందిన మేధావిగా గుర్తింపు పొందాడు. అదే విధంగా హక్స్‌లే అనేక టెలివిజన్ ప్రోగ్రాంలలో పాల్గొన్నాడు. కుటుంబ నియంత్రణ, జనాభా నియంత్రణ వంటి అంశాలపై కమ్యూనిస్టులు మరియు చర్చి వారి దృక్పథాలను తీవ్రంగా విమర్శించాడు.

హక్స్‌లే ప్రపంచ జనాభా 2000 సంవత్సరం నాటికి 600 కోట్లకు చేరుకుంటుందని అంచనా వేశాడు. అది నిజమైంది.

హక్స్‌లే గౌరవార్థం లండన్‌లోని సెల్స్‌డన్ ప్రాంతంలో నిర్మించిన ప్రజా భవనానికి జులియన్ హక్స్‌లే పేరును పెట్టారు.

ఈ విధంగా జులియన్ హక్స్లే జీవితాంతం జీవశాస్త్రజ్ఞుడిగా, అంతర్జాతీయ మానవవాద తత్వవేత్తగా గొప్ప సేవలందించి చరిత్రలో ఆదర్శమేధావిగా నిలిచిపోయాడు.

కార్ల్ పాపర్ (1902-1994)

కార్ల్ పాపర్ ఒక ఆస్ట్రియన్ - బ్రిటిష్ తత్వవేత్త, విద్యవేత్త, సామాజ విశ్లేషకుడు, ఆయన విమర్శనాత్మక హేతువాదం (critical rationalism), శాస్త్రం, తత్వం మీద అనేక రచనలు చేశాడు. గొప్ప హేతువాద మానవవాద తత్వవేత్తగా ప్రసిద్ధి చెందాడు.

సర్ కార్ల్ రైమండ్ పాపర్ 1902వ సంవత్సరం జులై 28వ తేదీన ఆస్ట్రియా - హంగరీలోని వియన్నాలో జన్మించాడు. అతని తండ్రి సైమన్ సిగ్మండ్ కార్ల్ పాపర్ (1856-1932) బొహేమియా నుండి న్యాయవాదిగా వున్నాడు. వియన్నా విశ్వవిద్యాలయంలో న్యాయ విభాగంలో పనిచేశాడు. తల్లి జెన్నిషిఫ్ (1864-1938) సిలేసియన్-హంగేరియన్ సంతతికి చెందిన నిష్ణాతురాలైన పియానిస్ట్. తల్లిదండ్రులు ఉన్నత మధ్య తరగతికి చెందినవారు.

పాపర్ తాత, మామలందరూ యూదులతో కలిసిపోయారు. పాపర్ పుట్టక ముందే అతని కుటుంబం లూథరనిజంలోకి మారిపోయింది. ఆ కారణంగానే పాపర్ లూథరన్ బాప్టిజం పొందాడు. పాపర్ మామ జోసెఫ్ పాపర్ లిండియస్ ఆస్ట్రియన్ తత్వవేత్త.

కార్ల్ పాపర్ వియన్నాలో స్థిరపడిన తర్వాత సామాజిక విషయాలను ఆసక్తితో అధ్యయనం చేశాడు. అది అతడు సామాజికంగా ఎదగడానికి ఉపయోగపడింది. పాపర్ తండ్రి వియన్నా ఉదారవాద మేయర్ రైమండ్ గ్రబ్ల్ యొక్క న్యాయ సంస్థలో భాగస్వామిగా వుండేవాడు. 1898లో గ్రబ్ల్ మరణించిన తరువాత న్యాయసంస్థ వ్యాపారాన్ని స్వాధీనం చేసుకున్నాడు.

కార్ల్‌పాపర్ తల్లిదండ్రులిద్దరూ సిగ్మండ్ ఫ్రాయిడ్ సోదరి రోసాగ్రాఫ్‌కు అత్యంత సన్నిహితులు. పాపర్ తండ్రి ఒక రచయిత. అతని వ్యక్తి గత లైబ్రరీలో దాదాపు 14,000 పుస్తకాలుండేవి. అతనికి తత్వశాస్త్రం, సామాజిక, రాజకీయ సమస్యలపై ఆసక్తి కలిగివుండేవాడు. కార్ల్‌పాపర్ తండ్రి లైబ్రరీ నుండి, తండ్రి వైఖరి నుండి చాలా విషయాలను వారసత్వంగా పొందాడు.

పాపర్ 16 సంవత్సరాల వయసులో పాఠశాలను విడిచిపెట్టాడు. వియన్నా విశ్వవిద్యాలయంలో అతిథి విద్యార్థిగా గణితం, భౌతికశాస్త్రం, తత్వశాస్త్రం, మనస్తత్వశాస్త్రం, సంగీతం, చరిత్ర విషయాలకు సంబంధించిన ఉపన్యాసాలకు హాజరయ్యాడు.

1919లో పాపర్ మార్క్సిజం పట్ల ఆకర్షితుడయ్యాడు. సోషలిస్టు స్కూల్ స్టూడెంట్స్ అసోసియేషన్‌లో చేరాడు. సోషల్ డెమోక్రటిక్ వర్కర్స్ పార్టీ ఆఫ్ ఆస్ట్రియాలో సభ్యుడిగా చేరాడు. అది మార్క్సిస్ట్ పార్టీ క్రిందనే లెక్క.

1919 జూన్ 15వ తేదీన హార్ట్‌గాస్సేలో జరిగిన వీధియుద్ధం తరువాత పోలీసులు ఎనిమిది మంది నిరాయుధ పార్టీ సహచరులను కాల్చి చంపారు. అప్పుడు పాపర్ కార్ల్‌మార్క్స్ చారిత్రక భౌతికవాదం నుండి తప్పుకున్నాడు. మార్క్సిస్టు భావజాలాన్ని వదలిపెట్టాడు. జీవితాంతం సామాజిక ఉదారవాదాన్ని సమర్థిస్తూ గడిపాడు.

కార్ల్‌పాపర్ కొంతకాలం వీధి నిర్మాణ పనుల్లో పనిచేశాడు. అయితే శారీరక శ్రమను తట్టుకోలేకపోయాడు. అతిథి విద్యార్థిగా విశ్వవిద్యాలయంలో చేరాడు. కొంతకాలం తరువాత పిల్లల కోసం డేకేర్ సెంటర్‌ను ప్రారంభించాలని ప్రయత్నించాడు. చివరికి ఆ ప్రయత్నాన్ని విరమించుకున్నాడు.

సుప్రసిద్ధ మానసిక విశ్లేషకుడు ఆల్ఫ్రెడ్ అడ్లర్ పిల్లలకోసం ఏర్పాటు చేసిన క్లినిక్‌లో పాపర్ స్వచ్ఛంద సేవకుడిగా కొంతకాలం పనిచేశాడు.

కార్ల్ పాపర్ (1902-1994)

1922లో పాపర్ రెండో అవకాశం ద్వారా మెచురా అనే కోర్సును పూర్తిచేశాడు. చివరికి సాధారణ విద్యార్థిగానే విశ్వవిద్యాలయంలో చేరాడు. పాపర్ 1924లో ప్రాథమిక పాఠశాల ఉపాధ్యాయుడి పరీక్షను పూర్తి చేశాడు.

పాపర్ పాఠశాల సమయం తరువాత సామాజిక ప్రమాదకర పరిస్థితుల్లో వున్న పిల్లల కోసం పని చేయడం ప్రారంభించాడు. 1925లో నూతనంగా స్థాపించిన పెడగోగిచెస్ సంస్థలో చేరి అక్కడే తన తత్వశాస్త్రం, మనోవిజ్ఞానశాస్త్రం అధ్యయనాలను కొనసాగించాడు. ఆ సమయంలోనే పాపర్ జేసిఫైన్ అన్నాహెన్నింగర్ (1906-1985) అనే యువతిని ప్రేమించాడు. తరువాత ఆమెను 1930లో వివాహం చేసుకున్నాడు.

పెళ్లయిన కొత్తలో దేశంలో యుద్ధ వాతావరణం వున్నందువల్ల పిల్లలను కనకూడదని ఆ దంపతులు భావించారు. 1928లో కార్ల్ బుహ్లెర్ పర్యవేక్షణలో పాపర్ సైకాలజీలో డాక్టరేట్ పట్టా తీసుకున్నాడు. 1929లో సెకండరీ స్కూల్‌లో గణితం, భౌతికశాస్త్రం బోధించడానికి అనుమతి పొందాడు.

అప్పుడు పెరుగుతున్న నాజీ నియంతృత్వాన్ని చూసి భయపడిన పాపర్ తన రచనా వ్యాసంగాన్ని ప్రారంభించాడు. సాయంత్రం, రాత్రిపూట తన రచనలు చేయడానికే కేటాయించుకున్నాడు. 'జ్ఞానసిద్ధాంతం యొక్క రెండు ప్రధాన సమస్యలు' అనే శీర్షికతో తన మొదటి పుస్తకాన్ని రచించాడు. తన పుస్తక ప్రచురణ ద్వారా మంచి పేరు తెచ్చుకుని దాని ద్వారా యూదులకు భద్రంగా వుండే దేశానికి వెళ్ళవచ్చని భావించాడు.

చివరికి పాపర్ తన రెండు సంపుటాల గ్రంథాన్ని ప్రచురించనేలేదు. దానికి ప్రత్యామ్నాయంగా తన రచనలోని సారాంశాన్ని తీసుకుని, కొంత నూతన సమాచారాన్ని చేర్చి 'శాస్త్రీయ ఆవిష్కరణల తర్కం' అనే గ్రంథాన్ని 1934లో ప్రచురించాడు. అందులో అతడు సైకోలాజిజం, స్వభావవాదం, నిగమన పద్ధతి వంటి వాటిని విమర్శించాడు. విజ్ఞానశాస్త్రాన్ని - విజ్ఞానశాస్త్రం కాని దాని నుండి వేరు చేయడానికి తన నూతన

సిద్ధాంతాన్ని 'ఫాల్సిఫియబిలిటీ (తప్పులను గుర్తించడం)', ప్రతిపాదించాడు. అది అతనికి మంచి పేరు తెచ్చిపెట్టింది.

కార్ల్‌పాపర్ 1935-1936లో జీతంలేని సెలవుపెట్టి బ్రిటన్‌లో అధ్యయనం చేయడానికి వెళ్లాడు. 1937లో కార్ల్ పాపర్ న్యూజీలాండ్ వెళ్లడానికి అవసరమైన అన్ని అనుమతులను సంపాదించుకున్నాడు. క్రైస్ట్‌చర్చ్‌లో వున్న న్యూజిలాండ్ విశ్వవిద్యాలయంలోని కాంటెర్‌బరీ యూనివర్శిటీ కాలేజీలో తత్వశాస్త్ర ఉపన్యాసకుడిగా ఉద్యోగంలో చేరాడు. అక్కడే అతడు 'వివృతసమాజం - దాని శత్రువులు' (The open society and its enemies) అనే గొప్ప గ్రంథాన్ని రచించాడు. ఆ గ్రంథం చాలామందిని ప్రభావితం చేసింది. పాపర్‌కి కీర్తి ప్రతిష్టలు తెచ్చి పెట్టింది.

పాపర్ డునేదిన్‌లో శరీరధర్మశాస్త్ర ఆచార్యుడైన జాన్‌కేర్ ఎక్లెస్‌ని కలిశాడు. అతనితో పాపర్ స్నేహం జీవితాంతం వరకు కొనసాగింది.

రెండవ ప్రపంచయుద్ధం తరువాత 1946లో పాపర్ యునైటెడ్ కింగ్‌డమ్‌కు వెళ్లాడు. లండన్ విశ్వవిద్యాలయంలోని లండన్ స్కూల్ ఆఫ్ ఎకనమిక్స్‌లో తర్కం, శాస్త్రీయ పద్ధతి బోధించడానికి రీడర్‌గా ఉద్యోగంలో చేరాడు. అక్కడ మూడేళ్లు పనిచేశాక 1949లో తర్కం, శాస్త్రీయపద్ధతి బోధించే ఆచార్యుడిగా నియమితుడయ్యాడు.

కార్ల్‌పాపర్ 1958 నుండి 1959 వరకు అరిస్టాటిల్ సొసైటీకి అధ్యక్షుడిగా కొనసాగాడు. అతడు బకింగ్‌హామ్‌షైర్‌లోని పెన్ ప్రాంతంలో నివాసమున్నాడు.

1969లో పాపర్ తన ఉద్యోగ జీవితం నుండి పదవీ విరమణ పొందాడు. అయినా తాను మేధోపరమైన కార్యక్రమాలలో పాల్గొంటూ జీవితాంతం చురుకుగా గడిపాడు. 1985లో అతడు తన భార్య నివసిస్తున్న ఆస్ట్రియాకు చేరుకున్నాడు. ఆమె తన జీవితపు చివరి నెలలలో బంధుమిత్రులతో కలసి వుండేలా పాపర్ తగు ఏర్పాట్లు చేశాడు. 1985 నవంబరులో ఆమె మరణించింది.

కార్ల్ పాపర్ (1902-1994)

లుడ్విగ్‌లో నూతనంగా సైన్సు - తత్వశాస్త్రంపై పరిశోధన చేస్తున్న సంస్థ శాఖకు డైరెక్టర్‌గా నియమితుడు కాలేకపోయాడు పాపర్. దానితో 1986లో పాపర్ యునైటెడ్ కింగ్‌డమ్‌కు తిరిగి వెళ్లిపోయి సర్రేలోని కెన్లీలో స్థిరపడ్డాడు.

అక్కడే పాపర్ నిరంతరం తత్వశాస్త్రంపై కృషిచేస్తూనే వున్నాడు. అతడు అకస్మాత్తుగా తీవ్ర అనారోగ్యానికి గురయ్యాడు. క్యాన్సర్, న్యుమోనియా, మూత్రపిండాల వైఫల్యంతో పాపర్ 1994 సెప్టెంబరు 17న తన 92వ ఏట కెన్లీలో మరణించాడు.

దహన సంస్కారాల తరువాత అతని అస్తికలను వియన్నాకు తీసుకెళ్లి లైంజర్ స్మశాన వాటికలో ఖననం చేశారు. అక్కడే అతని భార్య జోసెఫైన్ అన్నా పాపర్ అప్పటికే ఖననం చేయబడ్డారు.

పాపర్ ఎస్టేట్‌ను అతని కార్యదర్శిగా, వ్యక్తిగత సహాయకురాలిగా వున్న మెలిట్టా మ్యూ మరియు ఆమె భర్త రేమండ్ నిర్వహించేవారు. పాపర్ రచించిన వ్రాతప్రతులు స్టాన్ ఫర్డ్ విశ్వవిద్యాలయంలోని హూవర్ ఇన్‌స్టిట్యూట్ వెళ్లాయి. క్లాజెన్‌ఫర్డ్ విశ్వవిద్యాలయం 1995లో పాపర్ లైబ్రరీని కొనుగోలు చేసింది. క్లాజెన్‌ఫర్డ్ విశ్వవిద్యాలయం లైబ్రరీలో కార్లపాపర్ ఆర్కైవ్స్ ప్రారంభించబడింది. అందులో పాపర్ తయారుచేసిన విలువైన **గ్రంథ**పట్టికతో సుమారు 6000 పుస్తకాలు, ఇతర హార్డ్‌కాపీలు, మైక్రోఫిల్ములు వున్నాయి. ఎస్టేట్ యొక్క మిగిలిన భాగాలు ఎక్కువగా ది కార్ల్‌పాపర్ ఛారిటబుల్ ట్రస్ట్‌కు బదిలీ చేయబడ్డాయి. అక్టోబర్ 2008లో క్లాజెన్‌ఫర్ట్ విశ్వవిద్యాలయం ఎస్టేట్ నుండి కాపీరైట్‌లను పొందింది.

పాపర్ తాత్విక ఆలోచనలు క్రమంగా పరిణతిని పొందాయి. 1920, 1930 సంవత్సరాలలో ఆస్ట్రియన్ రాజకీయాలను ఫాసిజం ఆక్రమించకుండా నిరోధించడంలో ప్రజాస్వామ్య పార్టీల వైఫల్యం పాపర్‌ను బాధించింది.

సాంఘికశాస్త్ర రంగంలో అతని అతి ముఖ్యమైన రచనలు ‘ ది పావర్టీ ఆఫ్ హిస్టారిసిజం (1944), ది ఓపన్ సొసైటీ అండ్ ఇట్స్ ఎనిమీస్ (1945). అతడు

నిరంకుశ భావజాలాలను తీవ్రంగా ఖండించాడు. అతని రచనలు ప్రజాస్వామ్య ఉదారవాదాన్ని సమర్థించాయి.

సిగ్మండ్ ఫ్రాయిడ్ మరియు ఆల్ఫ్రెడ్ అడ్లర్ సిద్ధాంతాలకు, 20వ శతాబ్దం ప్రారంభంలో భౌతికశాస్త్రంలో విప్లవానికి నాంది పలికిన ఆల్బర్ట్ ఐన్‌స్టీన్ సాపేక్ష సిద్ధాంతానికి మధ్య వ్యత్యాసం వుందని పాపర్ గుర్తించాడు. పాపర్ సైన్స్, తత్వశాస్త్రంలో సరిహద్దుల సమస్యను పరిష్కరించి శాస్త్రీయ సిద్ధాంతం యొక్క బలం అందులోని తప్పును గుర్తించడంలోనే వుందని అతడు అభిప్రాయపడ్డాడు. ఒక సిద్ధాంతాన్ని సూత్రప్రాయంగా విమర్శ ద్వారా తప్పని చెప్పలేకపోతే అది శాస్త్రీయ సిద్ధాంతం కాదని భావించాడు.

దీనివలన పాపర్ మానసిక విశ్లేషణ సిద్ధాంతాల యొక్క గొప్ప బలాలుగా పరిగణించబడేవి వాస్తవానికి వాటి బలహీనతలే అని తేల్చాడు.

పాపర్ తన తత్వాన్ని వివరించడానికి 'విమర్శనాత్మక హేతువాదం' అనే పదాన్ని సృష్టించాడు. ప్రాథమికంగా తప్పు పట్టలేనివి అనే అనుభవవాద దృక్పథాన్ని అతడు తిరస్కరించాడు.

తార్కికంగా, ప్రయోగాత్మక పరీక్ష స్థాయిలో ఎన్ని సానుకూల ఫలితాలు వచ్చినా అవి శాస్త్రీయ సిద్ధాంతాన్ని నిర్ధారించలేవు. కానీ ఒకే ఒక వ్యతిరేకమైన ఉదాహరణ తార్కికంగా నిర్ణయాత్మకమైనది లభిస్తే అది ఆ సిద్ధాంతాన్ని తప్పు అని నిరూపిస్తుంది.

పాపర్ ప్రతిపాదించిన సిద్ధాంతాలలో ముఖ్యమైనవి మూడు వున్నాయి. అవి తప్పును గుర్తించడం (Falsification) విమర్శనాత్మక హేతువాదం (Critical Rationalism), మూడు ప్రపంచాలు (Three worlds).

తప్పును గుర్తించే సిద్ధాంతం ప్రకారం సైంటిఫిక్ థియరీ అనేది నిజమని నిరూపించలేదని, కానీ దాన్ని తప్పు అని నిరూపించవచ్చునని వాదించాడు. ఒక సిద్ధాంతాన్ని తప్పు అని నిరూపించడానికి అవకాశం వుండాలి. అప్పుడే అది

శాస్త్రీయంగా వుంటుంది. ఈ విషయాన్ని వివరించడానికి అతడు చాలా ఉదాహరణలు ఇచ్చాడు. వాటిలో కొన్ని చూద్దాం.

ఒక సిద్ధాంతం చేసే వూహలు పరీక్షించడానికి వీలుగా వుండాలి.

వాటిని పరిశీలించేటపుడు వైరుధ్యాలున్నా, ప్రయోగరీత్యా తప్పులున్నా ఆ సిద్ధాంతం తప్పవుతుంది.

ఒక సిద్ధాంతం ఒప్పు అనడానికి ఎన్ని వందల సాక్ష్యాలున్నా వాటిని వ్యతిరేకించే ఒక్క ఉదాహరణ వుంటే చాలు - ఆ సిద్ధాంతం తప్పని తేలిపోతుంది.

ఉదాహరణకు ప్రపంచంలోని హంసలన్నీ తెల్లగా వుంటాయి అనే సిద్ధాంతాన్ని ఒక్క నల్లహంసను కనిపెట్టడం ద్వారా తప్పని రుజువు చేయవచ్చు అనేది పాపర్ ప్రతిపాదించిన నూతన సిద్ధాంతం. ఆస్ట్రేలియాలో నల్లహంసను కనిపెట్టారు. దాంతో హంసలన్నీ తెల్లగా వుంటాయనే సిద్ధాంతం తప్పని తేలింది.

పాపర్ ప్రకారం సైన్సు అభివృద్ధి చెందాలంటే ఏం జరగాలి?

శాస్త్రవేత్తలు తాత్కాలిక సిద్ధాంతాలను లేదా నూతన పరికల్పనలను ప్రతిపాదిస్తారు.

ఆ సిద్ధాంతం నుండి ప్రత్యేకించి పరీక్షించదగిన ఫలితాలను రాబట్టాలి.

ఆ ఫలితాలను పరిశీలన ద్వారా లేదా తగిన ప్రయోగాలను రూపొందించడం ద్వారా తప్పని రుజువు చేయడానికి ప్రయత్నించాలి. ఆ పరీక్షలన్నింటినీ తట్టుకొని నిలబడితే అప్పుడు దానిని తాత్కాలికంగా సరైనదని భావించాలి.

భవిష్యత్తులో అది తప్పని తేలితే వెంటనే దాన్ని తిరస్కరించడమో, సవరించడమో చేయాలి. లేదా అటువంటి తప్పులకు తావులేని నూతన సిద్ధాంతాన్ని ప్రతిపాదించాలి. ఇదీ పాపర్ ప్రతిపాదించిన నూతన శాస్త్రీయ సిద్ధాంతం.

విమర్శనాత్మక హేతువాదం (Critical rationalism) పాపర్ ప్రతిపాదించిన తప్పును గుర్తించే (Falcification theory) సిద్ధాంతం సైన్సును నాన్‌సైన్సు నుండి

లేదా కుహనా సైన్సు (Pseudoscience)నుండి వేరుచేస్తుంది.

ఐన్‌స్టీన్ సాపేక్ష సిద్ధాంతం ప్రకారం బృహద్గోళాల వద్ద కాంతి వంపు తిరుగుతుంది అనే అంశాన్ని పరీక్షించి నిర్ధారించారు. కాని కొన్ని ప్రతిపాదనలు పరీక్షించడానికి అవకాశం లేకుండా వుంటాయి. ఉదాహరణకు 'కొన్ని హంసలు తెల్లగా వుంటాయి' అన్నపుడు ఆ ప్రకటనను తప్పని రుజువు చేయడం కష్టతరమవుతుంది. అలాగే జ్యోతిషం వంటి బూటక సిద్ధాంతాలు శాస్త్రం పేరుతో చెలామణి కావడం. వాటిలో అస్పష్టతకు; పలురకాల వ్యాఖ్యానాలకు తావుండడం వల్ల అవి శాస్త్రీయ సిద్ధాంతాలు కాజాలవు.

క్లిష్టమైన పరీక్షలకు నిలబడినప్పుడే ఒక సిద్ధాంతం తాత్కాలికంగా సరియైనదని భావించడానికి వీలవుతుంది. భవిష్యత్తులో అది తప్పు కావడానికి అవకాశం వుంటుంది.

అనేక పరిశీలనల ద్వారా ఒక సిద్ధాంతాన్ని సాధారణీకరించి దాన్ని విశ్వజనీన సిద్ధాంతంగా చూపడం తప్పని పాపర్ భావించాడు. పరిశోధనకు గురిచేయని గుడ్డి నమ్మకం కంటె విమర్శలను ఆహ్వానించే విమర్శనాత్మక హేతువాదం ఎంతో మెరుగైనదని ఆయన ప్రకటించాడు. శాస్త్రీయ సిద్ధాంతాలు, జ్ఞానం - వాటిలోని తప్పులను గుర్తించి, సరిచేయడం ద్వారా, హేతుబద్ధమైన చర్చలు, పరీక్షల ద్వారా అభివృద్ధి చెందుతాయని ఆయన విశ్లేషించాడు.

పాపర్ సైన్సును ఒక పరిణామాత్మక ప్రక్రియగా భావించాడు. ఆ ప్రక్రియలో సిద్ధాంతాలు పోటీపడతాయి. వాటిలో విమర్శలకు, పరీక్షలకు తట్టుకుని నిలబడినవి మాత్రమే సరైన తాత్కాలిక సిద్ధాంతాలుగా నిలబడతాయి. వాటికంటె మేలైన సిద్ధాంతాలు వచ్చేవరకు అవి కొనసాగుతాయి.

జ్ఞానానికి తిరుగులేని పునాది వుండాలనే భావాన్ని పాపర్ తిరస్కరించాడు. దానికి భిన్నంగా జ్ఞానం అనేది పరమ జ్ఞానంగా కాక, ఊహలమీద ఆధారపడి, ఎల్లప్పుడూ మార్పుకు, సవరణకు అనుకూలంగా వుండాలని ప్రతిపాదించాడు.

కార్ల్ పాపర్ (1902-1994)

ఇది అనుభవవాదం వంటి సంప్రదాయ జ్ఞాన సిద్ధాంతాలకు పూర్తిగా భిన్నమైనది. జ్ఞానేంద్రియాల అనుభవం మీద మాత్రమే ఆధారపడేదికాదు.

పాపర్ తాను ప్రతిపాదించిన విమర్శనాత్మక హేతువాదాన్ని తాను రచించిన 'వివృత సమాజం ' దాని శత్రువులు' అనే గ్రంథం ద్వారా సామాజిక, రాజకీయ తత్వశాస్త్రాలకు కూడా అన్వయింపజేశాడు.

వివృత సమాజాలలో సంస్థలు, విధానాలు అన్నీ విమర్శలకు, సంస్కరణలకు లోబడి వుండాలి. నియంతృత్వం వంటి ప్రమాదకరమైన భావజాలానికి, మూఢత్వంతో కూడిన భావజాలానికి వ్యతిరేకంగా వుండాలని పాపర్ సూచించాడు.

సామాజిక సిద్ధాంతాలు కూడా శాస్త్రీయ సిద్ధాంతాలలాగే విమర్శలకు, పరీక్షలకు లోబడి వుండాలి. పరీక్షలకు నిలవని గుడ్డి నమ్మకాల వల్ల సంభవించే ప్రమాదాలను అరికట్టగలగాలి.

పాపర్ ప్రతిపాదించిన వాటిలో అతి ముఖ్యమైన అంశాలు - వాటి పర్యవసాలు శాస్త్ర పురోగతికి బాగా తోడ్పడ్డాయి. మనుషులందరూ తప్పులు చేయడం సహజం. జ్ఞానమంతా తాత్కాలికమే. పరమజ్ఞానం అనేది అసాధ్యం, అసంభవం. తప్పులను సరిదిద్దుకోవడం ద్వారానే అభివృద్ధి సాధ్యం.

పాపర్ వ్యక్తిగతమైన నమ్మకానికి ' సిద్ధాంతాలు, పుస్తకాలు, వ్యక్తులకు విడిగా స్వతంత్రంగా వుండే భావాలతో కూడిన వస్తుగత జ్ఞానానికి మధ్య వున్న తేడాని స్పష్టం చేశాడు.

పాపర్ ప్రతిపాదించిన మరో అంశం మూడు ప్రపంచాలు : మొదటిది - మనకు కనిపించే భౌతిక ప్రపంచం. రెండవది - మనుషుల మస్తిష్కాలలో వుండే మానసిక ప్రపంచం. వ్యక్తుల మనసులలో వుండే మానసిక స్థితులు, ఆలోచనలు. మూడవది - బహుళ రూపాలలో వ్యక్తీకరించబడిన మానవ జ్ఞానం. ఉదా : శాస్త్రీయ సిద్ధాంతాలు, నైతిక సూత్రాలు, నవలల్లోని పాత్రలు, తత్వశాస్త్రం, కళ, కవిత్వం, మొత్తం సాంస్కృతిక వారసత్వం.

అయితే ఈ మూడు ప్రపంచాల భావాన్ని కొందరు మేధావులు, తత్వవేత్తలు ఆమోదించలేదు.

పాపర్ ప్రతిపాదించిన విమర్శనాత్మక హేతువాదం నాస్తితత్వాన్ని (Nihilism) వ్యతిరేకించింది. సంశయవాదాన్ని సమర్థించింది. మనుషులు నూతన భావాలకు ఎల్లప్పుడూ వివృత మనసుతో సిద్ధంగా వుండాలని, తమ భావాలను విమర్శకు గురిచేయాలని పాపర్ పేర్కొన్నాడు.

పాపర్ ప్రతిపాదనలు సైన్సును, తత్వశాస్త్రాన్ని బాగా ప్రభావితం చేశాయి. ప్రజలలో సమానత్వాన్ని, విధానాల రూపకల్పనను పెంపొందించడానికి ఉపయోగపడ్డాయి. ఆయన భావాలు, సిద్ధాంతాలు ప్రజలలో మేధోపరమైన అభివృద్ధికి తోడ్పడ్డాయి. అతని భావాలు భౌతికశాస్త్రాల నుండి రాజకీయాల వరకు విభిన్న రంగాలకు వర్తించాయి.

పాపర్ మీద కొందరు విమర్శలను సంధించారు. పాపర్ ప్రతిపాదించిన 'ఫాల్సియబిలిటీ' సిద్ధాంతం చాలా పరిమితమైనదని, అది డార్విన్ ప్రతిపాదించిన జీవపరిణామ సిద్ధాంతానికిగాని, స్ట్రింగ్ సిద్ధాంతానికి గాని అంతగా వర్తించదని భావించారు.

సైన్సు కొన్ని సందర్భాలలో విప్లవాత్మకమైన మార్పులకు గురవుతుందనీ, వాటి ద్వారానే అభివృద్ధి చెందుతుందనీ, పాల్సిఫికేషన్ ద్వారా కాదని థామస్ కుహన్ వంటి మేధావులు విమర్శించారు.

ఏది ఏమైనా కార్ల్‌పాపర్ భావాలు, సిద్ధాంతాలు సైన్సు, తత్వశాస్త్రం, సామాజిక శాస్త్రం, రాజకీయ శాస్త్రం వంటి వాటిని విపరీతంగా ప్రభావితం చేసి, వాటి అభివృద్ధికి బాగా తోడ్పడ్డాయనడంలో సందేహం లేదు.

కార్ల్ పాపర్ (1902-1994)

హేతువాద, మానవవాద చరిత్రలో కార్ల్‌పాపర్ నిర్వహించిన పాత్ర నిస్సందేహంగా నిరుపమానమైనది. అతని భావాలు భవిష్యత్తు తరాల వారిని ప్రభావితం చేస్తూనే వుంటాయి.

కార్లిస్ లెమాంట్ (1902-1995)

కార్లిస్ లెమాంట్ అమెరికన్ మానవవాద తత్వవేత్త, సోషలిస్టు, వామపక్ష భావజాల ప్రచారకుడు, పౌరహక్కుల పరిరక్షకుడు. నేషనల్ కౌన్సిల్ ఆఫ్ అమెరికన్ ' సోవియట్ ఫ్రెండ్‌షిప్ సంస్థకు ఛైర్మన్‌గా 1943 నుండే కొనసాగాడు. అమెరికన్ హ్యూమనిస్టు అసోసియేషన్‌కు అధ్యక్షుడిగా సేవలందించాడు. 1977వ సంవత్సరంలో హ్యూమనిస్ట్ ఆఫ్ ది ఇయర్ 'గా ఎంపికయ్యాడు. 1981లో అతడు గాంధి శాంతి బహుమతిని అందుకున్నాడు. హ్యూమనిజం మీద అనేక గ్రంథాలు రచించి సుప్రసిద్ధ మానవవాదిగా పేరుపొందాడు.

కార్లిస్ లెమాంట్ అమెరికాలోని న్యూజెర్సీలోని ఇంగిల్ ఉడ్‌లో 1902వ సంవత్సరంలో మార్చి 28వ తేదీన జన్మించాడు. ఫ్లారెన్స్ హస్కెల్ కార్లిస్, థామస్ డబ్ల్యు లెమాంట్ అతని తల్లిదండ్రులు. తండ్రి జె.పి. మోర్గాన్ అండ్ కంపెనీలో భాగస్వామిగా, ఛైర్మన్‌గా వుండేవాడు.

కార్లిస్ లెమాంట్ 1920లో ఫిలిప్స్ ఎక్సర్ అకాడమీ నుండి డిగ్రీ సంపాదించాడు. 1924లో హార్వర్డ్ విశ్వవిద్యాలయం నుండి మాస్టర్ డిగ్రీ పొందాడు. తరువాత సంవత్సరంలో అతడు కొలంబియా విశ్వవిద్యాలయంలో జాన్ డ్యూయీ వద్ద తన చదువును కొనసాగించాడు.

1928లో అక్కడే తత్వశాస్త్రాన్ని బోధించే ఉద్యోగంలో చేరాడు. 1932లో కొలంబియా నుండి తన పి.హెచ్.డి. పట్టా పొందాడు. తరువాత లెమాంట్ కొలంబియా, కార్నెల్, హార్వార్డ్ విశ్వవిద్యాలయాల్లో ఆచార్యుడిగా విద్యను బోధించాడు.

కార్లిస్ లెమాంట్ (1902-1995)

లెమాంట్ 1930లో రాడికల్‌గా మారాడు. సోవియట్ యూనియన్‌లోని పరిస్థితులను గమనించి వాటిని మెచ్చుకుంటూ పుస్తకం కూడా రాశాడు. అయితే. అక్కడి రాజకీయ ప్రతిపక్ష నాయకుల పట్ల అధికార పక్షం చూపించే నిరంకుశ వైఖరిని, పౌరహక్కుల అణచివేతను ఖండించాడు. చాలాకాలం అతడు మార్క్సిస్టు, సోషలిస్టు భావాలను సమర్థిస్తూ వచ్చాడు.

లెమాంట్ 1932లో అమెరికా పౌరహక్కుల సంఘానికి సంచాలకుడిగా పనిచేశాడు. న్యూజెర్సీ పౌరహక్కుల పోరాటంలో 1934లో అరెస్టయ్యాడు. జాతీయ స్థాయిలో అమెరికా సోవియట్ స్నేహ సంస్థను ఏర్పాటు చేయడంలో లెమాంట్ ప్రముఖ పాత్ర వహించాడు. 1943 నుండి 1947 వరకు ఆ సంస్థకు ఛైర్మన్‌గా కూడా కొనసాగాడు.

న్యూయార్క్ నుండి అమెరికా సెనేట్‌కు 1952లో లేబర్ పార్టీ తరఫున పోటీ చేసి, రిపబ్లికన్ అభ్యర్థి చేతిలో ఓడిపోయాడు. 1954లో 'నేను కమ్యూనిస్టును కాను ఎందుకు?' అనే పుస్తకాన్ని రచించాడు. ఏనాడూ అమెరికా కమ్యూనిస్టు పార్టీలో చేరలేదు.

ఏప్రిల్ 1955లో లెమాంట్ కొలంబియా విశ్వవిద్యాలయంలో తాను చేస్తున్న తత్వశాస్త్ర ఉపన్యాసకుడి ఉద్యోగం నుండి తప్పుకున్నాడు. 1951, 1957 సంవత్సరాలలో అమెరికా ప్రభుత్వం లెమాంట్ కు పాస్‌పోర్టును నిరాకరించింది. చివరికి 1958లో లెమాంట్ పాస్‌పోర్టు పొందాడు. 1959లో అమెరికా నుండి ప్రపంచ యాత్రకు బయలుదేరాడు. 1959లో క్యూబాలోని విప్లవ ప్రభుత్వాధినేత ఫిడెల్ కాస్ట్రోను సమర్థించాడు. 1960లో లెమాంట్ జాతీయ అత్యవసర పౌరహక్కుల కమిటీకి ఛైర్మన్‌గా నియమితుడయ్యాడు. ఆ పదవిలో అతడు జీవితాంతం వరకు కొనసాగాడు.

అంతర్జాతీయ శాంతిని పరిరక్షించడానికి, ఐక్యరాజ్య సమితికి సహాయపడటానికి, దేశ సహజ వనరులను, వాతావరణాన్ని కాపాడటానికి, రాజ్యాంగం

ప్రసాదించిన పౌరహక్కులను పరిరక్షించడానికి లెమాంట్ 1979లో హాఫ్‌మన్ ఫౌండేషన్‌ను స్థాపించాడు.

లెమాంట్ 1928లో మార్గరెట్ హయస్ ఐరిష్‌ని వివాహం చేసుకున్నాడు. 1960లో వారు విడిపోయారు. 1962లో హెలెన్ బోడెన్ లాంబ్‌ని వివాహం చేసుకున్నాడు. ఆమె 1975లో కాన్సర్ రోగంతో మరణించింది. 1986లో లెమాంట్ బెత్ కీనర్‌ని పెళ్లాడాడు. ఆమె అతని మరణం వరకు జీవించింది. చివరికి లెమాంట్ న్యూయార్క్‌లోని ఒస్సినింగ్‌లో తన స్వగృహంలో 1995 ఏప్రిల్ 26న గుండెపోటుతో మరణించాడు.

తల్లిదండ్రుల మరణం తర్వాత లెమాంట్ ఇతరుల మేలు కోసం కృషి చేయడం ప్రారంభించాడు. అందులో భాగంగానే అమెరికా తత్వవేత్తలైన జార్జి శాంతాయన, రాక్‌వెల్‌కెంట్, జాన్ మాస్ ఫీల్డ్ వంటివారు రచించిన రాత ప్రతులను సేకరించి, భద్రపరిచే కార్యక్రమానికి ధనసహాయం చేశాడు. అదేవిధంగా అతడు పౌరహక్కుల ఆచార్యుడిగా హార్వార్డ్, కొలంబియా విశ్వవిద్యాలయాలకు పెద్ద మొత్తంలో ధన సహాయం చేశాడు.

కార్లిస్ లెమాంట్ విజయవంతమైన గొప్ప రచయిత. అతడు స్వయంగా పాతిక పుస్తకాలు రచించాడు. ఇతర రచయితలతో కలిసి చాలా గ్రంథాలు రచించాడు. వార్తా పత్రికలకు వేలాది ఉత్తరాలు రాశాడు. సామాజిక సమస్యలమీద అనేక పత్రికలకు వ్యాసాలు రాస్తూనే వుండేవాడు. శాంతి, పౌరహక్కుల కోసం అతడు జీవితాంతం కృషి చేశాడు.

లెమాంట్ 1935లో 'అమరత్వమనేది భ్రమ' (Illusion of Immortality) అనే గ్రంథం రచించాడు. ప్రజలు మరణానంతర జీవితంలో నమ్మకం లేకుండానే సంతృప్తికరమైన జీవితాన్ని గడపవచ్చునని, మానవ జీవితం అనేది చాలా విలువైనదని, అది ప్రతి ఒక్కరికి ఒక్కసారే లభిస్తుందని ఆ గ్రంథంలో అతడు వివరించాడు.

కార్లిస్ లెమాంట్ (1902-1995)

లెమాంట్ రచించిన గ్రంథాలన్నిటిలో గొప్ప గ్రంథం 'మానవవాద తత్వం' (Phylosophy of Humanism). మొదటిసారి దాన్ని 1949లో అతడు రచించాడు. అది ప్రస్తుతం ఎనిమిది పునర్ముద్రణలు పొందింది. జాన్‌డ్యూయీ, జాన్ మాస్‌ఫీల్డ్, జార్జి శాంతాయనాల చిత్రపటాలను కూడా ముద్రింపజేశాడు.

కార్లిస్ లెమాంట్ రచించిన గ్రంథాలలో ఎ హ్యూమనిస్ట్ ఫునెరల్ సర్వీస్, ఎ హ్యూమనిస్ట్ వెడ్డింగ్ సర్వీస్, ఎ లైఫ్ టైమ్ ఆఫ్ డిస్సెంట్, సివిల్ లిబర్టీస్ ఇన్ అమెరికా, ఫ్రీడం ఆఫ్ ఛాయిస్ అఫిర్మ్‌డ్, ఇల్యూషన్ ఆఫ్ ఇమ్మోర్టాలిటీ, ది ఇండిపెండింట్ మైండ్, ఎస్సేస్ ఆఫ్ ఎ హ్యూమనిస్ట్ ఫిలాసఫర్, ది ఫిలాసఫీ ఆఫ్ హ్యూమనిజం వంటివి వున్నాయి.

ఇవికాక ఆయన రచయితగా, సహ రచయితగా, సంపాదకుడిగా అనేక అంశాల మీద రచనలు చేశాడు. 'బేసిక్ పాంప్లెట్ సీరీస్' అనే శీర్షిక క్రింద ఆయన విడుదల చేసిన కరపత్రాలు సుప్రసిద్ధమయ్యాయి. వాటిలో ఆయన మానవవాద సంప్రదాయాల గురించి, అమెరికా శాంతి ప్రణాళిక గురించి, తన ప్రపంచయాత్ర గురించి వివరించాడు. మానవవాద ప్రణాళికల గురించి వివరించాడు.

మానవవాదాన్ని గురించి కార్లాస్ లెమాంట్ తన మానవవాద తత్వం (ది ఫిలాసఫీ ఆఫ్ హ్యూమనిజం) అనే గ్రంథంలో చాలా చక్కగా వివరించాడు. మానవవాదాన్ని నిర్వచిస్తూ ఆయన ఇలా అన్నాడు. "It is a philosophy of joyous service for the greater good of all humanity in this natural world and advocating the methods of reason, science and democracy."

మానవవాదంలో అనేక పార్శ్వాలున్నాయని, వాటిలో స్వభావవాదం, భౌతికవాదం, శాస్త్రం-శాస్త్రీయ పద్ధతులు, ప్రజాస్వామ్యం, పౌరహక్కులు, స్వేచ్ఛాలోచన, హేతుత్వం, నైతిక విలువలు, భావపునర్వికాసం, సాహిత్యం, కళలు, నైతిక సంస్కృతి ఉద్యమాల వంటివి వున్నాయని లెమాంట్ వివరించాడు.

మానవవాదంలో ప్రధానంగా పది అంశాలు వున్నాయని తెలిపాడు. మొదటిది - మానవవాదం స్వభావవాదాన్ని విశ్వసిస్తుంది. అతీత శక్తులన్నీ అబద్ధమని భావిస్తుంది. ప్రకృతి నిరంతర పరిణామంలో వుందని, పదార్థం, శక్తి రూపంలో వుండే దాని ఉనికి ఎటువంటి చైతన్యం మీద లేక మనసు మీద ఆధారపడకుండా స్వతంత్రంగా వుందని భావిస్తుంది.

రెండవది - మానవవాదం ప్రకృతి నియమాలు, శాస్త్రీయ సత్యాల ఆధారంగా ప్రకృతి పరిణామ క్రమంలో మానవులు ఆవిర్భవించారని, అందువల్ల మానవులంతా ప్రకృతిలో భాగమేనని భావిస్తుంది. మనసనేది మెదడు చేసే పని. శరీరం, వ్యక్తిత్వం అనేవి విడదీయడానికి వీలులేనివి. మరణానంతరం చైతన్యం వుండదు, నశిస్తుంది.

మూడవది - మానవవాదం మానవ జాతిలో అచంచల విశ్వాస ముంచుతుంది. మానవులు తమ స్వంత సమస్యలను తామే పరిష్కరించుకునే శక్తి సామర్థ్యాలు కలిగి వుంటారని విశ్వసిస్తుంది. ఆ క్రమంలో మౌలికంగా వివేకాన్ని, శాస్త్రీయ పద్ధతిని ధైర్యంతో, ముందు చూపుతో అన్వయించి సమస్యలను పరిష్కరించుకుంటారు.

నాలుగవది - మానవవాదం సార్వత్రిక నిర్ణయవాదాన్ని, ప్రారబ్ధవాదాన్ని లేదా పూర్వ నిర్ణయవాదాన్ని వ్యతిరేకిస్తుంది. మానవులు గతం ద్వారా నియంత్రణ చేయబడినప్పటికీ సృజనాత్మక ఎంపికలో, చర్యలలో నిజమైన స్వేచ్ఛను కలిగి వుంటారు. వారు కొన్ని నిర్దిష్ట పరిమితులకు లోబడి తమ భవితవ్యాన్ని తామే రూపొందించుకోగలరని మానవవాదం విశ్వసిస్తుంది.

అయిదవది - మానవవాదం ఈ ప్రపంచ అనుభవాలు, అనుబంధాలలోని అన్ని మానవ విలువలకు ఆధారభూతమైన నైతికతను విశ్వసిస్తుంది. దేశం, జాతి, మతం వంటి వాటితో సంబంధం లేకుండా మానవజాతికంతటికీ వర్తించే ఆర్థిక, సాంస్కృతిక, నైతికపరంగా వుండే ఈ ప్రపంచపు ఆనందం, స్వేచ్ఛ, ప్రగతి అనే అత్యున్నతమైన లక్ష్యాన్ని కలిగి వుంటుంది.

ఆరవది - మానవవాదం మానవుడు వ్యక్తిగత సంతృప్తిని, స్వయాభివృద్ధిని ' సమాజ సంక్షేమం కోసం చేసే ముఖ్యమైన పనులతో సామరస్యపూర్వకంగా కలపడం ద్వారానే మంచి జీవితాన్ని పొందగలుగుతాడని భావిస్తుంది.

ఏడవది - మానవవాదం అందాలతో కూడిన ప్రకృతి శోభను, విస్తృతమైన కళల అభివృద్ధిని, సౌందర్య స్పృహను విశ్వసిస్తుంది. తద్వారా ప్రజలందరి జీవితాలలో సౌందర్యానుభవం ఒక నూతన వాస్తవికతగా రూపొందవచ్చు.

ఎనిమిదవది- మానవవాదం ప్రపంచమంతటా ప్రజాస్వామ్యం, శాంతి, ఉన్నత జీవన ప్రమాణాల స్థాపన కోసం ఒక దీర్ఘకాలిక ప్రణాళికను రూపొందిస్తుంది. ఆ పునాదుల మీద జాతీయ, అంతర్జాతీయ స్థాయిలో ఏర్పడే ఆర్థిక అభివృద్ధికి దోహదం చేస్తుంది.

తొమ్మిదవది - మానవవాదం వివేకం, శాస్త్రీయ పద్ధతితో కూడిన సామాజిక ఆచరణను విశ్వసిస్తుంది. తద్వారా ప్రజాస్వామ్య విధానాలు, పార్లమెంటరీ ప్రభుత్వం, పూర్తి భావ ప్రకటనా స్వేచ్ఛ, పౌరహక్కులతో కూడిన అభివృద్ధిని ఆర్థిక, రాజకీయ, సాంస్కృతిక రంగాలన్నిటిలో తేవాలని ఆశిస్తుంది.

పదవది - మానవవాదం శాస్త్రీయ పద్ధతికి అనుగుణంగా మౌలికమైన నమ్మకాలను, ఊహలను అంతులేని విధంగా ప్రశ్నించమంటుంది. మానవవాదం ఒక మూసపోసిన నూతన సిద్ధాంతం కాదు. అది ఎల్లప్పుడూ పరీక్షలకు నిలబడుతుంది. నూతన సత్యాలను ఆహ్వానిస్తుంది. కఠినమైన తార్కిక పద్ధతులకు అనుగుణంగా వుండే విస్తృతమైన, అభివృద్ధి చెందుతున్న తత్వశాస్త్రం మానవవాదం.

ఈ పది అంశాలు మానవవాదంలో నూతన రూపంలో అంగీకరించ దగినవి. అందుకే దీనిని కొందరు శాస్త్రీయ మానవవాదమని, లౌకిక మానవవాదమని, స్వభావ మానవవాదమని, లేదా ప్రజాస్వామ్య మానవవాదమని అంటారు.

మానవుడి వివేకం, మానవుడి ప్రయత్నాలే గొప్పవి. వాటిని గుర్తించకపోవడమే చరిత్రలో మానవ వైఫల్యాలకు ప్రధాన కారణమని కార్లిస్ లెమాంట్ వివరించాడు. మానవవాదం జాతి, దేశం వంటి భేదాలతో సంబంధం లేకుండా ప్రపంచ వ్యాప్తంగా వున్న ప్రజలందరినీ సమానంగా చూస్తుంది. ఎటువంటి వివక్షను సహించదు. అది విశ్వజనీన తత్వాన్ని, అంతర్జాతీయ స్నేహాన్ని పునరుద్ఘాటిస్తుంది. భూగోళం మీదున్న మనుషులందరూ ఆదరాభిమానాలతో ఒకే కుటుంబంగా వుండాలని మానవవాదులు భావిస్తారని కార్లిస్ లెమాంట్ తెలిపాడు.

మానవజాతి భవిష్యత్తును గూర్చి రాస్తూ కార్లిస్ లెమాంట్ చాలా విషయాలను చర్చించాడు. సుదూర భవిష్యత్తులో ఒకవేళ సూర్యుడు అత్యంత చల్లగా గాని, అత్యంత వేడిగా గాని మారితే అప్పుడు భూమిమీద మానవజాతి మనుగడ అసాధ్యమవుతుంది. అటువంటి సందర్భంలో న్యూక్లియర్ శక్తిని వినియోగించి సూర్యుడు చుట్టూ తిరిగే భూభ్రమణ వేగాన్ని పెంచడమో, లేక తగ్గించడం ద్వారా భూకక్ష్య స్థానాన్ని మార్చడం ద్వారా భూమిని సూర్యుడికి దగ్గరగా గాని, దూరంగా గాని తీసుకెళ్లవచ్చు. అదొక్కటే సాధ్యమయ్యే పరిష్కారమార్గం కావచ్చు అన్నాడు.

మానవవాదం ద్వైతవాదాన్ని, భావవాదాన్ని పూర్తిగా తిరస్కరిస్తుంది. ఏకత్వాన్ని పదర్థావాదాన్ని ప్రతిపాదిస్తుంది. భావవాదులు, ఆత్మవాదులు ఎన్నిరకాల ప్రతిపాదనలను తీసుకొచ్చి చర్చించినా వాటన్నిటిని మానవవాదం శాస్త్రీయమైన ఆధారాలతో, సమాధానాలతో తిరస్కరిస్తుంది.

విశ్వానికి ఒక లక్ష్యం గాని, ప్రాధాన్యతగాని ఏమీలేదు. దానికి భవిష్యత్తు గురించిన జ్ఞానంగాని, గతాన్ని గురించిన జ్ఞానం గాని లేదు. దానికి స్వతః సిద్ధమైన చైతన్యం లేదు. దానికి ఆలోచించే అవకాశం లేదని కార్లిస్ లెమాంట్ చక్కగా వివరించాడు.

కార్లిస్ లెమాంట్ (1902-1995)

నియతివాదం, యాదృచ్ఛికత (Determinism and contingency) విశ్వం యొక్క శాశ్వత లక్షణాలు. అవి ఎల్లప్పుడూ, అంతటా విస్తరించి వుంటాయి. వాటిని సక్రమంగా అర్థం చేసుకుంటే అతీతశక్తుల మీద ఆధారపడవలసిన అవసరం వుండదని తెలిపాడు. నియతివాదానికి స్వేచ్ఛకు వైరుధ్యం లేదు. కొందరు నియతివాదాన్ని స్వేచ్ఛకు వ్యతిరేకమైనదిగా భావిస్తారు. నియతివాదం సరైనదైతే స్వేచ్ఛకు తావుండదని వాదిస్తారు. అది నిజం కాదు. నియతివాదం వల్లే విశ్వంలో జరిగే సంఘటనలను మనం అర్థం చేసుకోగలుగుతున్నాం. ఆ మేరకు మనకు వాటి జ్ఞానం కలుగుతుంది. ఆ జ్ఞానమే మనకు స్వేచ్ఛకు అవకాశం కలిగిస్తుంది. అందువల్ల నియతివాదాన్ని స్వేచ్ఛకు వ్యతిరేకంగా భావించరాదు.

మనం మన వివేకం మీద, స్వేచ్ఛమీద ఆధారపడుతూ జీవితాన్ని ధైర్యంగా ఎదుర్కోవాలని మానవవాదం చెబుతుంది. తద్వారా భవిష్యత్తును ఉన్నతమైనదిగా తీర్చిదిద్దుకొని సంతోషంగా జీవించాలని ప్రోత్సహిస్తుందది. అన్నీ ముందుగానే నిర్ణయింపబడి వుంటాయనే ప్రారబ్దవాదాన్ని మానవవాదం ఖండిస్తుంది. మన భవితవ్యాన్ని మనమే రూపొందించుకోగలమని తెలుపుతుంది.

ప్రాచీన కాలంలో జ్ఞానార్జనకు ఉద్బుద్ధజ్ఞానం, అంతర్వాణి వంటి అతీత శక్తులమీద ఆధారపడి వాటినే దైవవాక్కులుగా, ఆదేశాలుగా ప్రచారం చేశారు. దేవదూతలు, ప్రవక్తలు అటువంటి వాటి మీద ఆధారపడి వాటినే మత ప్రచారానికి వాడుకున్నట్లు తెలుస్తోంది.

ఆధునిక విజ్ఞానం సాక్ష్యాలు, ప్రయోగాలు, రుజువులతో కూడిన శాస్త్రీయ పద్ధతిని అవలంబించి నూతన సత్యాలను ఆవిష్కరిస్తుంది. సైన్సులో ఏదీ తుది మాటకాదు. సైన్సు తప్పులను సవరించుకుంటూ మరింత సమగ్రత వైపు ప్రయాణిస్తుంది. జ్ఞానార్జనకు శాస్త్రీయ పద్ధతిని మించిన సాధనం మరొకటి లేదు.

అయితే ఈ శాస్త్రీయ పద్ధతి భౌతిక శాస్త్రం, రసాయన శాస్త్రం, ఖగోళ శాస్త్రం వంటి శాస్త్రాలలో ఖచ్చితంగా పనిచేస్తుంది. సామాజిక, ఆర్థిక రంగాలలో శాస్త్రీయ పద్ధతిని ఉపయోగించడం సంక్లిష్టంగా వుంటుంది. నిర్జీవ ప్రకృతికి సంధించినట్లు శాస్త్రీయ పద్ధతిని అంత ఖచ్చితంగా సామాజిక శాస్త్రాలలో అన్వయించలేము. దానికి కారణం మనుషులలో సంకల్ప వివేకాలు, స్వేచ్ఛ పనిచేస్తుండడమేనని కార్లిస్ లెమాంట్ తన మానవవాద తత్వం అనే గ్రంథంలో తెలిపాడు.

మానవవాదంలో నైతికత అత్యంత ప్రధానమైనది. దైవంతో సంబంధం లేకుండానే మనుషులు ఒకరిపట్ల మరొకరు సరైన విధంగా స్పందించవచ్చు. వ్యక్తుల నైతిక ప్రవర్తనలో మతం, దైవం వంటి వాటి జోక్యం అవసరం లేదు.

మానవ చర్యలు వేటికవే మంచివిగాని చెడ్డవిగాని కావని, ఆ చర్యలు వ్యక్తులకు, సమాజానికి కలిగించే ఫలితాలను బట్టే అవి మంచివా కాదా అనేది నిర్ణయించబడుతుందని మానవవాదం భావిస్తుంది. మానవవాద నైతిక విలువలు మానవుల అనుభవంలో నుండే రూపుదిద్దుకుంటాయి. మానవుల అనుభవంలోనే పరీక్షించబడతాయి. వాటిమీద ఆధారపడి నైతిక శాస్త్రాన్ని రూపొందించుకోవచ్చు. ఆ పని ఇంకా జరగవలసి వుంది.

లక్ష్య సాధనాల మధ్య ఎటువంటి సంబంధం వుండాలనేది నైతిక శాస్త్రంలో ఒక ప్రధానమైన సమస్య. లక్ష్యం మాత్రమే మంచిదయితే సరిపోదు. దాన్ని సాధించడానికి ఉపయోగించే సాధనం కూడా మంచిదై వుండాలి. చెడ్డ సాధనం ద్వారా మంచి లక్ష్యాన్ని ఎన్నటికీ సాధించలేము.

వర్తమానంలోను, భవిష్యత్తులోను సామాజిక సంక్షేమాన్ని సాధించడమే మానవవాదుల అత్యున్నతమైన లక్ష్యం. ఆ లక్ష్యసాధన కోసం ప్రజలలో ప్రేమ, స్నేహశీలత, సహకార భావాలను పెంపొందించడం మానవవాద నైతిక నియమం.

కార్లిస్ లెమాంట్ (1902-1995)

మానవ జీవితంలో ప్రజాస్వామ్యం బాగా విస్తరించాలని మానవవాదం కోరుకుంటుంది. మానవవాద విలువలైన స్వేచ్ఛా సమానత్వ సౌభ్రాతృత్వాలు ప్రజాస్వామ్య విలువలుగా కూడా పరిగణించబడతాయి. అంతర్జాతీయంగా మానవ హక్కుల పరిరక్షణ కోసం 1848లో ఐక్యరాజ్య సమితి జనరల్ అసెంబ్లీ ఆమోదించిన 'యూనివర్సల్ డిక్లరేషన్ ఆఫ్ హ్యూమన్‌రైట్స్'' పత్రంలో ప్రపంచ మానవవాదులు కూడా సంతకాలు చేశారు.

మానవవాద సూత్రాలు చట్టాలలో, సంస్థలలో, ఆర్థిక, సాంస్కృతిక అంశాలలో విస్తరించి, వ్యక్తుల వ్యక్తిగత, సామాజిక జీవనంలో ప్రతిబింబించాలి. అందుకోసం మానవవాద విద్యా ప్రణాళిక ద్వారా సాహిత్యం, కళల ద్వారా ప్రజలలో చైతన్యం తీసుకురావలసి వుంది. అందుకోసం మానవవాదులు ఎన్ని ఇబ్బందులెదురైనా, ధైర్యంగా, పట్టుదలగా ముందుకు సాగాలి. చిరస్థాయిగా కొనసాగే మానవవాద ఉద్యమం ద్వారా విశ్వమానవ కల్యాణాన్ని సాధించాలని కార్లిస్ లెమాంట్ వివరించాడు.

ఈ విధంగా హేతువాద మానవవాద భావాల వ్యాప్తి కోసం జీవితమంతా కృషి చేసిన కార్లిస్ లెమాంట్ తన 93వ ఏట 1995 ఏప్రిల్ 26వ తేదీన న్యూయార్క్‌లో మరణించాడు. మానవవాద చరిత్రలో తన స్థానాన్ని శాశ్వతం చేసుకున్న కార్లిస్ లెమాంట్ జీవితం అందరికీ ఆదర్శప్రాయం.

హెచ్.జె.బ్లాక్ హోమ్ (1903-2009)

హరోల్డ్ జాన్ బ్లాక్‌హోమ్ ప్రసిద్ధిగాంచిన బ్రిటిష్ మానవవాద తత్వవేత్త, రచయిత, విద్యావేత్త. బ్రిటన్‌లో ఆధునిక మానవవాద భావాలను తొలిసారిగా ప్రచారం చేసిన మహనీయుడిగా పేరు పొందాడు.

బ్లాక్‌హోమ్ ఇంగ్లండులోని వెస్ట్ బ్రోమ్‌లిచ్ (స్టాఫర్డ్‌షైర్)లో 1903వ సంవత్సరం మార్చి నెల 31వ తేదీన హోరియట్ మేరీ (1872-1955), వాల్టర్ రొనాల్డ్ బ్లాక్ హోమ్ (1875-1911) దంపతులకు జన్మించాడు. అతనికి నలుగురు తోబుట్టువులు.

మొదటి ప్రపంచయుద్ధం ముగిసిన తరువాత బ్లాక్‌హోమ్ పాఠశాలను విడిచిపెట్టి వ్యవసాయకూలీగా మారాడు. తరువాత ఆస్తికవాదం గురించి, చరిత్ర గురించి అధ్యయనం చేయడానికి బర్మింగ్‌హోమ్ విశ్వవిద్యాలయంలో చేరాడు. విద్యాబోధనలో డిప్లొమా సంపాదించుకున్నాడు. డాన్‌కాస్టర్ గ్రామర్‌స్కూల్‌లో దైవత్వాన్ని బోధించే ఉపాధ్యాయుడిగా ఉద్యోగంలో చేరాడు.

తరువాత కాలంలో ఎథికల్ యూనియన్‌లో చేరడం ద్వారా బ్లాక్‌హోమ్ ఆ సంస్థను మతపరమైన రూపాలనుండి దూరం చేశాడు. బ్రిటిష్ మానవవాద సంఘం ఏర్పడటంలో ప్రముఖపాత్ర వహించాడు. 1963లో బ్రిటిష్ హ్యూమనిస్ట్ అసోసియేషన్‌కు మొదటి ఎగ్జిక్యూటివ్ డైరెక్టర్ అయ్యాడు.

బ్లాక్ హోమ్ ఇంటర్నేషనల్ హ్యూమనిస్టు అండ్ ఎథికల్ యూనియన్ (ఐ.హెచ్.ఇ.యు) స్థాపక సభ్యుల్లో ఒకడు. 1952 నుండి 1966 వరకు ఆ సంస్థకు కార్యదర్శిగా పనిచేశాడు. 1974లో బ్లాక్‌హోమ్ ఐ.హెచ్.ఇ.యు. యొక్క ఇంటర్నేషనల్

హ్యూమనిస్టు అవార్డును అందుకున్నాడు. అదే విధంగా 1978లో ప్రపంచ మానవవాదానికి సేవలను అందించినందుకు ప్రత్యేక అవార్డును కూడా అందుకున్నాడు. హ్యూమనిస్ట్ మేనిఫెస్టో పై సంతకం చేసిన వారిలో బ్లాక్‌హామ్ కూడా వున్నాడు.

బ్రిటిష్ హ్యూమనిస్ట్ అసోసియేషన్‌లో వున్న సమయంలో బ్లాక్‌హామ్ ' బ్రిటిష్ అసోసియేషన్ ఫర్ కౌన్సిలింగ్ అండ్ సైకోథెరపీ' ని మిత్రులతో కలిసి స్థాపించాడు. అదే విధంగా ఫ్రెండ్స్ ఆఫ్ ఆస్ట్రియా ఛైర్మన్‌గా నాజీల నుండి పారిపోతున్న ఆస్ట్రియన్ పిల్లలు బ్రిటన్‌కు రావడానికి సహకారం అందించాడు.

బ్రిటన్ ఆధునిక మానవవాద పితామహుడిగా పేరుగాంచిన బ్లాక్ హామ్ 20వ శతాబ్దంలో మేధోపరమైన, నిర్మాణాత్మక లౌకిక మానవవాదాన్ని అభివృద్ధి చేయడంలో విశేషంగా కృషి చేశాడు. స్వేచ్ఛావిచారణ, మానవ కేంద్రనీతి, హేతుత్వం, ప్రేమ ద్వారా మానవుల స్థితిగతులను మెరుగుపరచడం వంటి కార్యకలాపాలలో నిమగ్నమయ్యాడు. ముఖ్యమైన మానవవాద సంస్థల స్థాపన నుండి ప్రభావవంతమైన తాత్విక రచనల వరకు అతడు చేసిన విశిష్టసేవలు అతడిని అంతర్జాతీయ స్థాయిలో ఒక మహోన్నత వ్యక్తిగా నిలిపాయి.

1930వ సంవత్సరం నుండి అతడు కాథలిక్ మతానికి దూరమైన తరువాత అతని మేధోజీవితం గొప్ప మలుపు తిరిగింది. అప్పటి నుండే అతడు హేతువాద సూత్రాలపై ఆధారపడి నిర్మితమైన నైతిక సంస్కృతివైపు మొగ్గుచూపాడు. అంతర్జాతీయ మానవవాద నైతిక సంఘంలో చేరాడు. అప్పటి నుండి అతడు జీవితాంతం వరకు మానవవాదిగానే వుండిపోయాడు.

బ్లాక్‌హామ్ దృష్టిలో మానవవాదమంటే కేవలం మతాలను వ్యతిరేకించడం మాత్రమే కాదు. మానవశక్తి సామర్థ్యాలమీద, బాధ్యతల మీద సానుకూల వైఖరిని కలిగి వుండడమే మానవవాద తత్వసారంగా భావించాడు. బ్లాక్‌హామ్ ప్రభావం మానవవాదతత్వం మీద, సంస్థాగత నిర్మాణాల మీద పడింది. 1938లో బ్లాక్‌హామ్

ప్రపంచ స్వేచ్ఛాలోచనాపరుల సంఘం మహాసభలను లండన్‌లో నిర్వహించాడు. తద్వారా ప్రపంచంలోని లౌకిక వాదులందరినీ ఒక త్రాటిపైకి చేర్చడానికి కృషిచేశాడు.

రెండవ ప్రపంచయుద్ధం సమయంలో బ్లాక్‌హామ్ లండన్‌లోని అగ్నిమాపకశాఖలో పనిచేశాడు. తద్వారా మానవ సంక్షేమంపై తనకుగల నిబద్ధతను చాటాడు.

1944లో బ్లాక్‌హామ్ నైతిక సంఘానికి కార్యదర్శి అయ్యాడు. వెంటనే 'ది ఫైన్ వ్యూ' అనే మానవవాద పత్రికను ప్రారంభించి దాదాపు రెండు దశాబ్దాలపాటు దాన్ని నడిపించాడు. తద్వారా జులియన్ హక్స్‌లే, గిల్బర్ట్‌ముర్రే వంటి ప్రసిద్ధులను ఆకర్షించాడు. ఆ పత్రిక ద్వారా హేతుత్వం, నైతికతలతో కూడిన ప్రాపంచిక దృక్పథాన్ని, మానవవాద భావాలను బాగా ప్రచారం చేయగలిగాడు.

అంతర్జాతీయంగా బ్లాక్‌హామ్ హ్యూమనిస్ట్ ఇంటర్నేషనల్‌కు (గతంలో అంతర్జాతీయ మానవవాద నైతిక సంఘం (ఐ.హెచ్.ఇ.యు) కార్యదర్శిగా పని చేసినపుడు 40 దేశాలలో దాదాపు 100 మానవవాద సంఘాలను ఏర్పాటు చేశాడు.

బ్లాక్‌హామ్ రచనలు మానవవాదానికి అవసరమైన మేధోపరమైన గట్టి పునాదులను వేశాయి. అతని మొదటి గ్రంథం 'మానవవాదిగా జీవించడం' (Living as a Humanist - 1950) అనేది పలు వ్యాసాల సంకలనం. అది మానవవాద జీవన విధానాన్ని చక్కగా తెలియజేసింది. కేవలం మతాన్ని (క్రైస్తవాన్ని) తిరస్కరించినంత మాత్రాన సరిపోదని, మానవవిలువలను పాటించడం ముఖ్యమని ఆ గ్రంథంలో అతడు తెలిపాడు. నైతిక విలువలను పాటించడం ద్వారానే మానవ జీవితాన్ని మెరుగుపరచుకోగలమనే సందేశాన్ని లోకానికి అందించాడు. ఉర్సులా ఎడ్‌కుంబే, వర్జీనియా ఫ్లెమింగ్ వంటివారు కూడా బ్లాక్‌హామ్ దృక్పథాన్ని సమర్థిస్తూ రాశారు.

బ్లాక్‌హామ్ రచనల్లో అత్యంత ప్రభావంతమైనది 'ఆరుగురు అస్తిత్వవాద మేధావులు' (1952) (six Existentiatist Thinkers)ఆ గ్రంథం

విశ్వవిద్యాలయాల్లో ప్రామాణిక పాఠ్యగ్రంథంగా నిలబడిపోయింది. అందులో బ్లాక్‌హామ్ ‘ కర్క్‌గార్డ్, నీషే, జాస్పర్స్, మార్సెల్, హీడెగ్గర్, సార్త్రేల ఆలోచనా విధానాలను స్పష్టంగా విశ్లేషించిన తీరు అమోఘం.

సంక్లిష్ట తాత్విక భావాలను సమర్థవంతంగా వివరించడమే కాకుండా అస్తిత్వవాదంలోని వ్యక్తి ప్రాధాన్యతకు మానవవాదంలోని నైతిక కోణాన్ని జోడించి చక్కగా వివరించాడు బ్లాక్‌హామ్. అతని ఇతర రచనల్లో ప్రసిద్ధమైనది ‘మానవ సంప్రదాయం’ (1953-The Human Tradition). అది మానవవాద చరిత్రను ప్రాచీన కాలంలోని గ్రీకు తత్వవేత్తల నుండి ఆధునిక తత్వవేత్తల వరకు వివరించింది. బ్లాక్‌హామ్ 1968 లో రచించిన ‘మానవవాదం’ (Humanism)గ్రంథం మానవుడి వివేకం, హుందాతనం, స్వతంత్రం గురించి బాగా వివరించింది.

1963లో బ్లాక్‌హామ్ రచించిన ‘మానవవాదానికి అభ్యంతరాలు’ (objections to Humanism) అనే గ్రంథంలో మానవవాదంపై వచ్చిన విమర్శలకు తాత్వికపరమైన మేధో నిజాయితీతో సమాధానాలు చెప్పాడు. అందులో నాస్తిత్వాన్ని (Nihilism)మానవవాదం ఏ విధంగా ఎదుర్కొని నిలబడేది వివరించాడు. అతీత శక్తులపై ఆధారపడి మతాలు అవలంబించే సంప్రదాయాలను, అతీతశక్తులపై ఆధారపడకుండానే లౌకికవాద భావనలతో మంచి సంప్రదాయాలను ఎలా కొనసాగించవచ్చునో తెలియజేశాడు.

బ్లాక్‌హామ్ తత్వం స్వేచ్ఛాన్వేషణ, మానవకేంద్ర నీతి అనే పునాదుల మీద నిర్మితమైనది. మానవవాదమనేది కేవలం ఒక దృక్పథం మాత్రమేకాదని, ప్రతి ఒక్కరు అత్యంత ప్రాధాన్యతను ఇవ్వవలసిన నిబద్ధత అని తెలిపాడు. నేటి సంక్లిష్ట ప్రపంచంలో అటువంటి నైతిక నిర్ణయాల అవసరాన్ని నొక్కి చెప్పాడు. అతని రచనలు విద్యారంగంలో రావలసిన మార్పుల గురించి కూడా తెలిపాయి. మిత్రులతో కలిసి బ్లాక్‌హాం ‘నైతిక విద్య’’ అనే పత్రికను స్థాపించాడు. సిరిల్ బిబ్బీ, జేమ్స్ హెమ్మింగ్ వంటి వారితో కలిసి

పాఠశాలలో నైతిక విద్యను పెంపొందించడానికి కృషి చేశాడు. బహిరంగ చర్చల ద్వారా ప్రజలలో మానవవాద విలువలను పెంపొందించడానికి కృషి చేశాడు.

బ్లాక్‌హామ్ మానవవాదం కేవలం సిద్ధాంతాలకే పరిమితం కాలేదు. సమాజంలోని పరిస్థితులను మెరుగుపరచడానికి అవసరమైన కార్యక్రమాలను చేపట్టి ఆచరణలో పూర్తిగా నిమగ్నమయ్యాడు.

బ్రిటిష్ హ్యూమనిస్టు అసోసియేషన్‌లో పనిచేస్తూ అంత్యక్రియలను మతరహితంగా ఏ విధంగా నిర్వహించాలో వివరించి ప్రచారం చేశాడు. అవి బ్రిటిష్ హ్యూమనిస్టులలో మైలురాళ్లుగా నిలబడ్డాయి.

జులియన్ హక్స్‌లే, బార్బరా హుట్టన్, ఎ.జె.అయ్యర్ వంటి సుప్రసిద్ధ నాయకులతో కలిసి పని చేయడం వల్ల అతని కృషి ద్విగుణీకృతమైంది. అది సామాజిక సంస్కరణలతోపాటు మేధోపరమైన భావ విప్లవానికి బాటలు వేసింది. అతని వైజ్ఞానిక నిజాయితీకి నిదర్శంగా నిలిచింది.

బ్లాక్ హామ్ 1977లో తన స్వస్థలమైన వే వ్యాలికి తిరిగి వచ్చాక రచనా వ్యాసాంగాన్ని కొనసాగించాడు. ఉపన్యాసాలు ఇచ్చాడు. తన 90 ఏళ్ల వయసులో కూడా వాటిని కొనసాగించడం విశేషం. 'ది ఫ్యాబుల్ యాజ్ లిటరేచర్ ' (1985), ది ఫ్యూచర్ ఆఫ్ అవర్ పాస్ట్ ' ఫ్రం ఏన్సియంట్ గ్రీస్ టు గ్లోబల్ విలేజ్ (1996) వంటి రచనలు చేశాడు.

బ్లాక్‌హామ్ 2000 సంవత్సరంలో గుండెపోటుకు గురయ్యాడు. అయినా వెంటనే తిరిగి కోలుకున్నాడు. చివరికి 2009వ సంవత్సరం జనవరి 23వ తేదీన తన 105 సంవత్సరాల వయసులో హియర్ ఫోర్డ్‌షైర్‌లోని బ్రాక్‌హాంప్టన్‌లో మరణించాడు.

బ్లాక్‌హామ్ వారసత్వం అతడు స్థాపించిన బ్రిటిష్ హ్యూమనిస్ట్ అసోసియేషన్, హ్యూమనిస్ట్ ఇంటర్నేషనల్ వంటి సంస్థల ద్వారా, మానవవాద భావాలను పటిష్టం

చేయడంలో అతడు చేసిన మేధోపరమైన కృషి ద్వారా కొనసాగుతూ భావితరాలను ప్రభావితం చేస్తూ వుంది.

బార్బరా స్మోకర్ వంటి హ్యూమనిస్టు ఉద్యమ సహచరి బ్లాక్ హామ్‌ని తన ప్రధాన గురువు'గా భావించింది. అతనిలోని తాత్విక స్పష్టతకు, సహచరుల పట్ల అతడు చూపే ప్రేమాభిమానాలకు ఆమె ముగ్ధురాలై బ్లాక్‌హామ్‌ని ప్రశంసించింది.

ఆధునిక ప్రపంచం ఎదుర్కొంటున్న అనేక సవాళ్లకు బ్లాక్‌హామ్ చూపిన మానవవాద తత్వం ' హేతుత్వం, ప్రేమ, మానవహుందాతనం పట్ల నిబద్ధత ' పరిష్కార మార్గాలను చూపుతుంది. అతడు మానవవాదానికి అందించిన సేవలు అనితర సాధ్యమైనవి. లౌకికవాదం, విద్య, మానవ హక్కుల రక్షణ కోసం అతడు ఏర్పాటు చేసిన సంస్థలు కృషి చేస్తూనే వున్నాయి. శతాబ్దకాలానికి మించిన అతని జీవితమే మూఢవిశ్వాసాలకు తావులేని అంతర్జాతీయ మానవవాదానికి చుక్కానిగా పనిచేస్తుందనడంలో అతిశయోక్తిలేదు. మానవవాద ఉద్యమ చరిత్రలో అతడి స్థానం చాలా గొప్పది.

జీన్‌పాల్ సార్త్రే (1905-1980)

జీన్‌పాల్ సార్త్రే ఫ్రెంచి తత్వవేత్త, నాటక రచయిత, నవలా రచయిత, స్క్రీన్ రైటర్, జీవిత చరిత్రకారుడు, సాహితీ విమర్శకుడు. 20వ శతాబ్ధపు తత్వవేత్తలలో ప్రముఖుడిగా పేరుగాంచిన మేధావి. అస్తిత్వవాదానికి (Existentialism) జవజీవాలు సమకూర్చి దానికి తాత్విక సిద్ధాంతంగా రూపొందించిన మహనీయుడు జీన్‌పాల్ సార్త్రే.

సార్త్రే తన రచనలతో చాలామందిని ప్రభావితం చేశాడు. 1964లో నోబెల్ సాహిత్య బహుమతిని అందుకున్నాడు. అయితే ఆ బహుమతిని తిరస్కరించడానికి ప్రయత్నించాడు.

సార్త్రే 1905 జూన్ 21వ తేదీన పారిస్‌లో జన్మించాడు. అన్నెమేరీ, జీన్ బాప్టిస్ట్ సార్త్రేలు ఇతని తల్లిదండ్రులు. వీరి ఏకైక సంతానమేసార్త్రే . తండ్రి ఫ్రెంచి నౌకాదళాధికారిగా పనిచేసేవాడు. సార్త్రేకు రెండు సంవత్సరాల వయసున్నపుడే తండ్రి మరణించాడు. సార్త్రే తాత (తల్లితండ్రి) సార్బోన్ విశ్వవిద్యాలయంలో ఆచార్యుడిగా పనిచేసేవాడు. అతనిపేరు కార్ల్ ష్వెట్జర్. సార్త్రే తండ్రి మరణంతో తాత గారి వద్దే పెరిగాడు.

తాతగారింట్లో సార్త్రే బాల్యం అంత సుఖంగా గడిచినట్టు లేదు. దానికి తోడు సార్త్రే అనాకారితనం ఎల్లప్పుడూ వేధిస్తూ వుండేది. తన బాల్య జీవితం గురించి సార్త్రే 'వర్డ్స్ ' అనే గ్రంథాన్ని రాశాడు. అందులో తాను తన బాల్యాన్ని దాని అవశేషాలను ఏవగించుకుంటానని వివరించాడు. ఈ గ్రంథానికే సార్త్రేకు 1964లో సాహిత్య నోబెల్ బహుమతి లభించింది.

తాత రచయిత కాబట్టి ఇంటిలో చాలా పుస్తకాలుండేవి. ఆ పుస్తకాలను చదివినపుడు తాను పొందిన ఆనందాన్ని చాలా హృద్యంగా వర్ణించాడు. తన తల్లి నేర్పిన చందస్సు వల్ల తాను పద్యాలు అల్లడం, తాతకు పద్యాలలోనే ఉత్తరాలు రాయడం వంటి విషయాలన్నిటినీ చాలా ఆసక్తికరంగా వివరించాడు.

సార్త్రే ఎనిమిదేళ్ళ వయసులోనే నవలా రచన ప్రారంభించాడు. అతడు రచించిన మొదటి నవల 'సీతాకోకచిలుక కోసం'. అలాగే చిన్నతనంలోనే ఇతరుల నవలల నుంచి ప్లాట్లు కొట్టేసి చాలా నవలలు రాసినట్లు తెలుస్తోంది. సార్త్రే వూహాగానాలలో మునిగి తేలేవాడు. తాను పెద్దయ్యాక ప్రఖ్యాత రచయితగా పేరు గడించినట్లు పగటి కలలు కనేవాడు. చివరికి ఆ కలలన్నీ నిజాలు కావడం అతని ఆనందానికి అవధులు లేకుండా చేశాయి.

మనిషిని అతడి బాల్యం నిర్ణయిస్తుందంటాడు సార్త్రే. 'చైల్డ్ ఈజ్ ది ఫాదర్ ఆఫ్ ది మాన్ ' అంటారు. సార్త్రే పొట్టివాడు, కురూపి. మెల్లకన్నుతో వుండేవాడు. తల్లి అతడిని పార్కుకి తీసుకెళ్లి అక్కడి పిల్లలతో ఆడించాలని ప్రయత్నించేది. అయితే పిల్లలెవరూ అతడిని రానిచ్చేవారు కాదు. దాంతో సార్త్రే , అతని తల్లి అవమానంతో కుంగిపోయేవారు.

సార్త్రే బాల్య విద్యాభ్యాసం పారిస్‌లోను, లారోషెల్‌లోను సాగింది. తరువాత సుప్రసిద్ధ విద్యా సంస్థ 'ఇకోల్ నార్మేల్ సుపీరియర్'లో విద్యనభ్యసించి 1929లో తత్వశాస్త్ర పట్టభద్రుడయ్యాడు. సార్త్రే వివాహం చేసుకోలేదు. కాని విద్యార్థిగా వున్నపుడే సైమన్ డి బావోయిర్ అనే యువతితో స్నేహం ఏర్పడింది. ఆమె ఆ తరువాతి కాలంలో ఫ్రాన్సులోని అగ్రశ్రేణి రచయిత్రులలో ఒకరిగా కీర్తి గడించింది.సార్త్రే , డిబోవాయిర్‌లు కలిసి సహజీవనం సాగించారు. వారి సహజీవనం జీవితాంతం వరకు కొనసాగింది.

1931 నుంచి లీహావర్, లావోన్, పారిస్‌లలో ప్రభుత్వ యాజమాన్యంలో నడిచే సెకండరీ స్కూల్స్‌లో సార్త్రే టీచరుగా పనిచేశాడు. మధ్యలో ఒక సంవత్సరం జర్మనీవెళ్లి

పెద్దచదువు చదివి తిరిగి వచ్చాడు. మరల సెకండరీ స్కూల్ టీచర్‌గానే 1944 వరకు ఉద్యోగం కొనసాగించాడు.

ద్వితీయ ప్రపంచ యుద్ధం సందర్భంగా సార్త్రేని సైన్యంలోకి తీసుకున్నారు. మేగినాట్‌లైన్ వద్ద సైనికుడిగా కొంతకాలం పనిచేశాడు. అతడిని జర్మన్‌లు పట్టుకొన్నారు. నాజీ చెరసాలలలో సార్త్రే తొమ్మిది నెలలు గడిపాడు. నాజీల ఖైదు నుంచి విడుదలయ్యాక ఫ్రాన్స్‌కు తిరిగి వచ్చాడు. నాజీల ఆక్రమణ నుంచి విముక్తికై సాగుతున్న ప్రతి ఘటనోద్యమంలో చేరాడు.

ఫ్రెంచి అస్తిత్వవాద రచయిత అల్బర్ట్‌కామూ సంపాదకత్వాన వెలువడే 'కంబాట్' ' (యుద్ధం) అనే అండర్ గ్రౌండ్ పత్రికకు సార్త్రే రచనలు పంపేవాడు. ఆ విధంగాసార్త్రే , కామూలు మిత్రులయ్యారు. తరువాత కాలంలో కమ్యూనిజం గురించిన వివాదంతో వారి స్నేహం చెడింది.

19వ శతాబ్దంలోని కీర్క్‌గార్డ్ (1813-1855) అస్తిత్వవాదానికి మూల పురుషుడని చెప్పవచ్చు. తరువాత కారల్ జాస్పర్, గేబ్రియల్ మార్షల్, మార్టిన్ హీడెగ్గర్ మొదలైన వారు ఆ వాదాన్ని అభివృద్ధి చేశారు. చివరికి సార్త్రే దాన్ని మెరుగులు దిద్ది ప్రజాదరణ కల్పించి ప్రసిద్ధుడైనాడు.

సార్త్రే లీ హావర్‌లో టీచర్‌గా పనిచేస్తున్నపుడే 1938లో డైరీ రూపంలో రాసిన స్వీయ కథాత్మక నవల 'నాసియా'. ఆ నవలలోనే అతడి అస్తిత్వవాద సిద్ధాంతానికి బీజాలు పడ్డాయి. దానితో సార్త్రేకు గొకప్ప రచయితగా పేరు వచ్చింది.

సార్త్రే అసలైన సిద్ధాంత గ్రంథం 'బీయింగ్ అండ్ నథింగ్‌నెస్' (Being and Nothingness). దాన్ని 'అస్తిత్వం-నాస్తిత్వం' అనవచ్చు. అది 1943లో వెలువడింది. ఇది ఆధునిక అస్తిత్వ వాదులకు మౌలికమైన బృహత్ గ్రంథం. ఇది క్లిష్టమైన గ్రంథం కూడా. ఈ గ్రంథం సార్త్రేకు గొప్ప పేరు తెచ్చిపెట్టింది.

జీన్‌పాల్ సార్త్రే (1905-1980)

ఈ గ్రంథంతో సార్త్రే తాత్వికుడిగాను, రచయితగాను ఫ్రెంచి సాహిత్యంలో స్థిరపడ్డాడు. రెండవ ప్రపంచ యుద్ధానంతరం సార్త్రే తన ఉపాధ్యాయ వృత్తిని మానివేసి పూర్తి కాల రచయితగా మిగిలిపోయాడు. 1945లో తన సిద్ధాంతాల ఆధారంగా నాలుగు నవలలను రాయాలని సంకల్పించాడు. మొదటిది 'ది ఏజ్ ఆఫ్ రీజన్ ' (1945), రెండవది 'ది రిప్రీవ్ ' (1945), మూడవది 'ఐరన్ ఇన్ ది సోల్ ' (1949). ఈ మూడు నవలలే వ్రాయగలిగాడు. 1946లో అతడు రాసిన మరొక సిద్ధాంత గ్రంథం 'ఎగ్జిస్టెన్షియలిజం ఈజ్ ఎ హ్యూమనిజం' (అస్తిత్వవాదమొక మానవవాదం).

మానవుడి జీవితాన్ని ఉన్నదున్నట్లు యథాతథంగా చూపడానికి నాటక ప్రక్రియను మించిన ప్రక్రియలేదని భావించిన సార్త్రే వరుసగా చాలా నాటకాలు రాశాడు. వాటిలో మొదటిది 'ది ఫ్లైస్ ' 1943లో వెలువడింది. అతని రచనలలో నిరాశాతత్వం వుందనే ఆరోపణలున్నాయి. అయితే మానవునికి వేదన నుంచి విముక్తి సాధ్యమన్న ఆశాభావ సందేశం కూడా ఆయన రచనల్లో కనిపిస్తుంది.

యుద్ధానంతరం సార్త్రే , బొవాయిర్ కలిసి 'మోడర్న్ టైమ్స్ ' అనే మాస పత్రికను చాలా కాలం నడిపారు. దానిలో తన సిద్ధాంత వ్యాసాలు, రాజకీయ, తాత్విక, సాహిత్య వివాద వ్యాసాలు ప్రచురించేవాడు.

సార్త్రే పై మార్క్సిజం ప్రభావం బాగా వుండేది. అతడు కమ్యూనిస్టులతో కలిసి యుద్ధకాలంలోను, యుద్ధానంతర కాలంలోను పనిచేశాడు. 1954లో సార్త్రే రష్యాలో పర్యటించాడు. ఆ తరువాత అమెరికా, క్యూబాలు సందర్శించాడు. క్రమంగా కమ్యూనిజం మీద అతనికున్న భ్రమలు తొలగిపోసాగాయి. 1956లో రష్యా సేనలు హంగరీలో జోక్యం చేసుకోవడంతో సార్త్రే రష్యా చర్యను, దానిపట్ల ఫ్రెంచి కమ్యూనిస్టు పార్టీ వైఖరిని నిరసిస్తూ రాశాడు. కమ్యూనిస్టు ఆచరణను తిరస్కరిస్తూ వచ్చాడు.

ద్వితీయ ప్రపంచ యుద్ధ కాలంలో నాజీసేనల ప్రతిఘటనోద్యమంలో పనిచేసినందుకు సార్త్రేకు ఫ్రెంచి ప్రభుత్వం ఉన్నతశ్రేణి బిరుదులలో ఒకటైన 'లీజియన్

ఆఫ్ ఆనర్ ' బిరుదును ఇవ్వబోగా దాన్ని కూడా తిరస్కరించాడు. అటువంటి బిరుదులు, బహుమతులు రచయిత వ్యక్తిత్వానికి గుదిబండలుగా తయారవుతాయని, అవి తెచ్చిపెట్టే గౌరవానికి తగినట్టుగా నడుచుకోవాలి. కాబట్టి రచయితకు క్రియా స్వేచ్ఛ తగ్గిపోతుందని సార్త్రే అభిప్రాయపడ్డాడు. ఆ కారణంగానే తనకు వచ్చిన నోబెల్ సాహిత్య బహుమతిని కూడా తిరస్కరించాడు.

ఫ్రెంచి ప్రభుత్వం సార్త్రేను అమెరికా పర్యటనకు పంపింది. 1946లో సార్త్రే అమెరికాలోని హార్వర్డ్, కొలంబియా, యేల్, ప్రిన్స్‌టన్ విశ్వ విద్యాలయాలలో ఉపన్యాసాలు ఇచ్చాడు. 1964లో అమెరికా నుంచి మరొక ఆహ్వానం రాగా దాన్ని తిరస్కరించాడు. వియత్నాం యుద్ధంలో అమెరికా జోక్యాన్ని అమెరికా ప్రజలు ఆమోదించినందుకు నిరసనగా సార్త్రే ఆ నిర్ణయం తీసుకున్నాడు.

ఒక సందర్భంలో రచన విరమిస్తున్నట్లు ప్రకటించినా తరువాత కొద్ది కాలానికే మళ్లీ రచనలు ప్రారంభించాడు. 'నా జీవితం పుస్తకాల మధ్య ప్రారంభమైంది. పుస్తకాల మధ్యనే అంతమవుతుంది' అని సార్త్రే అనేవాడు.

చివరివరకు తాత్విక, రాజకీయ, సాహిత్య వివాదాలలో మునిగి తేలి రచనలు కొనసాగిస్తూ, ఉద్యమాలలో పాల్గొంటూ సార్త్రే 1980 ఏప్రిల్ 15వ తేదీన తన 75ఏట పారిస్‌లో శాశ్వతంగా కన్ను మూశాడు.

అస్తిత్వవాదమంటే ఏమిటి? అస్తిత్వమంటే ఉనికి. అంటే ఉండడం. దానికి సంబంధించిన సిద్ధాంతం అయినందువల్ల అస్తిత్వవాదమయింది. (Existentialism) ఇది భావవాదంపై తిరుగుబాటుగా వచ్చిన సిద్ధాంతం.

భావవాదం (Idealism) గ్రీకు తత్వవేత్త ప్లేటోతో ప్రారంభమైంది. భావాలే సత్యమని, మనం చూస్తున్న భౌతిక వస్తువులన్నీ ఆ భావాల ప్రతిరూపాలని భావించేది భావవాదం. భౌతిక వస్తువులన్నీ అశాశ్వతమని, అసంపూర్ణమని, లోపభూయిష్టమని,

భావాలు మాత్రమే శాశ్వతం, సంపూర్ణం, లోపరహితమని భావవాదం భావిస్తుంది. భావవాదం భౌతిక జగత్తును అభాసగా, మిథ్యగా భావిస్తుంది.

ఉనికి చైతన్యం మీద ఆధారపడి వుంటుందని భావవాదం భావిస్తే, చైతన్యమే ఉనికి మీద ఆధారపడి వుంటుందని భౌతికవాదం భావిస్తుంది. తాత్విక రంగంలో భావవాదం, భౌతికవాదం అనాదిగా ఘర్షణ పడుతూనే వున్నాయి. భౌతికవాదం యొక్క వికారరూపమే భావవాదమని ఆధునిక విజ్ఞానశాస్త్రం తేల్చివేసింది. భౌతిక జగత్తు వాస్తవికతను గుర్తించకుండా, భౌతిక జగత్తు మీద ఆధారపడకుండా ఎవ్వరూ జీవనం సాగించలేరు భావవాదులతో సహా. అందువల్ల భౌతికవాదం నేడు భౌతిక వాస్తవికవాదంగా (Physical Realism) కొనసాగుతోంది.

అస్తిత్వవాదం పాశ్చాత్య తత్వచింతనలో ఒక ముఖ్య సిద్ధాంతం. అది మానవుడి ఉనికికి, మానవుడి స్వేచ్ఛకి, మానవుడి నైతికతకు ప్రాధాన్యాన్ని ఇస్తుంది. ప్రపంచంలో ఎన్ని వందల కోట్ల మానవులున్నా అందులో ఎవరికి వారే ప్రత్యేకం. అంటే ప్రతి వ్యక్తి ఒక ప్రత్యేకమైన విశిష్టతను కలిగి వుంటాడు. అందుకే ప్రతి వ్యక్తి విలక్షణమైన ప్రత్యేక వ్యక్తిగా గౌరవింపబడతాడు. ప్రపంచంలోని ఏ ఇద్దరి వ్యక్తులను తీసుకున్నా వారిలో ఎన్ని సమాన లక్షణాలున్నా వారిని వేరుచేసేది వారిలోని ప్రత్యేకతే. ఒకరున్నట్లు మరొకరుండరు. అందుకే ప్రతి ఒక్కరు విశిష్టమైన వ్యక్తిగానే పరిగణింపబడతారు. మ్యాన్ ఈజ్ యూనిక్ అనేది అందుకే.

ఆధునిక కాలంలో పాశ్చాత్య తత్వశాస్త్ర పితామహుడిగా పేరుపొందిన డేకార్త్ 'I think. Therefore, I am' అన్నాడు. అంటే నేను ఆలోచిస్తున్నాను కాబట్టి వున్నాను. అని అర్థం . దీన్ని సార్త్రే ఖండించాడు. ఎవరైనా ఆలోచిస్తున్నారంటే ఆ ఆలోచన ఏదో ఒక వాస్తవ విషయం లేదా వస్తువు లేదా సంఘటన గురించి అయి వుంటుంది. దేనితో సంబంధం లేకుండా ఆలోచన అసాధ్యం. అంటే ఆలోచించడానికి, చేతనతో

గ్రహించడానికి ఏదో ఒక యదార్థ వస్తువు కావాలి. All consciousness is consciousness of something.

సార్త్రే అస్తిత్వ వాదాన్ని వివరించే మహా గ్రంథం 'బీయింగ్ అండ్ నథింగ్‌నెస్' '(Being and nothingness). అస్తిత్వం మూడు రకాలుగా వుంటుందని సార్త్రే ఆ గ్రంథంలో వివరించాడు. అవి Being for itself అంటే తనకొరకు తానయిన అస్తిత్వం. ఇది మానవ చేతన లేదా మనస్సు. దీన్నే శూన్యత లేదా నథింగ్‌నెస్‌గా సార్త్రే భావించాడు.

రెండవ రూపం Being in itself. అంటే తన లోపల తానయిన అస్తిత్వం. ప్రపంచంలోని అచేతన వస్తువులు, జడ పదార్థాలు, తాము వున్నామని తెలిసినా అలా తెలిసినట్టు తెలుసుకోలేని జంతువులు ఈ అస్తిత్వంలోకి వస్తాయి.

మూడవరూపం Being for others. ఈ శ్రేణిలోకి మనలాంటి మానవులందరూ వస్తారు. మనవలెనే తాము వున్నామన్న విషయం తెలిసి వుండడమే గాక, అలా తెలుసునన్న విషయం కూడా తెలిసిన సాటి మానవులందరూ ఈ శ్రేణిలోకి వస్తారు.

మానవ స్వభావం, మానవ వ్యక్తిత్వం తమంతట తాము నిర్ణయమైనవి కావు. బాహ్య పరిస్థితులు, ఇతర మానవుల వత్తిడి ద్వారా నిర్ణయమైనవి కూడా కావు. మానవుడు తన ఆలోచనల ద్వారా, చర్యల ద్వారా ఎప్పటికప్పుడు తన వ్యక్తిత్వాన్ని, స్వభావాన్ని నిర్ణయించుకుంటాడు, నిర్మించుకుంటాడు. ఆ విధంగా అతడు స్వతంత్రుడు. తన వ్యక్తిత్వ, స్వభావాలను తానే నిర్ణయించుకునే సంపూర్ణ స్వాతంత్ర్యం అతనికి వున్నది.

'మానవుడు సర్వస్వతంత్రుడు' అనేదే సార్త్రే అస్తిత్వవాదానికున్న మౌలిక సూత్రం. మానవుడు స్వతంత్రంగా తప్ప మరొకలా వుండలేడు. అతని స్వేచ్ఛ, అతని స్వాతంత్ర్యం అతడిని నీడలాగా వెన్నాడుతూనే వుంటాయి. 'Man is condemned to be free' - 'మానవుడు స్వేచ్ఛా శాపగ్రస్తుడు' అని అంటాడు సార్త్రే.

జీన్‌పాల్ సార్త్రే (1905-1980)

మానవుడు స్వతంత్రుడు కాబట్టి తన స్వభావాన్ని తానే నిర్ణయించు కుంటాడు. ఏ మనిషినీ మనం ముందుగానే వూహించి అతడి స్వభావాన్ని నిర్ణయించి చెప్పలేము. ఏ మనిషినీ మనం పిరికివాడనిగాని, ధైర్యశాలి అనిగాని చెప్పలేము. అతడు ఒక సందర్భంలో పిరికిగా ప్రవర్తించవచ్చు. మరొక సందర్భంలో ధైర్యంగా ప్రవర్తించవచ్చు. అందువల్ల అతడిని స్వతసిద్ధంగా పిరికివాడనిగాని, ధైర్యశాలి అనిగాని ముద్రవేయలేము. అతడి చర్యల వల్లనే అతడిని పిరికివాడని లేదా ధైర్యశాలి అని చెప్పగలం.

దీనికి కారణం సార్వకాలిక, సార్వజనీన, సార్వత్రిక స్వభావం అనేది లేకపోవడమే. మానవుడు నిరంతర పరిణామశీలి. ఎప్పటికప్పుడు తన చర్యల ద్వారా తన స్వభావాన్ని రూపొందించుకుంటాడు. ఈ నిత్య పరివర్తనకు కారణం అతనికి గల నిర్ణయ స్వేచ్ఛ.

మానవుడికి ఈ నిర్ణయ స్వేచ్ఛ ఎక్కడి నుండి వస్తున్నది. మానవ జీవితంలో అడుగడుగునా అనేక అవకాశాలు ఎదురవుతుంటాయి. ఒక కూడలిలో నిలబడిన మనిషి ఏదో ఒక దారిని ఎంచుకోవలసి వుంటుంది. ఒకే దారి వున్నపుడు నిర్ణయ స్వేచ్ఛకు అవకాశం వుండదు. పలుదారులున్నపుడే ఏదో ఒకదాన్ని ఎంపిక చేసుకొనే స్వేచ్ఛ వుంటుంది.

ఎంచుకునే బాధ్యత మానవుడిదే. అతనికి సలహాలిచ్చేవారు, ప్రభావితం చేసేవారు ఎందరైనా వుండొచ్చు. తల్లిదండ్రులు, గురువులు, స్నేహితులు ఎన్ని సూచనలైనా ఇవ్వొచ్చు. కాని వాటిలో దేన్ని అనుసరించాలన్నది నిర్ణయించుకునే బాధ్యత మాత్రం ఆ వ్యక్తిదే. ఆ విధంగా జీవితంలో ఎదురయ్యే అవకాశాలే అతని నిర్ణయ స్వేచ్ఛకు దారి తీస్తున్నాయి.

ఈ నిర్ణయ స్వేచ్ఛవల్ల తను చేసే ప్రతి పనికి తానే బాధ్యత వహించవలసి వుంటుంది. తన నిర్ణయ స్వేచ్ఛను నిత్యం నీడలా వెన్నంటి వుండేదే బాధ్యత. అస్తిత్వవాదం ప్రకారం 'దైవ నిర్ణయం వల్ల నేను ఫలానా విధంగా ప్రవర్తించాను. నా తప్పేమీ లేదు

అనడానికి వీలులేదు.' సార్త్రే ప్రతిపాదించిన అస్తిత్వవాదంలో నిరీశ్వరవాదం ఒక ముఖ్యమైన భాగం.

అస్తిత్వవాదానికి మూలపురుషుడైన కీర్క్‌గార్డ్ శిష్యులలో ఈశ్వరవాదులూ, నిరీశ్వరవాదులూ వున్నారు. కీర్క్‌గార్డ్ సిద్ధాంతాన్ని ఈశ్వరవాద సిద్ధాంతంగా పరిగణించిన వారిలో కారల్ జాస్పర్ ముఖ్యుడు. నిరీశ్వరవాద సిద్ధాంతంగా పరిగణించిన వారిలో ముఖ్యుడు హీడెగ్గర్. సార్త్రే హీడెగ్గర్‌ని అనుసరించాడు.

మానవునికుండే నిర్ణయ స్వేచ్ఛ పర్యవసానం అతడు చేసే ప్రతి నిర్ణయానికి అతడే బాధ్యత వహించవలసి వుంటుంది. ఒక సందర్భంలో చేసిన ఒక నిర్ణయం ఫలితాలు ఎలా వుండబోతున్నాయో చాలా సందర్భాలలో మనకు తెలియదు. ప్రతి సందర్భం కొత్తదే. అయినపుడు గతంలోని నిర్ణయాలు ఎలాంటి ఫలితాలనిచ్చాయో అటువంటి ఫలితాలే ప్రతిసారి పునరావృతం అవుతాయనే గ్యారంటీ లేదు. చరిత్ర చర్విత చర్వణం కాదు. అందుచేత ప్రతి నిర్ణయం ఎప్పటికప్పుడు కొత్తగా చేయాల్సిందే.

మనం చేసే నిర్ణయం కొన్ని సందర్భాలలో మనకు మాత్రమే కాకుండా మొత్తం మానవ సమాజాన్నే ప్రభావితం చేస్తుంది. అందువల్ల మన నిర్ణయం కేవలం మన పక్షానే కాక మొత్తం సమాజం పక్షాన చేస్తున్నామని అర్థం . అందువల్ల మనం సరైన నిర్ణయం చేయకపోతే ఇతరులను కూడా తప్పు దోవ పట్టించిన వాళ్లమవుతాం.

ఇంతటి బరువైన బాధ్యత వుండడం వల్ల ఫలితాలు ఎలా వుంటాయో అనే ఆందోళన కలుగుతుంది. (anxiety) భయం కలుగుతుంది (dread) ఆవేదన (anquish) కలుగుతుంది. ఇవన్నీ నిర్ణయ స్వేచ్ఛవల్ల మానవుడిమీద పడే బాధ్యత కారణంగా కలిగే ఫలితాలు. అందుకే అస్తిత్వవాదంలో ఆందోళన, భయం, ఆవేదన ముఖ్యాంశాలుగా నిలుస్తున్నాయి. వీటి నుంచి ఎవ్వరూ తప్పించుకోలేరు.

దీనికి సార్త్రే చెప్పిన ఒక ఉదాహరణ అస్తిత్వవాద సాహిత్యంలో బాగా ప్రచారం పొంది ప్రసిద్ధమైంది. ద్వితీయ ప్రపంచయుద్ధ సమయంలో ఒక యువకుడు సార్త్రే వద్దకు

సలహా కోసం వచ్చాడు. స్వదేశరక్షణకై నాజీ మూకలతో పోరాడటానికై సైన్యంలో చేరాలని అతనికి బలమైన కోరిక కలిగింది. అయితే అతనికి వృద్ధాప్యంతో బాధపడుతున్న తల్లి వుంది. అతడొక్కడే ఆమెకు దిక్కు. ఆమె అతడినే నమ్ముకుని వుంది. అతడు సైన్యంలో చేరితే ఆమె దిక్కులేనిదవుతుంది. ఆమె వద్ద వుండి ఆమెకు సేవలు చేయడం కుమారుడిగా తన కర్తవ్యం.

సైన్యంలో చేరి దేశ రక్షణకై పాటుపడాలా లేక ముసలితనంతో బాధపడుతున్న తల్లికి సేవలు చేస్తూ వుండిపోవాలా అనేది అతని ముందున్న సమస్య. అతడు ఎటూ తేల్చుకోలేక సార్త్రే సలహా కోసం వచ్చాడు. మాతృదేశరక్షణ, మాతృమూర్తిరక్షణ అనే రెండింటిలో (రెండూ ముఖ్యమైనవే) తనకు ఏది కర్తవ్యమో తానే నిర్ణయించుకోవాలని సార్త్రే ఆ యువకుడితో అంటాడు.

మనిషి ఈ నిర్ణయ స్వేచ్ఛా బాధ్యత నుండి తప్పించుకోడానికి ప్రయత్నిస్తాడు. ఆ క్రమంలో తాను ఆత్మవంచనకు పాల్పడుతాడని అంటాడు సార్త్రే.

స్వేచ్ఛను వదులుకోవడం కూడా స్వేచ్ఛలో భాగమే అవుతుందంటాడు. అందుకే అతడికి ఆవేదన, నిరాశ,నిస్పృహ తప్పదంటాడు.

ఈ కారణాల వల్ల అస్తిత్వవాదమొక నిరాశావాదమనే విమర్శలు వెల్లువెత్తాయి. అయితే సార్త్రే వాటిని అంగీకరించలేదు. అస్తిత్వవాదమొక ఆశావాదమని పేర్కొంటాడు సార్త్రే.

మానవుడు తనకు గల సంపూర్ణమైన, అవధులు లేని, అనంతమైన నిర్ణయ స్వేచ్ఛ వల్ల తన భవిష్యత్తును తానే రూపొందించుకోవచ్చు. నీతి-అవినీతి, స్వార్థం-నిస్వార్థం, మంచి-చెడు. వీటిలో తనకు కావలసిన దాన్ని ఎంపిక చేసుకోవచ్చు. తన అభివృద్ధికి కాని, పతనానికి కాని తానే బాధ్యుడు. ఇతరులెవ్వలరూ దానికి బాధ్యులు కారని తెలుసుకోవాలి.

అస్తిత్వవాదంలో కొన్ని లోటుపాట్లు వున్నప్పటికీ అది మానవుడి అస్తిత్వానికీ, స్వేచ్ఛకూ, హుందాతనానికీ పట్టం కట్టింది. జీవిత సమస్యలను విశ్లేషించి చూపింది.

అంతరంగానికి, నైతిక విలువలకు ప్రాధాన్యతను కల్పించింది. చీకటిలో, సమస్యలలో కొట్టుమిట్టాడుతున్న మానవజాతికి అస్తిత్వవాదం నూతన వెలుగులను ప్రసరింపజేసి, నూతన దృక్పథాన్ని అందించింది. తాత్విక చరిత్రలో సార్త్రే నూతన అధ్యాయాన్ని సృష్టించి హేతువాద మానవవాద తత్వవేత్తగా నిలిచిపోయాడు.

వి.ఎం.తార్కుండే (1909-2004)

విఠల్ మహదేవ తార్కుండే సుప్రసిద్ధ రాడికల్ హ్యూమనిస్టు నాయకుడు, తత్వవేత్త, న్యాయవాది, పౌరహక్కుల పరిరక్షకుడు, ఆదర్శ మేధావి. వి.ఎం.తార్కుండే 'పౌరహక్కుల ఉద్యమపిత'గా పేరుపొందాడు. భారత సర్వోన్నత న్యాయస్థానం చేత కీర్తింపబడిన గొప్ప న్యాయమూర్తి.

వి.ఎం.తార్కుండే మహారాష్ట్రలోని పూనె జిల్లా సస్వాడ్‌లో 1909వ సంవత్సరం జులై మూడవ తేదీన జన్మించాడు. తల్లిదండ్రులకున్న ఐదుగురు సంతానంలో రెండవ సంతానంగా తార్కుండే జన్మించాడు. తండ్రి మహదేవ రాజారాం తార్కుండే సుప్రసిద్ధ న్యాయవాది, సంఘ సంస్కర్త. అతడు బ్రాహ్మణ కులంలో పుట్టినా అస్పృశ్యతకు వ్యతిరేకంగా పోరాడినట్లు తెలుస్తుంది.

సస్వాడ్ పూనా సమీపంలోని పురంధర తాలూకాలోని ఒక గ్రామం. 1920వ సంవత్సరంలో ఆ కుటుంబం సస్వాడ్ వదిలి పూనా చేరింది. తార్కుండే అక్కడే న్యూ ఇంగ్లీషు స్కూల్‌లో చేరాడు. బొంబాయి విశ్వవిద్యాలయం 1925లో నిర్వహించిన మెట్రిక్యులేషన్ పరీక్షలో తార్కుండే ప్రథమ స్థానాన్ని పొందాడు. సంస్కృత భాషలో ప్రతిష్టాత్మకమైన జగన్నాథ్ శంకర్‌శేత్ స్కాలర్‌షిప్‌ని కూడా పొందాడు. తరువాత ఫెర్గ్యూసన్ కాలేజీలో చేరి 1929లో బి.ఏ. డిగ్రీ పూర్తి చేశాడు. పై చదువులకై లండన్ వెళ్లి అక్కడ లింకన్స్ ఇన్‌లో 1931లో బారిష్టర్ ఎట్ లా పూర్తిచేశాడు. లండన్ స్కూల్ ఆఫ్ ఎకనమిక్స్‌లో ఆర్థిక, రాజకీయ, సామాజిక, సాంస్కృతిక అంశాలను అధ్యయనం చేశాడు. చదువు పూర్తిచేసుకుని మరుసటి సంవత్సరంలోనే పూనాకు తిరిగి వచ్చి

న్యాయవాద వృత్తిని ప్రారంభించాడు. 1933 నుండి 1942 వరకు ఆ వృత్తిలో కొనసాగాడు.

సుప్రసిద్ధ మానవవాద తత్వవేత్త ఎం.ఎన్.రాయ్ 1940లో రాడికల్ డెమోక్రటిక్ పార్టీని ప్రారంభించాడు. తార్కుండే తాను చేస్తున్న న్యాయవాద వృత్తిని వదిలిపెట్టి రాడికల్ డెమోక్రటిక్ పార్టీలో చేరాడు. భారతదేశానికి స్వాతంత్ర్యం సిద్ధించిన తరువాత 1948లో మళ్లీ తన న్యాయవాద వృత్తిని తిరిగి ప్రారంభించాడు. 1957 సెప్టెంబరులో బొంబాయి హైకోర్టు న్యాయమూర్తిగా తార్కుండే నియమితులయ్యాడు. 1957 నుండి 1969 వరకు 12 సంవత్సరాలు న్యాయమూర్తిగా బొంబాయి హైకోర్టులో సేవలందించాడు. విలక్షణమైన, విశిష్ట న్యాయమూర్తిగా పేరు పొందాడు. 1969లో తన న్యాయమూర్తి పదవికి రాజీనామా చేసి ఢిల్లీలోని సుప్రీంకోర్టులో న్యాయవాదిగా పనిచేయడం ప్రారంభించాడు. 1977 వరకు ఆ వృత్తిలో కొనసాగాడు. ప్రధానంగా పబ్లిక్ ఇంట్రెస్టు లిటిగేషన్స్, రాజ్యాంగపరమైన కేసులను అతి తక్కువ ఫీజుతో, కొన్నిసార్లు ఉచితంగా వాదించేవాడు.

1933లో తార్కుండే కాంగ్రెస్ సోషలిస్టు పార్టీలో చేరాడు. తరువాత భారత జాతీయ కాంగ్రెస్‌లో చేరాడు. 1939లో త్రిపుర కాంగ్రెస్ సెషన్‌లో సుభాష్ చంద్రబోస్‌కు వ్యతిరేకంగా ఓటేసినందుకు కాంగ్రెస్ సోషలిస్టుపార్టీని వదిలిపెట్టాడు. తరువాత ఎం.ఎన్.రాయ్ ఆధ్వర్యంలో నడిచే లీగ్ ఆఫ్ రాడికల్ కాంగ్రెస్‌మెన్‌లో ఏప్రిల్ 1939లో చేరాడు.

రెండవ ప్రపంచయుద్ధం సందర్భంగా కాంగ్రెస్‌తో రాయ్‌కి విభేదాలు తలెత్తాయి. అక్షరాజ్యాలకు వ్యతిరేకంగా బేషరతుగా పోరాడడానికి బ్రిటిష్ వారికి తోడ్పడాలని, అదే సమయంలో భారత స్వాతంత్ర్యాన్ని సిద్ధించుకోవాలనేది రాయ్ ఉద్దేశం. కాంగ్రెస్ దీనికి అంగీకరించకపోవడం వల్ల రాయ్ కాంగ్రెస్‌ను వీడి 1940లో రాడికల్ డెమోక్రటిక్ పార్టీని స్థాపించాడు.

వి.ఎం.తార్కుండే (1909-2004)

1942లో పూర్తికాలం అంకితమై పనిచేయడానికి సుప్రీంకోర్టు న్యాయవాద వృత్తిని వదులుకొని రాడికల్ డెమోక్రటిక్ పార్టీలో చేరాడు. 1944లోనే రాడికల్ డెమోక్రటిక్ పార్టీకి ప్రధాన కార్యదర్శిగా ఎన్నుకోబడ్డాడు. 1946లో రాయ్ రాడికల్ హ్యూమనిజం అనే నూతన తత్వాన్ని ప్రతిపాదించాడు.

ప్రజల స్వేచ్ఛను కాపాడటానికి రాజకీయ పార్టీలు తగిన సాధనాలు కావని భావించిన రాయ్ 1948 డిశంబరులో కలకత్తాలో జరిగిన అఖిల భారత మహాసభలో రాడికల్ డెమోక్రటిక్ పార్టీని రద్దుచేశాడు. దానితో తార్కుండే తిరిగి అదే సంవత్సరం న్యాయవాద వృత్తిలోనికి తిరిగి ప్రవేశించాడు.

పార్టీ రద్దయిన తరువాత రాయ్ రాడికల్ హ్యూమనిస్టు ఉద్యమాన్ని ప్రారంభించాడు. తార్కుండే రాడికల్ హ్యూమనిస్టు ఉద్యమంలో చేరి చురుకుగా పనిచేయడం ప్రారంభించాడు. 1954లో రాయ్ అనారోగ్య కారణాల వల్ల మరణించాడు. రాయ్ ప్రారంభించిన రాడికల్ హ్యూమనిస్టు ఉద్యమాన్ని నడిపించడానికి ఒక సంఘం అవసరమని భావించిన తార్కుండే 1969లో రాడికల్ హ్యూమనిస్టు అసోసియేషన్‌ని ప్రారంభించాడు. 1969 నుండి 1980 వరకు ఆ సంఘం అధ్యక్షుడిగా పనిచేశాడు. ఎం.ఎన్.రాయ్ 1937లో ప్రారంభించిన ఇండిపెండెంట్ ఇండియా పత్రిక తరువాత 'రాడికల్ హ్యూమనిస్టు'గా మారింది. 1970 నుండి ఆ పత్రిక సంపాదక బాధ్యతను తార్కుండే చేపట్టాడు. ఆ పత్రికను నడపడానికి తన స్వంత డబ్బులు ఖర్చు పెట్టాడు.

ఎం.ఎన్.రాయ్ భావాలతో ప్రభావితుడైన తార్కుండే జీవితాంతం ఆ ఉద్యమ వ్యాప్తికే కృషి చేశాడు.

1975 జూన్ 25న ఇందిరాగాంధీ దేశంలో ఎమర్జన్సీని ప్రకటించింది. అది 1977 మార్చి 21 వరకు కొనసాగింది. ఎమర్జెన్సీ కాలంలో తార్కుండే ఎమర్జెన్సీకి వ్యతిరేకంగా పోరాడాడు. అతడు జయప్రకాష్ నారాయణ్‌తో కలిసి అనేక కార్యక్రమాల్లో పాల్గొన్నాడు.

1974లోనే తార్కుండే జయప్రకాష్ నారాయణ్‌తో కలిసి సిటిజెన్స్ ఫర్ డెమోక్రసీ అనే సంస్థను స్థాపించాడు. భారతదేశంలో ప్రజాస్వామ్యాన్ని పరిరక్షించడానికి, బలోపేతం చేయడానికి ఆ సంస్థ విశేషంగా కృషి చేసింది. ఇప్పటికింకా చేస్తూనే వుంది.

1976 సెప్టెంబరులో పీపుల్స్ యూనియన్ ఫర్ సివిల్ లిబర్టీస్ (పౌరహక్కుల ప్రజా సంఘం) అనే సంస్థను ప్రారంభించాడు తార్కుండే. పి.యు.సి.ఎల్.గా అది ప్రసిద్ధమైంది. ఆ సంఘానికి జయప్రకాష్ నారాయణ్ అధ్యక్షుడు. తార్కుండే వర్కింగ్ ప్రెసిడెంట్‌గా వున్నాడు. 1980 నవంబరు నుండి అది సభ్యత్వాన్ని కలిగివున్న సంఘంగా రూపొందింది. దానికి అధ్యక్షుడు తార్కుండే.

ఎం.ఎన్.రాయ్ 1948లో కలకత్తాలో భారత పునర్వికాస సంస్థ (ఇండియన్ రినైజాన్స్ ఇన్‌స్టిట్యూట్)ని ప్రారంభించాడు. ఆయన తదనంతరం ఆ సంస్థకు తార్కుండే ఛైర్మన్‌గా కొనసాగాడు. భారత పునర్వికాస సంస్థ ఒక నిపుణుల కమిటీని ఏర్పాటు చేసింది. ఆ కమిటీకి తార్కుండే కన్వీనర్‌గా వున్నాడు. 1977లో కమిటీ భారతదేశ ఆర్థికాభివృద్ధికై ప్రజాప్రణాళిక-2ను తయారుచేసింది.

తార్కుండే అనేక కమిటీలలో సభ్యుడిగా వుండి పౌరహక్కుల పరిరక్షణ కోసం అవిశ్రాంతంగా కృషి చేశాడు. 1984లో జరిగిన సిక్కు వ్యతిరేక దాడులలో జరిగిన పౌరహక్కుల అతిక్రమణలను పరిశీలించి పంజాబు, కాశ్మీరు, ఈశాన్య భారత ప్రాంతాల్లో జరిగిన పౌరహక్కుల ఉల్లంఘనలను బహిర్గతం చేశాడు.

పోలీసు కాల్పులలో మరణించిన నక్సలైట్ల హక్కుల కోసం పోరాడి చివరికి 'తీవ్రవాద సమర్థకుడి'గా ముద్రవేయబడ్డాడు. బూటకపు ఎన్‌కౌంటర్లలో చనిపోయిన నక్సలైట్ల కోసం ఏర్పాటు చేసిన అనేక కమిటీలలో తార్కుండే ఛైర్మన్‌గా వ్యవహరించాడు.

ఎన్నికల సంస్కరణల కోసం సిటిజన్స్ ఫర్ డెమోక్రసీ వారు ఏర్పాటు చేసిన రెండు కమిటీలలో తార్కుండే కన్వీనర్‌గా వున్నాడు.

అంతర్జాతీయ మానవవాద నైతిక సంఘం (ఐ.హెచ్.ఇ.యు.) (ఇప్పుడు హ్యూమనిస్టు ఇంటర్నేషనల్) ప్రపంచంలో వివిధ దేశాలలో వున్న మానవవాద

సంఘాలతో కూడిన అంతర్జాతీయ సమాఖ్య. తార్కుండే అంతర్జాతీయ మానవవాద నైతిక సంఘంలో 40 సంవత్సరాల పాటు బోర్డు మెంబరుగా కొనసాగాడు. 1978లో అంతర్జాతీయ హ్యూమనిస్టు అవార్డును అంతర్జాతీయ మానవవాద నైతిక సంఘం లండన్ కాంగ్రెస్‌లో తార్కుండేకు ఇచ్చి సత్కరించింది.

1998లో భారత ప్రభుత్వం తార్కుండేను పద్మభూషణ్ అవార్డుతో సత్కరించింది. తార్కుండే మంచి రచయిత కూడా. ఆయన మానవవాదం మీద పలు పుస్తకాలు రచించాడు. ఆయన రచనలలో 'రాడికల్ హ్యూమనిజం ' స్వేచ్ఛా ప్రజాస్వామ్యాల తత్వం', 'స్వేచ్ఛ కోసం', 'కాశ్మీర్ సమస్య - పలు పరిష్కారాలు', 'గ్రేట్ బ్రిటన్ - ఇండియా', 'కమ్యూనలిజం-మానవ హక్కుల' వంటివి అనేకం వున్నాయి.

తార్కుండే రచనలలో 'Radical Humanism - The philosophy of Freedom and Democracy' అనే గ్రంథం అమూల్యమైనది. ఆ గ్రంథాన్ని ఆయన అనుమతితో నేను తెలుగులోకి అనువదించాను. ఆ గ్రంథంలో తార్కుండే తన అనుభవాలను రంగరించి రాడికల్ హ్యూమనిస్టు తత్వాన్ని అత్యంత ప్రతిభావంతంగా, ఆచరణాత్మకంగా చిత్రించాడు.

వ్యక్తికి ప్రథమ స్థానాన్నిచ్చి, స్వేచ్ఛగా, హుందాగా జీవించే హక్కును గుర్తించే మానసిక వైఖరిని, తత్వాన్ని మానవవాదంగా నిర్వచించాడు. మానవుడే అన్నిటికీ ప్రమాణమనేది దాని మౌలిక సూత్రం. మానవుడు తనకు తానే లక్ష్యం. మరొక ఉన్నతమైన లక్ష్యానికి అతడు సాధనం కాదు అని వివరించాడు.

ప్రజాస్వామ్యాన్ని కేవలం ఒక ప్రభుత్వ రూపంగాకాక ఒక జీవన విధానంగా భావించినట్లయితే ప్రతి సిసలైన ప్రజాస్వామ్యవాది మానవవాదిగా కూడా అవుతాడని చెప్పవచ్చునన్నాడు.

రాడికల్ హ్యూమనిజం స్వేచ్ఛను మౌలిక విలువగా పరిగణిస్తుంది. దాని నుంచి మిగతా విలువలన్నిటినీ హేతుబద్ధంగా రాబట్టవచ్చునని వివరించాడు. ఆ అర్థం లో స్వేచ్ఛ విలువలన్నిటికీ విలువ.

మంచివి గానీ, చెడ్డవి గానీ భిన్న లక్ష్యాలను సాధించడానికి హేతువు వ్యక్తికి తోడ్పడుతుంది. ఒక వ్యక్తి మంచి కార్యాన్ని నెరవేర్చుకోడానికి, మరొక వ్యక్తి చెడు కార్యాన్ని నెరవేర్చుకోడానికి ఇద్దరికీ హేతువు ఉపయోగపడుతుంది. కాబట్టి హేతువుకు కేవలం సాధన విలువ మాత్రమే వుందని కొందరు వాదిస్తున్నారు. రెండు భిన్న లక్ష్యాలలో సరియైన దాన్ని ఎన్నుకోవడంలో అది ఉపయోగపడదని కూడా వాదిస్తున్నారు.

కొంచెమాలోచిస్తే ఇది హ్రస్వదృష్టితో కూడిన దృక్పథమని తేలుతుంది. ఉదాహరణకు తాత్కాలికానందం కలిగించి, శాశ్వత నష్టాలను కలుగజేసే తాగుబోతు జీవితం, శారీరక సంతృప్తి, ఆరోగ్య పరిరక్షణలతో కూడిన జీవితాలలో ఒకదాన్ని ఎన్నుకోవలసి వచ్చినపుడు, వ్యక్తి వివేకవంతమైన రెండవ ప్రత్యామ్నాయాన్నే ఎన్నుకోడానికి హేతువు దోహదం చేస్తుంది.

స్వార్థానికి, నైతిక ప్రవర్తనకు వున్న వైరుధ్యాన్ని పరిశీలించి, విశ్లేషించినపుడు శీల నిర్మాణంలో హేతువు పాత్ర అర్థమవుతుంది అని తార్కుండే వివరించాడు.

జ్ఞానేంద్రియాలు, మానవుని మెదడు జీవపరిణామంలో ఉత్పన్నమైనవి. నియమబద్ధమైన ప్రకృతిని అనుకరించడం వల్ల సహజాతంగా హేతుత్వం అభివృద్ధి చెందింది. మానవ మనుగడకు అవసరమైన సామాజిక సహకార జీవనం, సానుభూతి, దయ, కలిసి కట్టుతనం వంటి సహజాతాలు మనసు సహజ లక్షణాలుగా రూపొందాయి. మానవుని నైతిక స్పృహకు ఇవే మూలం.

నేటి సమాజంలో కనిపించే అవినీతికి మతమే మూలం. హానికరమైన సామాజిక కట్టుబాట్లను, దోపిడీ ఆర్థిక నిర్మాణాలను, నిరంకుశ రాజకీయ వ్యవస్థలను నెలకొల్పడానికి మతమే తోడ్పడింది. తప్పుడు ఆదర్శాలను ప్రోత్సహించింది. సమాజంలో మతం నిస్సందేహంగా అభ్యుదయ నిరోధక పాత్రను పోషించింది.

నైతిక విలువలు సాపేక్షమా, నిరపేక్షమా అని ప్రశ్నించుకున్నపుడు అవి నిరపేక్షమైనవనే తేలుతుంది. పరిస్థితులనుబట్టి నైతిక విలువలు మారవు. అలా మారితే

అవి నైతిక విలువలు కాకుండా పోతాయి. నైతికంగా సున్నితమైన వ్యక్తికి నైతిక విలువలన్నీ నిరపేక్షమైనవే, విశ్వజనీనమైనవే. అవి దేశకాల పరిస్థితులను బట్టి మారవు.

హేతుత్వాభివృద్ధికి, వ్యక్తులలోను, సమాజాలలోను నైతిక ప్రమాణాల పెరుగుదలకు అవినాభావ సంబంధం వుందనే చారిత్రక సత్యాన్ని మోరిస్ గిన్స్‌బర్గ్ తన రచన 'ఎ హ్యూమనిస్ట్ వ్యూ ఆఫ్ హిస్టరీ'లో ఇలా పేర్కొన్నాడు. 'అభ్యుదయ సిద్ధాంతాలలో ఒక ప్రధానమైన విషయం సత్యంగా మిగిలిపోయింది. అదేమిటంటే ' చారిత్రకాభివృద్ధిలో మానవుడు నిదానంగా హేతుమంతుడైనాడు. అతనిలో హేతుత్వం పెరిగిన మేరకే అతడు నీతివంతుడైనాడు.'.

వ్యక్తి సమాజానికి నమూనా. వ్యక్తులు లేకుండా సమాజంలేదు. అందువల్ల వ్యక్తులే సమాజ నిర్మాతలవుతున్నారు. సమాజం జీవమున్న ప్రాణి కాదు. దానికి స్వతంత్రంగా స్పృహ (చైతన్యం) వుండదు. విలువలను కాపాడగల స్తోమత దానికి లేదు. అన్ని విలువలను అవశ్యంగా అనుభవించేది, కాపాడేది వ్యక్తులే. వ్యక్తులు కాపాడే విలువలే ఆదర్శ సమాజ నిర్మాణానికి తోడ్పడగలవు.

అందుకే రాడికల్ హ్యూమనిజంలో వ్యక్తికి ప్రాధాన్యం వుంటుంది. వ్యక్తులను సమిష్టి తత్వాలైన కులం, మతం, వర్గం, పార్టీ వంటి వాటికి బలిచేయడం తప్పవుతుంది. సమిష్టి తత్వాల నుండి మనిషిని కాపాడుకోవలసిన అవసరం నేడు చాలా వుంది.

సామాజిక జీవనంలో తార్కికంగా ఇమిడి వున్న మౌలిక విలువలే స్వేచ్ఛా సమానత్వ సౌభ్రాతృత్వాలు. అవే అభ్యుదయ సమాజానికి ఆదర్శవంతమైన విలువలు. ఈ విలువలు సామాజిక జీవనంలో తార్కికంగా ఇమిడి వున్నందువల్ల సామాజిక వ్యవస్థలన్నిటికీ ఇవి మౌలిక ప్రేరణ కావాలి.

తార్కుండే రాడికల్ హ్యూమనిజంలోని ప్రధాన అంశాలను, సూత్రాలను అందరికీ సులభంగా అర్థమయ్యే రీతిలో వివరించాడు. రాజకీయ, ఆర్థిక రంగాలలో రాడికల్ హ్యూమనిస్టులు ఎటువంటి భావాలను కలిగి వుండాలో స్పష్టంగా తెలిపాడు.

రాజకీయాలు పార్టీ రాజకీయాలుగా, అధికార రాజకీయాలుగా మారిపోయాయి. ఆధునిక రాజ్యాలలో అపరిమితమైన అధికారాలు కేంద్రీకృతం కావడం వల్ల వృత్తి రాజకీయాల ఆకర్షణ పెరిగింది. అధికార వ్యామోహం వల్ల రాజకీయ ఆచరణ పతనమైపోయింది. పార్టీ రాజకీయాలు అధికారం కోసం నీతి నియమాలులేని భ్రష్ట రూపాన్ని సంతరించుకున్నాయి.

రెండు ఎన్నికల మధ్య కాలంలో ప్రజలు నిస్సహాయులైన ప్రేక్షకులు మాత్రమే. అధికారం ప్రజలలో వున్నంతమేరకే అది నిజమైన ప్రజాస్వామ్యమవుతుంది. నిరంకుశ పాలన కంటె పార్లమెంటరీ ప్రజాస్వామ్యం మెరుగైనదే. కాని పార్లమెంటరీ ప్రజాస్వామ్యంలో పార్టీనేతల చేతుల్లో అధికారం కేంద్రీకృతమైనందువల్ల పార్టీ నాయక స్వామ్యంగా మారిపోయింది.

రాజ్యం పనితీరును నిరంతరం అదుపు చేయగల శక్తిసామర్థ్యాలు ప్రజలకున్నపుడే నిజమైన ప్రజాస్వామ్యం నిలుస్తుంది. అందుకే రాడికల్ హ్యూమనిజం రాజకీయ రంగంలో పార్టీరహిత, నిర్మాణాత్మక ప్రజాస్వామ్యాన్ని ప్రతిపాదిస్తుంది.

నిర్మాణాత్మక ప్రజాస్వామ్యంలో గ్రామస్థాయి నుండి జాతీయ స్థాయి వరకు ప్రజా సంఘాలు (peoples committees) ఏర్పడతాయి. రాజకీయాధికారం పూర్తిగా వికేంద్రీకరించబడుతుంది. ప్రజాకమిటీలు రాజకీయ అంగాలుగా పని చేయడమే గాక ఎన్నికలలో అభ్యర్థులను కూడా నిలబెడతాయి. అంతేగాక వాటికి రీకాల్ (ఎన్నికైన అభ్యర్థులను వెనుకకు పిలిపించడం), రెఫరెండం (ప్రజాభిప్రాయ సేకరణ), ఇనిషియేటివ్ (శాసన సభలో చట్టాన్ని ప్రతిపాదించడం) వంటి అధికారాలు కూడా వుంటాయి. స్థానిక స్వపరిపాలన సాధ్యమవుతుంది. వీటన్నిటికి ముందుగా ప్రజలలో రాజకీయ చైతన్యం పెరగాలి. అందుకు కూడా ప్రజా సంఘాలు కృషి చేయాల్సి వుంటుంది.

ఆర్థిక రంగంలో రాడికల్ హ్యూమనిజం సహకార ఆర్థిక విధానాన్ని ప్రతిపాదిస్తుంది. ప్రపంచ వ్యాప్తంగా వున్న పెట్టుబడిదారీ ఆర్థిక విధానం, కమ్యూనిస్టు

ఆర్థిక విధానం వైఫల్యం చెందాయి. ఆ వైఫల్యాలను అధిగమించడానికే ఎం.ఎన్.రాయ్ వాటికి ప్రత్యామ్నాయంగా ఆర్థిక రంగంలో సహకార ఆర్థిక విధానాన్ని ప్రతిపాదించాడు.

పెట్టుబడిదారీ విధానంలో ఉత్పత్తి సాధనాల మీద యాజమాన్యం పెట్టుబడిదారుల చేతుల్లోనే వుంటుంది. కమ్యూనిస్టు ఆర్థిక విధానంలో ఉత్పత్తి సాధనాలు (భూమి, పరిశ్రమలు) ప్రభుత్వ యాజమాన్యంలో వుంటాయి. ఆ రెండు విధానాల్లోను యాజమాన్యం నిర్దేశించిన నియమాల ప్రకారమే కార్మికులు, కర్షకులు పనిచేయాల్సి వుంటుంది. అందువల్ల యజమాని - పనివాళ్ల సంబంధాలే వుంటాయి. సహకార ఆర్థిక విధానంలో భూమి, పరిశ్రమలు అందులో పనిచేసే శ్రామికులకే చెందుతాయి. ఉత్పత్తి వారి ఆర్థికాభివృద్ధి కోసమే జరుగుతుంది. యజమాని - పనివాడు అనే భేద భావం నశిస్తుంది. వికేంద్రీకృతమైన ఆర్థిక ప్రణాళిక అమలు చేయబడుతుంది.

విలువైన ఏ సామాజిక విప్లవానికైనా ముందుగా తాత్విక విప్లవం తప్పనిసరిగా వుండాలనేది రాడికల్ హ్యూమనిజం ప్రతిపాదించే మరో ముఖ్యమైన అంశం. రాయ్ భావాలకిచ్చిన సృజనాత్మక పాత్ర కమ్యూనిస్టు విప్లవ సిద్ధాంతానికే పూర్తిగా వ్యతిరేకమైనది. భావలు ఆర్థిక పునాది అనే సమాజ మౌలిక వాస్తవికత మీద ఆధారపడిన ఉపరితల అంశాలు కావు. మార్క్సిస్టులు భావిస్తున్నట్లు భావాలు ఆర్థిక విధానం యొక్క ప్రతిబింబాలు కావు. 15, 16 శతాబ్దాలలో యూరపులో సంభవించిన రినైజాన్స్ వంటి ఉద్యమాన్ని ఆర్థిక నియతివాదం వివరించలేదు.

అదే విధంగా 'మానవ జాతి చరిత్ర అంతా వర్గ పోరాటాల చరిత్ర' అనే తప్పుడు దృక్పథంతో కూడుకొన్న అర్ధసత్యాన్ని తిరస్కరిస్తూ 'మానవ జాతి చరిత్ర అంతా మానవుడి స్వేచ్ఛా పోరాట చరిత్ర' అని రాడికల్ హ్యూమనిజం భావిస్తుంది.

ఆర్థిక భావాలు మాత్రమే గాక, సాంస్కృతిక విలువలు, నైతిక భావాలు కూడా చరిత్రను తీర్చిదిద్దుతాయనేది సామాజిక అభివృద్ధి గురించిన రాడికల్ హ్యూమనిస్టు దృక్పథం. సామాజిక అభివృద్ధి, భావాల అభివృద్ధి పరస్పరం ప్రభావితం చేసుకుంటూ సమాంతరంగా సాగిపోతాయి. సామాజిక సంఘటనలను రూపొందించడంలో భావాలు

తోడ్పడతాయి. భావాలను రూపొందించడంలో సామాజిక సంఘటనలు తోడ్పడతాయి. భావాలలో కావలసిన మౌలికమైన మార్పునే భావవిప్లవం అంటున్నాం. భావ విప్లవం రాకుండా సమాజంలో ఏ రంగంలోనూ విప్లవం సాధ్యం కాదు. అందుకే రాడికల్ హ్యూమనిజం భావ విప్లవం మీద నొక్కిపెడుతుంది.

పై నుండి విప్లవం కమ్యూనిస్టు మార్గమైతే క్రింది నుండి విప్లవం మానవవాద మార్గం.

మానవవాద విద్య కేవలం మానవవాద విలువలను బోధించడంతోనో, ఆత్మ విశ్వాసం, హేతువాదం, లౌకికనీతి ఆధారంగా గల మానవవాద వైఖరిని ప్రజలకు తెలియజెప్పడంతోనో పరిమితం కాదు. ప్రజల వర్తమాన జీవన పరిస్థితుల దృష్ట్యా ఆ విలువలను వివరించి, వారు తమంత తాము తమ ఉజ్వలమైన భవిష్యత్తును ఎలా సృష్టించుకోగలరో కూడా వివరిస్తుంది.

హ్యూమనిస్టులు న్యాయమైన ప్రజా పోరాటాలలో పాల్గొనడమేగాక వ్యవసాయాభివృద్ధి, కుటీర పరిశ్రమల అభివృద్ధి, స్థానిక నీటి పారుదల పథకాల నిర్వహణ, పాఠశాల, వయోజన విద్యలో సౌకర్యాలు సమకూర్చడం, అస్పృశ్యత, కుల నిర్మూలన, మత సామరస్యాన్ని తీసుకురావడం, స్త్రీ ల సమానత్వం ఉద్యమాలను ప్రోత్సహించడం మొదలైన అభివృద్ధి పనులలో చురుకుగా పాల్గొనాలని తార్కుండే ఆకాంక్షించారు.

మానవవాదంలోని మరో ముఖ్యాంశం లక్ష్య సాధనాల మధ్య సమన్వయ ముండడం. లక్ష్యం మంచిదైతే చాలదు. సాధన కూడా మంచిదై వుండాలి. తప్పుడు సాధనాల ద్వారా మంచి లక్ష్యాన్ని ఎన్నటికీ చేరలేరు అన్నాడు తార్కుండే.

ఈ విధంగా మానవవాద సమాజం కోసం అహర్నిశలు శ్రమించిన తార్కుండే 2004 మార్చి 22వ తేదీన తన 94వ ఏట శాశ్వతంగా కన్ను మూశాడు. హేతువాద, మానవవాద తత్వవేత్తగా, ఆచరణ శీలిగా, ఆదర్శమేధంగా చరిత్రలో నిలిచిపోయాడు.

ఎ.జె.అయ్యర్ (1910-1989)

సర్ ఆల్ఫ్రెడ్ జూల్స్ ఫ్రెడ్డీ అయ్యర్ ఒక బ్రిటిష్ తత్వవేత్త. అతని సుప్రసిద్ధ రచనలైన 'భాష, వాస్తవం, తర్కం' (Language, Truth and Logic-1936) 'జ్ఞాన సిద్ధాంతం' (Problem of Knowledge-1956) ద్వారా తార్కిక సానుకూలవాదాన్ని (Logical Positivism) అభివృద్ధి చేసి కీర్తి గడించాడు.

అయ్యర్, ఈటన్ కళాశాల, ఆక్స్‌ఫర్డ్ విశ్వవిద్యాలయంలో విద్యనభ్యసించాడు. వియన్నా విశ్వవిద్యాలయంలో తార్కిక సానుకూలవాద తత్వశాస్త్రాన్ని అధ్యయనం చేశాడు. 1933 నుండి 1940 వరకు ఆక్స్‌ఫర్డ్‌లోని క్రైస్ట్ చర్చిలో తత్వశాస్త్రం పై ఉపన్యాసాలిచ్చాడు.

రెండవ ప్రపంచ యుద్ధ సమయంలో అయ్యర్ స్పెషల్ ఆపరేషన్స్ ఎగ్జిక్యూటివ్‌గా, వీ16 ఏజెంట్‌గా పనిచేశాడు.

అయ్యర్ 1946 నుండి 1959 వరకు యూనివర్సిటీ కాలేజ్ లండన్‌లో ఫిలాసఫీ ఆఫ్ మైండ్ అండ్ లాజిక్‌లో ప్రొఫెసర్‌గా పనిచేశాడు. ఆ తరువాత అతడు ఆక్స్‌ఫర్డ్‌కు తిరిగివచ్చి న్యూకాలేజ్‌లో వైకెహామ్ ప్రొఫెసర్ ఆఫ్ లాజిక్ అయ్యాడు.

ఎ.జె.అయ్యర్ 1951 నుండి 1952 వరకు అరిస్టాటిల్ సొసైటీకి అధ్యక్షుడిగా వున్నాడు. 1970లో నైట్ (Knight)అనే గౌరవ బిరుదును పొందాడు. మానవవాదిగా పేరు గడించాడు. బ్రిటిష్ హ్యూమనిస్ట్ అసోసియేషన్‌కు (ఇప్పుడు దాన్ని హ్యూమనిస్ట్ యు.కె. అని పిలుస్తారు) రెండవ అధ్యక్షుడిగా పని చేశాడు.

అయ్యర్ కొంతకాలం స్వలింగ సంపర్కుల చట్టసంస్కరణ సంఘానికి (Homosexual Law reform Society) అధ్యక్షుడిగా వున్నాడు.

ఎ.జె.అయ్యర్ వాయువ్య లండన్‌లోని సెయింట్ జాన్స్‌వుడ్‌లో నివసించే జూల్స్ లూయిస్ సిప్రియన్ అయ్యర్ మరియు రీన్ అనే దంపతులకు 1910 అక్టోబరు 29వ తేదీన జన్మించాడు. తల్లిదండ్రులిద్దరూ ఐరోపాకు చెందిన సంపన్నులు. అతని తల్లి ఫ్రాన్స్‌లో సిట్రెయిన్ కార్ కంపెనీని స్థాపించిన డచ్ యూదు కుటుంబానికి చెందినది. అతని తండ్రి స్విస్ కాల్వినిస్ట్ ఫైనాన్సియర్.

అయ్యర్ సస్సెక్స్ ప్రాంతంలోని సముద్రతీర పట్టణమైన ఈస్ట్‌బోర్న్‌లో బాలుర కోసం ఏర్పాటు చేసిన అస్కామ్ సెయింట్ విన్సెంట్ స్కూల్‌లో విద్యనభ్యసించాడు. మొదటి ప్రపంచయుద్ధం కారణంగా ఏడు సంవత్సరాల వయసులోనే బోర్డింగ్ ప్రారంభించాడు. తరువాత కింగ్స్ స్కాలర్ అయిన ఈటన్ కాలేజీలో చదువుకున్నాడు. ఈటన్ కాలేజీలో అయ్యర్ ధైర్యశాలిగా పేరుపొందాడు. ప్రధానంగా అయ్యర్ మేధోపరమైన కార్యకలాపాలపై ఆసక్తి కలిగి వున్నప్పటికీ, క్రీడలపై ముఖ్యంగా రగ్బీపై చాలా ఆసక్తి కలిగి వుండేవాడు. ఈటన్ వాల్ గేమ్‌ను బాగా ఆడేవాడు.

ఈటన్‌లో జరిగిన సంవత్సరాంత పరీక్షలలో అయ్యర్ రెండవ స్థానంలో నిలిచాడు. క్లాసిక్స్‌లో మాత్రం మొదటి స్థానంలో నిలిచాడు. చివరి సంవత్సరంలో ఈటన్ సీనియర్ కౌన్సిల్ సభ్యుడిగా వుండి పాఠశాలలో శారీరక దండన రద్దు కోసం ప్రయత్నించి విఫలమయ్యాడు. అతడు ఆక్స్‌ఫర్డ్‌లోని క్రైస్ట్ చర్చికి క్లాసిక్స్ స్కాలర్‌షిప్‌ను గెలుచుకున్నాడు. అయ్యర్ ప్రథమ శ్రేణిలో బి.ఎ. పట్ట భద్రుడయ్యాడు.

ఆక్స్‌ఫర్డ్ నుండి పట్టభద్రుడయ్యాక అయ్యర్ వియన్నాలో ఒక సంవత్సరం గడిపాడు. ఇంగ్లాండుకు తిరిగి వచ్చి 1936లో తన మొదటి పుస్తకం 'లాంగ్వేజ్, ట్రూత్ అండ్ లాజిక్ 'ను ప్రచురించాడు. వియన్నా సర్కిల్ కొత్తగా అభివృద్ధి చేసిన 'తార్కిక

సానుకూలత'కు ఈ గ్రంథం మొదటి వివరణను అందించింది. ఈ పుస్తకం 26 సంవత్సరాల వయసులో వున్న అయ్యర్‌కు బ్రిటిష్ తత్వశాస్త్ర వైద్యుడిగా పేరు తెచ్చింది.

ప్రసిద్ధి చెందిన మేధావిగా అయ్యర్ 1936 జరిగిన ఆక్స్‌ఫర్డ్ ఉప ఎన్నికల ప్రచారంలో ప్రముఖ పాత్ర పోషించాడు.

అయ్యర్ రెండవ ప్రపంచయుద్ధ సమయంలో స్పెషల్ ఆపరేషన్స్ ఎగ్జిక్యూటివ్‌గా పనిచేశాడు. 1940 సెప్టెంబరులో ఆఫీసర్ క్యాడెట్ శిక్షణా యూనిట్ నుండి వెల్ష్‌గార్డ్స్‌లో రెండవ లెఫ్టినెంట్ గా నియమితుడయ్యాడు.

యుద్ధం తరువాత ఆక్స్‌ఫర్డ్ విశ్వవిద్యాలయానికి తిరిగి వచ్చి అక్కడ వాదమ్ కళాశాలకు ఫెలో మరియు డీన్ అయ్యాడు. ఆ తరువాత అయ్యర్ '1946 నుండి 1959 వరకు యూనివర్సిటీ కాలేజ్ లండన్‌లో తత్వశాస్త్రం బోధించాడు. ఆ సమయంలోనే అతడు రేడియో, టెలివిజన్‌లో కనిపించడం ప్రారంభించాడు.

విద్యావేత్తగా అయ్యర్ అసాధారణమైన ప్రతిభాపాటవాలు ప్రదర్శించి మంచి పేరు తెచ్చుకున్నాడు.

అయ్యర్ ముగ్గురు మహిళలను నాలుగుసార్లు వివాహం చేసుకున్నాడు. అతని మొదటి వివాహం 1932లో రెనీ (గ్రేస్ ఇసబెల్)తో జరిగింది. 1941 వరకు ఆ వివాహం కొనసాగింది. వారికి ఒక కుమారుడు, ఒక కుమార్తె వున్నారు.

1960లో అయ్యర్ అల్బెర్టా కాన్‌స్టాన్స్ వెల్స్‌ను వివాహం చేసుకున్నాడు. వారికి ఒక కుమారుడు కలిగాడు. ఆ వివాహం 1983లో రద్దయింది. అదే సంవత్సరం అయ్యర్ నైజల్ లాసన్ అనే రాజకీయ నాయకుడి మాజీ భార్య అయిన వనెస్సా సాల్‌మన్‌ను వివాహం చేసుకున్నాడు. ఆమె 1985లో మరణించింది. 1989లో అయ్యర్ మళ్లీ అల్బెర్టా కాన్స్‌స్టాన్స్ వెల్స్‌ను వివాహం చేసుకున్నాడు. అయ్యర్‌కి హాలివుడ్ కాలమిస్ట్ షీలా గ్రాహం వెస్ట్‌బ్రూక్‌కి ఒక కుమార్తె కలిగింది.

అయ్యర్ 1950లో పశ్చిమ బెర్లిన్‌లో జరిగిన కాంగ్రెస్ ఫర్ కల్చరల్ ఫ్రీడం వ్యవస్థాపక సమావేశానికి హాజరయ్యాడు. అక్కడ జాన్ స్టూవర్ట్ మిల్ భావనలైన స్వేచ్ఛ మరియు స్వేచ్ఛ యొక్క భావనలు 20వ శతాబ్దంలో ఇప్పటికీ ఎందుకు చెల్లుబాటు అవుతున్నాయో అనే అంశంపై ప్రసంగించాడు అయ్యర్.

చరిత్రకారుడైన హ్యూ ట్రెవర్ - రోపర్‌తో కలిసి అయ్యర్ అర్థర్‌క్లోస్లర్, ఫ్రాంజ్ బోర్కెనౌపై పోరాడాడు. స్వేచ్ఛను కాపాడుకోడానికై ఉదారవాద చర్యలను ప్రతిపాదించాడు. 1950 జూన్ 25న కొరియా యుద్ధం ప్రారంభమైంది. అది కాంగ్రెస్ నాల్గవరోజు సమావేశంలో ప్రపంచం యుద్ధం అంచున ఉందనే భావన వెల్లడయ్యేలా చేసింది.

అయ్యర్ 1959 నుండి ఆక్స్‌ఫర్డ్ వైకేహామ్ చైర్మన్ గా, లాజిక్ ప్రొఫెసర్‌గా పనిచేసి 1978లో పదవీ విరమణ చేశాడు.

పదవీ విరమణ తరువాత అయ్యర్ 1987లో బార్డ్ కాలేజీలో విజిటింగ్ ప్రొఫెసర్‌గా యునైటెడ్ స్టేట్స్‌లో అనేక ఉపన్యాసాలిచ్చాడు. పాఠాలు బోధించాడు. ఒకానొక సందర్భంలో ఒక మోడల్‌పై దాడిచేసినందుకు ప్రపంచ హెవీ వెయిట్ ఛాంపియన్ టైసన్‌తో అయ్యర్ వివాదానికి దిగి అతడిని శాంత పరిచినట్లు తెలుస్తోంది.

అయ్యర్ రాజకీయాల్లో కూడా పాల్గొన్నాడు. వియత్నాం యుద్ధ వ్యతిరేక కార్యకలాపాలలో పాల్గొన్నాడు, లేబర్ పార్టీకి మద్దతిచ్చాడు, క్రీడలలో జాతి వివక్షకు వ్యతిరేకంగా జరిగిన ప్రచారానికి అధ్యక్షత వహించాడు.

చివరికి 1989లో జూన్ 27వ తేదీన అయ్యర్ తన 78వ ఏట లండన్‌లో మరణించాడు. 1980 నుండి 1989 వరకు అయ్యర్ లండన్‌లోని మేరీ లెబొన్‌లోని 51 మార్క్ స్ట్రీట్ లో నివసించాడు. అక్కడే అతని మరణానంతరం 1995 నవంబరు 19న ఒక స్మారక ఫలకాన్ని ఆవిష్కరించారు.

ఎ.జె.అయ్యర్ (1910-1989)

అయ్యర్ తాను రచించిన 'భాష, వాస్తవం, తర్కం' గ్రంథంలో తత్వశాస్త్రానికి వర్తించే ధృవీకరణ సూత్రాన్ని (Verification Principle) ప్రతిపాదించాడు. తర్కానికి లేదా అనుభవానికి అందితే తప్ప 'దేవుడు వున్నాడు', 'దాతృత్వం మంచిది' వంటి ప్రకటనలు అర్థరహితంగా మారిపోతాయి. అందువల్ల వాటిని మినహాయించవచ్చు లేదా విస్మరించవచ్చు. ముఖ్యంగా మతపరమైన భాష అర్థం లేనిది. మెటాఫిజిక్స్ (అధిభౌతికవాదం) అనేది మేధో కవిత్వం యొక్క ఒక రూపమనే సి.ఏ.మేస్ అభిప్రాయాన్ని కూడా అయ్యర్ విమర్శించాడు.

ప్రారంభంలో అయ్యర్ దేవుడి విషయంలో కొంత సందిగ్ధావస్థకు గురైనా, తరువాతి కాలంలో అతడు నాస్తికుడిగా రూపాంతరం చెందాడు. తనకు దేవుడి మీద విశ్వాసంలేదని స్పష్టంగా ప్రకటించాడు. జెస్యూట్ పండితుడైన ఫ్రెడరిక్ కోప్లెస్టన్‌తో మతం గురించి చర్చించడం ద్వారా అయ్యర్ బెర్ట్రాండ్ రస్సెల్ అడుగు జాడలను అనుసరించాడు.

అయ్యర్ యొక్క భావోద్వేగ వాదం (Emotivism) సాధారణ నీతి వ్యవస్థను నాలుగు తరగతులుగా విభజించింది.

1) నైతికపదాల నిర్వచనాలను వ్యక్తపరచే ప్రతిపాదనలు.

2) నైతిక అనుభవం యొక్క దృగ్విషయాలను, వాటి కారణాలను వివరించే ప్రతిపాదనలు.

3) నైతిక ధర్మానికి ఉపదేశాలు.

4) వాస్తవ నైతిక తీర్పులు.

రెండవ తరగతికి చెందినవి శాస్త్రానికి చెందినవని, మూడవ తరగతికి చెందినవి కేవలం ఆదేశాలు అని, నాల్గవది నైతిక తత్వశాస్త్రానికి చాలా కీలకమైనదని అయ్యర్ వివరించాడు.

నైతిక తీర్పులను నైతికతలేని, అనుభావిక పదాలలోకి అనువదించలేమని, అందువల్ల వాటిని ధృవీకరించలేమని అయ్యర్ వాదించాడు. అయ్యర్ నైతిక అంతర్ దృష్టివాదులతో (Ethical intutionists) ఏకీభవించినా తాను వారికి భిన్నంగానే వున్నట్లు కనిపిస్తాడు. అనుభవేతర నైతిక సత్యాల అంతర్ దృష్టి 'విలువలేనిది'గా విస్మరించడం ద్వారా అతడు అంతర్ దృష్టివాదులకు భిన్నంగా వున్నాడు. ఎందుకంటే ఒక వ్యక్తి యొక్క అంతర్ దృష్టి మరొక వ్యక్తి అంతర్దృష్టికి విరుద్ధంగా వుంటుంది. అప్పుడు నైతిక భావనలు 'కేవలం నకిలీ భావనలు'గా వుంటాయని అయ్యర్ విశ్లేషించాడు.

1945-1947 మధ్య రస్సెల్ మరియు జార్జి ఆర్వెల్‌తో కలిసి అయ్యర్ మాజీ కమ్యూనిస్టు హంఫ్రీస్లేటర్ సంపాదకీయంలో నడిచే బ్రిటిష్ మ్యాగజైన్ ఆఫ్ ఫిలాసఫీ, సైకాలజీ మరియ ఈస్తటిక్స్ అయిన పొలెమిక్‌లో వరుస వ్యాసాలు రాశాడు.

అయ్యర్ బ్రిటిష్ మానవవాద ఉద్యమంతో సన్నిహిత సంబంధాలు కలిగి వున్నాడు. అతడు 1947 నుండి మరణించే వరకు రేషనలిస్ట్ ప్రెస్ అసోసియేషన్ గౌరవ సహచరుడిగా వున్నాడు. అతడు 1963లో అమెరికన్ అకాడమీ ఆఫ్ ఆర్ట్స్ అండ్ సైన్సెస్ సంస్థకు విదేశీ గౌరవ సభ్యుడిగా ఎన్నికయ్యాడు. 1965లో అజ్ఞేయవాదుల అడాప్షన్ సొసైటీకి మొదటి అధ్యక్షుడయ్యాడు. అదే సంవత్సరంలో జులియన్ హక్సలీ తరువాత బ్రిటిష్ మానవవాద సంఘానికి అధ్యక్షుడిగా నియమితుడయ్యాడు. ఆ పదవిలో అతడు 1970 వరకు కొనసాగాడు.

1968లో అతడు 'ది హ్యూమనిస్ట్ అవుట్‌లుక్' అనే మానవవాద వ్యాసాలతో కూడిన సంపుటికి సంపాదకత్వం వహించాడు. మానవవాదమంటే ఏమిటి అనే విషయాన్ని అందులో చక్కగా విశదీకరించాడు. మానవవాద ప్రణాళిక (Humanist Manifesto) పై సంతకం చేసిన వారిలో అయ్యర్ కూడా వున్నాడు.

ఎ.జె.అయ్యర్ (1910-1989)

అయ్యర్ ప్రతిపాదించిన ధృవీకరణ సూత్రం (Verification Principles) వియన్నా సర్కిల్ అని పిలువబడే చర్చలకు కేంద్రంగా వుండేది. ధృవీకరించదగిన అనుభవపూర్వక ప్రాముఖ్యతను కలిగి వుంటేనే వాక్యం అర్థవంతంగా వుంటుందనేది అయ్యర్ సూత్రీకరణ. అలా లేని పక్షంలో అది అర్థరహితమవుతుందని చెప్పాడు.

అయ్యర్ తాత్విక భావనలు వియన్నా సర్కిల్, మరియు డేవిడ్ హ్యూమ్ ఆలోచనలతో బాగా ప్రభావితమయ్యాయి.

అయ్యర్ రచించిన 'భాష, వాస్తవం, తర్కం, పుస్తకం' 20వ శతాబ్దపు విశ్లేషణాత్మక తత్వశాస్త్రపు క్లాసిక్‌గా పరిగణింపబడుతోంది. ఈ గ్రంథం ప్రపంచ వ్యాప్తంగా తత్వశాస్త్ర కోర్సులలో అధ్యయనాంశంగా నిలిచింది. దీనిలో అయ్యర్ చైతన్యవంతుడైన మనిషికి, చైతన్యం లేని యంత్రానికి మధ్య వ్యత్యాసం' వివిధ రకాల గ్రహణ ప్రవర్తన' మధ్య వ్యత్యాసంగా పరిష్కరిస్తుందని అయ్యర్ ప్రతిపాదించాడు. జ్ఞానం ఇంద్రియానుభవాల ద్వారా మాత్రమే ఏర్పడుతుందని నిర్ధారణగా చెప్పాడు.

అయ్యర్ బెర్ట్రాండ్ రస్సెల్‌పై రెండు పుస్తకాలు రాశా డు. ది అనలిటికల్ హెరిటేజ్ (1971), రస్సెల్ (1972). అదే విధంగా డేవిడ్ హ్యూమ్ తత్వశాస్త్రంపై ఒక పరిచయ పుస్తకం, వోల్టేర్ జీవిత చరిత్రపై ఒక చిన్న పుస్తకం రాశాడు.

జర్మన్ తత్వవేత్త హీడెగ్గర్‌ని అయ్యర్ తీవ్రంగా విమర్శించాడు. తత్వశాస్త్రానికి హీడెగ్గర్ చాలా నష్టం కలిగించాడని భావించాడు. 20వ శతాబ్ధపు తత్వశాస్త్రంలో హీడెగ్గర్‌ను 'ఆశ్చర్యకరమైన అజ్ఞానం' లేదా 'నిష్కపటమైన వక్రీకరణ' మరియు 'చార్లటనిజం' అని అభివర్ణించాడు.

1972-73లో అయ్యర్ సెయింట్ ఆండ్రూస్ విశ్వవిద్యాలయంలో చాలా ఉపన్యాసాలు ఇచ్చాడు. తరువాత ఆ ఉపన్యాసాల సారాంశాన్ని 'ది సెంట్రల్ క్వశ్చన్ ఆఫ్ ఫిలాసఫీ'గా ప్రచురించాడు. సాంప్రదాయకంగా తత్వశాస్త్రం అని పిలిచే వాటిలో ఎక్కువ భాగం మెటాఫిజిక్స్, ఆస్తికవాదం, సౌందర్యశాస్త్రంతో సహా నిజమో, అబద్ధమో

నిర్ధారించగల విషయాలు కావని, అందువల్ల వాటిని చర్చించడం అర్థరహితమని అన్నాడు.

'ది కాన్సెప్ట్ ఆఫ్ ఎ పర్సన్ అండ్ అదర్ ఎస్సేస్' (1963)లో అయ్యర్ విట్‌జెన్ స్టెయిన్ యొక్క ప్రయివేట్ భాషా వాదాన్ని తీవ్రంగా విమర్శించాడు.

పాశ్చాత్య తత్వశాస్త్ర చరిత్రలో డి.ఎం.దత్తా తార్కిక సానుకూలవాదాన్ని గురించి ఇలా పేర్కొన్నాడు. "వాస్తవికవాదులైన హ్యూమ్, మాక్, జేమ్స్ మొదలైన వారి తత్వశాస్త్రాలనూ, హెర్మహాజ్, సాయింకర్, ఐన్‌స్టీన్ వంటి శాస్త్రవేత్తల సిద్ధాంతాలనూ సమన్వయం చేసే ప్రయత్నంలో ఈ తత్వశాస్త్రం ఉద్భవించిందని చెప్పుకోవచ్చు. అంతేకాదు, గణితశాస్త్రజ్ఞులు, తార్కికులు అయిన ఫ్రెగె, రస్సెల్, వైట్‌హెడ్ వంటి మేధావుల యొక్క, మూర్ మొదలైన నవ్య వాస్తవికవాదుల యొక్క, విట్ గెన్‌స్టీన్ వంటి భాషావేత్తల యొక్క ప్రభావం కూడా ఈ తత్వశాస్త్రం మీద కనిపిస్తుంది."

డి.ఎం.దత్తా పాశ్చాత్య తత్వశాస్త్ర చరిత్రలో తార్కిక సానుకూలవాద తత్వ శాస్త్రానికి రెండు ముఖ్య లక్షణాలున్నాయని పేర్కొన్నాడు. ఒకటి - ఆధ్యాత్మిక దృష్టికి వ్యతిరేకత, రెండవది - తత్వశాస్త్ర బాధ్యత.

ఆధ్యాత్మిక దృష్టి అంటే అనుభవానికి అతీతంగానో, దిగువగానో వుండే దృష్టి అని తార్కిక సానుకూలవాదుల ఉద్దేశం. మెండ్ అనే పత్రికలో 1934 జులైలో ఎ.జె.అయ్యర్ ఇలా రాశాడు. 'ఆధ్యాత్మికవాద ముఖ్యసూత్రం అనుభవానికి అతీతంగా వుండే వాస్తవికత ఒకటి ఉందని చెప్పడం. అనుభవానికి అతీతంగా వుండే వాస్తవికత్వాన్ని వర్ణించడం ఆధ్యాత్మికత తత్వం. కాబట్టి భౌతిక సాక్ష్యాలు అందుబాటులో వుండేది ఏదీ ఆధ్యాత్మికత కాదని మనం తేల్చుకోవచ్చు.'

తత్వశాస్త్రం ఊహలమీద ఆధారపడి సిద్ధాంతాలను నిర్మించరాదు. ఇంద్రియాల వల్ల, సైన్సు కనిపెట్టిన సాధనాలవల్ల కనిపెట్టబడిన ప్రకృతి సూత్రాలను గురించి కాక, ఈ విశ్వానికి చెందిన జ్ఞానంతో కూడుకున్న మరే సిద్ధాంతాన్ని నిర్మించరాదు. ఇన్ట్యూషన్

(Intution) వల్ల గ్రహించబడే మూలతత్వం అవసరం లేదు. అది సార్వజనీనమైన ఏ సూత్రాలనూ నిర్మించలేదు. ఏ తత్వవేత్త అయినా అటువంటి ఆధారాలమీద తత్వశాస్త్రాన్ని నిర్మించటానికి పూనుకుంటే అది తత్వశాస్త్రం కాదు, సాలెగూడుగా తయారవుతుంది.

తత్వశాస్త్రం చేయవలసిన పని గురించి అయ్యర్ ఇలా చెప్పాడు. "శాస్త్ర పరిశోధనా ఫలితాల ప్రకటనలను తత్వశాస్త్రం తార్కికంగా పరిశీలించవచ్చు. ఈ పరిశీలన భాషకు సంబంధించి వుండవలసిందేగాని, విషయానికి సంబంధించినదై వుండరాదు. అప్పుడది సైన్సుతో పెనవేసుకొని వుండే వ్యాకరణం అవుతుంది. అందుకని అది ఒక ప్రత్యేకతను సంతరించుకుంటుంది."

జె.ఎల్.ఆస్టిన్ 'సెన్స్ అండ్ సెన్సిబిలియా' అనే గ్రంథంలో ' అయ్యర్ అనుభవవాద జ్ఞానపునాదులలో పేర్కొన్న ఇంద్రియ సమాచార సిద్ధాంతాన్ని తీవ్రంగా విమర్శించాడు. దానికి ప్రతిస్పందనగా అయ్యర్ 'ఆస్టిన్ ఇంద్రియ సమాచార సిద్ధాంతాన్ని ఖండించాడా?' అనే వ్యాసాన్ని రాశాడు. 'మెటా ఫిజిక్స్ అండ్ కామన్‌సెన్స్' అనే గ్రంథంలో ఈ వ్యాసాన్ని చూడవచ్చు.

1970వ సంవత్సరం జనవరి ఒకటవ తేదీన అయ్యర్‌ను గౌరవప్రదమైన' 'నైట్‌హుడ్' బిరుదు వరించింది.

అయ్యర్ జీవిత చరిత్రను రచించిన బెన్‌రోజర్స్ తన పరిశోధన పత్రాల సమాచారాన్ని ఏడు పెట్టెలలో పెట్టి 2007లో యూనివర్శిటీ కాలేజ్ లండన్‌లో భద్రపరిచాడు. అయ్యర్ కుటుంబమే ఆ పత్రాలను అందించింది. మానవవాద ఉద్యమ చరిత్రలో ఎ.జె.అయ్యర్ చేసిన కృషి అభినందనీయం, ఆదర్శప్రాయం.

రావిపూడి వెంకటాద్రి (1922-2023)

"దేవుడు నిన్న మొన్న పుట్టినవాడు, చాలా పసివాడు. దేవుడికంటే చాలాకాలం ముందుగానే అతని తండ్రి అంటే మనిషి అవతరించాడు. మనిషికి ముందే ప్రకృతి ఉంది. దేవుడు లేకున్నా, మనిషి లేకున్నా ప్రకృతి ఉండనే ఉంటుంది. అనంత బహుళ రూపాలలో అది పరిణమిస్తూనే ఉంటుంది. నిజంగానే దేవుడు మానవుని అత్యుత్తమ సృష్టి. మానవుడు చిన్న దేవుణ్ణి సృష్టించలేదు. తనకు లేని శక్తియుక్తులన్నీ కట్టబెట్టి సర్వశక్తిమంతుడు, సర్వమయుడు, సర్వజ్ఞుడు అయిన సర్వేశ్వరుణ్ణి సృజించుకొని, ఇహలోకంలో తీరని తన కోర్కెలను ఊహాలోకంలో తీర్చుకొన్నాడు."

"ఆలోచించడానికీ, మాట్లాటానికీ, ప్రచురించుకోడానికీ, ఆచరించడానికీ వీలయినంత ఎక్కువ స్వేచ్ఛ మానవుడికి భోగంగా కాక అవసరంగా కావాలి. ఈ స్వేచ్ఛా తత్వమే హేతువాదం. దీన్ని అర్థం చేసుకున్న వారే హేతువాదులు."

"హేతువాదులు సాంఘిక న్యాయం కోసం పోరాడుతారు. సంస్కరణలు చేపడతారు. అంతమాత్రాన సంస్కర్తలంతా హేతువాదులు కావాలని లేదు.

హేతువాదులు పరతత్వాన్ని నిరాకరిస్తారు. నాస్తిక, భౌతికవాద నిర్ణయాలు చేసుకుంటారు. అంతమాత్రాన నాస్తికులంతా, భౌతికవాదులంతా హేతువాదులు కావాలని లేదు.

హేతువాదుల నిర్ణయాలన్నీ తార్కికంగా ఉంటాయి. తర్కం కూడా హేతువాద సాధనమే. అంతమాత్రాన (గతి) తార్కికులంతా హేతువాదులు కావాలని లేదు.

హేతువాదులు శాస్త్రీయ దృక్పథాన్ని అవశ్యంగా అనుసరిస్తారు. శాస్త్రజ్ఞానాన్ని వాస్తవ జ్ఞానంగా అంగీకరిస్తారు. అంతమాత్రాన శాస్త్రజ్ఞులంతా హేతువాదులు కావాలని లేదు.

హేతువాదులు మానవతా దృక్పథాన్ని గౌరవిస్తారు. అంతమాత్రాన మత సంస్కరణతో ఆగిపోయే మానవతా వాదులంతా హేతువాదులు కావాలని లేదు.

హేతువాదులు సంశయాన్ని తమ జిజ్ఞాసకు ప్రేరకంగా అంగీకరిస్తారు. అంతమాత్రాన సంశయవాదులంతా హేతువాదులు కావాలని లేదు.

హేతువాదులు మానవుడికి తెలియని సత్యం చాలా ఉందని అంగీకరిస్తారు. తెలియని దానిని తెలుసుకుంటారు . అంతమాత్రాన అజ్ఞేయవాదులంతా హేతువాదులు కావవాలని లేదు.

ఆయా వాదాలన్నీ హేతువాద మార్గంలో వేరువేరు మెట్లు. హేతువాద గమ్యం మానవవాదం అని సుప్రసిద్ధ హేతువాద మానవవాద తత్వవేత్త రావిపూడి వెంకటాద్రి తన హేతువాద సంపుటంలో విశ్లేషించిన తీరు అమోఘంగా ఉంది.

జననం

రావిపూడి వెంకటాద్రి ప్రకాశంజిల్లా (నేటి బాపట్ల జిల్లా) ఇంకొల్లు మండలంలోని నాగండ్ల గ్రామంలో 1922వ సంవత్సరం ఫిబ్రవరి 9వ తేదీన జన్మించారు. తల్లి వెంకట సుబ్బమ్మ, తండ్రి రావిపూడి వెంకయ్య. వీరికి అయిదుగురు సంతానం. వారు వరుసగా తిరుపతినాయుడు, అంకమ్మ, వెంకటాద్రి, లక్ష్మీదేవమ్మ, చింపిరయ్య, మూడవ కుమారుడు వెంకటాద్రి. అతనికి ఇద్దరు అన్నలు, ఒక చెల్లెలు, ఒక తమ్ముడు వున్నారు.

బాల్యం - విద్యాభ్యాసం

రావిపూడిగారు తన బాల్యం గురించి ఇలా చెప్పుకొన్నారు. “సమష్టి కుటుంబంలో ఉండగానే నా విద్యాభ్యాసం నాగండ్ల గ్రామంలోనే ప్రారంభమైంది.

ప్రాథమిక విద్యాభ్యాసమంతా ఎలిమెంటరీ స్కూల్లోనే జరిగింది. నేనూ, కప్పగంతుల వెంకటనారాయణ బాల్యమిత్రులం. ప్రతీరోజూ మేము మా గ్రామానికి 4 కిలోమీటర్ల దూరంలో ఉన్న పావులూరు వెళ్ళి మద్దులూరి సూర్యనారాయణ(బ్రాంచి పోస్టుమాస్టరు) గారి వద్ద ఇంగ్లీషు ట్యూషన్ చెప్పించుకొని వచ్చేవాళ్ళం."

చదువులో చురుకుగా ఉండటాన్ని గమనించిన తల్లిదండ్రులు అతడిని సెకండరీ విద్య కోసం ఒంగోలులోని పివిఆర్ఎం. స్కూలు లో చేర్పించారు. అక్కడ సెకండ్ ఫారమ్ థర్డ్‌ఫారమ్ చదువు పూర్తయింది. అక్కడ నుండి చీరాలలో నాలుగోఫారంలో చేరారు. అక్కడ ఐదో ఫారం చదువుతూండగానే నాటకాల్లో వేషాలు వేయడం ప్రారంభించారు.

నాటకాల్లో వేషాలు వేయడం, ఇతర కారణాల వల్ల అతని చదువు అర్ధంతరంగా ఆగిపోయింది. 10-11 సంవత్సరాల వయసులోనే ప్రారంభమైన ఛందో బద్ధమైన కవితా రచన ఆ తరువాతి కాలంలో పద్యరచనలకు తోడ్పడింది.

బాల్యదశలోనే వెంకటాద్రి ఊళ్లో జరిగే చెక్కభజనలకు నాయకత్వం వహించారు. భజన పాటలు పాడేవారు. ఆ విధంగా క్రమంగా సంగీతం మీద మక్కువ ఏర్పడింది. 13వ యేట మూడవఫారం ఉన్నప్పుడే పద్యనాటకాలలో వేషాలు వేయడం ప్రారంభించారు. కుశుడు, కృష్ణుడు, నారదుడు, తిక్కన వంటి వేషాలు వేశారు.

ఐదవ ఫారంలో చదువున ఆగిపోయింది. రెండేళ్లు చదువులేకుండా పోయింది. తిరిగి ఐదవ ఫారంలో చీరాలలోని ఎన్.ఆర్. & పి.యం. ఉన్నత పాఠశాలలో చేరి చదువు కొనసాగించారు. నాటకాల్లో వేషాలు వేయడం మాత్రం ఆపలేదు. ఆ విధంగా విద్యార్థిదశలో ఉన్నప్పుడే అనేక నాటకాలలోని ముఖ్యపాత్రలే ధరించేవారు. పాదుకా పట్టాభిషేకం నాటకంలో రాముడి వేషం వేసి వందకు పైగా పద్యాల్ని సునాయాసంగా పాడి అందరి ప్రశంసలు అందుకున్నారు.

తెలుగు మాష్టారు చిన్నం రామయ్యగారి ప్రోత్సాహంతోనే వారు చదువుకొన్న హైస్కూలు మాగజైనుకు 'సంగీతం' మీద వ్యాసం వ్రాశారు. అదే వారి తొలి వచన రచన. అప్పుడు వారు ఐదవ ఫారం చదువుతున్నారు.

తెలుగు తరగతుల్లో చెప్పిన ఛందస్సు వెంకటాద్రిగారికి బాగా అబ్బింది. దాంతో పద్యపఠనం, పద్య రచన అలవడింది. ఆ విధంగా తెలుగు భాషపై కొంత పట్టు దొరికింది.

భావపరిణామం

వెంకటాద్రి గారు ఎస్సెస్ ఎల్సీ చదువుతున్నప్పుడు ఒక రోజు తెలుగు మాష్టారుగా ఉన్న చిన్నం రామయ్యగారు ప్రస్తావన అంశంగా రామాయణంలోని 'శంబుక వధ' గురించి చెప్పారు. కవిరాజు త్రిపురనేని రామస్వామి 'శంబుక వధ' నాటకాన్ని రచించిన విషయాన్ని కూడా చెప్పారు. అప్పటి వరకు రామభక్తుడిగా ఉన్న వెంకటాద్రిలో అనేక సందేహాలు తలెత్తాయి. వెంటనే వేటపాలెంలోని సారస్వత నికేతన్ గ్రంథాలయానికి వెళ్ళి రామస్వామి రచించిన 'శంబుకవధ' తెచ్చుకొని చదివారు. హిందూ ధర్మ శాస్త్రాలపేరిట బ్రాహ్మణమతం శూద్రులపట్ల సాగించిన అత్యాచారాలను తెలుసుకొని ఆవేదన చెందారు. ఈ సంఘటన ఆయన జీవితాన్నే మలుపు తిప్పింది. ఆయనలో తీవ్రమైన భావపరిణామం ప్రారంభమైంది.

సూర్యదేవర రాఘవయ్యగారు రచించిన 'బ్రాహ్మణేతరోద్యమ తత్వం' కూడా చదివారు. హింతూమతంలోని కులతత్వం మానవతకు ఎంత ద్రోహం తలపెట్టిందో తలకెక్కించుకున్నారు. అప్పుడే భవిష్యమార్గాన్ని ఎంపిక చేసుకున్నారు. వెంకటాద్రిగారికి హాస్టల్లో సహవిద్యార్థి ఎన్.వి. బ్రహ్మంగారితో మంచి స్నేహం ఏర్పడింది. ఎన్.వి.బ్రహ్మంగారు అప్పటికే కవిత్వం బాగా రాసేవారు. అతడే వెంకటాద్రిగారికి పద్యరచన సూత్రాలను నేర్పారు.

కవితా రచన

చదువులో చురుకుగా ఉండటం గమనించి పై చదువులకోసం తల్లిదండ్రులు వెంకటాద్రి గారిని గుంటూరు పంపారు. ఎస్.ఎస్.ఎల్.సి. పాసయ్యాక ఇంటర్ విద్యకోసం 1942లో గుంటూరులోని హిందూ కాలేజీలో చేరాడు. అలా చదువుకోసం నాగండ్ల గ్రామం నుంచి కాలేజీకి వెళ్లిన మొట్టమొదటి వ్యక్తి వెంకటాద్రి. ఇంటర్ మొదటి సంవత్సరం చదువుతుండగానే సీత పాతివ్రత్యం మీద సందేహాలు తలెత్తి 32 పద్యాలతో 'సీతాపాతివ్రత్యం' అనే లఘుకావ్యం రాశారు. అది నేడు అలభ్యం.

మరుసటి సంవత్సరం కాలేజీలో కవితా రచనల పోటీ జరిగింది. సిద్ధ రచనల్ని పంపమని సర్క్యులర్ పంపించారు. అప్పుడే వెంకటాద్రి తన ఇతర రచనలతోపాటు 'సీతాపాతివ్రత్యం' రచనను కూడా పోటీకి పంపారు. పద్యరచనలో అతని ప్రథమ బహుమతి వచ్చింది. సంగీతంలో కూడా అతనికి ప్రథమ బహుమతి వచ్చింది. క్లాసులో 'కుంతి పాతివ్రత్యం' గురించి ప్రశ్నించి ఆమె పతివ్రత కాదని తెలుగు లెక్చరర్ చేత ఒప్పించారు.

అదే సంవత్సరం కాలేజీ మాగజైనుకు రచనలను ఆహ్వానించారు. ఆ సమయంలో వాసుదాసు అనువదించిన వాల్మీకి రామాయణ కావ్యాన్ని చదివిన వెంకటాద్రి వాలిసుగ్రీవుల యుద్ధంలో రాముడు చెట్టుచాటు నుండి వాలిని బాణంతో సంహరించిన విషయాన్ని తెలుసుకున్నారు. వెంటనే వివిధ రామాయణ శ్లోకాలను ఉదహరిస్తూ 'హత్య' అనే శీర్షికతో ఒక పెద్ద వ్యాసం రాసి మ్యాగజైను కమిటీకి పంపారు. మొదట ఆ కమిటీ వారు ఆ వ్యాసాన్ని ప్రచురించడానికి తటపటాయించినా చివరకు ప్రచురించారు. వెంకటాద్రిగారు ఇంటర్ పరీక్ష తప్పారు. చదువుకు పూర్తిగా స్వస్తి చెప్పారు.

1942 చివరలో మిత్రులతో కలిసి కవిరాజు త్రిపురనేని రామస్వామిని తెనాలిలో కలిసి తిరిగివచ్చారు. వారి రచనలు చదివి ప్రభావితులయ్యారు. హేతువాద భావాలు వెంకటాద్రిలో వెల్లూనుకోసాగాయి.

కవిరాజాశ్రమ స్థాపన

1943 జనవరిలో కవిరాజు త్రిపురనేని రామస్వామి మరణించారు. వెంటనే వెంకటాద్రి 1943 ఏప్రిల్ 5వ తేదీన స్వగ్రామం నాగండ్లలో 'కవిరాజాశ్రమం' స్థాపించారు. ఆయన భావాలతో ఏకీభవించే మిత్రులు గోరంట్ల రాఘవయ్య, రావిపూడి అనంతరామయ్య మొదలైన మిత్రులు అతనికి బాగా సహకరించారు.

కాలేజీ చదువుకు స్వస్తి చెప్పిన వెంకటాద్రి నాగండ్ల గ్రామంలో ప్రాథమిక విద్యకోసం 1943లోనే ఒక బడిని ప్రారంభించారు. దాంతో అతడిని అందరూ 'పంతులు' అని పిలవడం మొదలుపెట్టారు. ఆనాటి నుండి ఈనాటి వరకు నాగండ్ల గ్రామస్తులకు, ఆ ప్రాంతంలోని వారందరికీ ఆయన 'పంతులు'గానే మిగిలిపోయారు. ఉద్యమ మిత్రులు కూడా ఆయనను 'మాస్టరుగారు' అని సంబోధిస్తుంటారు.

కవిరాజాశ్రమం తరఫున బడి ప్రారంభమైన తొలిరోజుల్లోనే ప్రముఖులు ఆవుల గోపాల కృష్ణమూర్తి, త్రిపురనేని గోపీచంద్ వంటి వారిని పిలిపించి బహిరంగ సభలు నిర్వహిస్తుండేవారు.

1944లో జరిగిన కవిరాజాశ్రమం తొలి వార్షికోత్సవానికి తమిళనాడు నుండి పెరియార్ ఇ.వి.రామస్వామి, అన్నాదురై, జనార్ధన్ ప్రభృతులను ఆహ్వానించగా వారంతా వచ్చి హాజరైనారు. అదే విధంగా ఆంధ్ర ప్రాంతం నుండి జాగర్లమూడి కుప్పుస్వామి, ఏటుకూరి వెంకట నరసయ్య, కొత్త సత్యనారాయణ, పండిత గోపదేవ్ వంటి వారిని కూడా ఆహ్వానించి మహాసభలను దిగ్విజయంగా నిర్వహించారు. నాగండ్లలో రావిపూడి వెంకటాద్రి ప్రసంగాలు 1941 నుండే ప్రారంభమైనట్లు తెలుస్తుంది.

కళలు - శాస్త్రం

పద్య రచనలకు, కవిత్వానికి దూరమవుతూ పూర్తిగా ఆ ప్రక్రియలను మానుకున్నారు. అంతటితోనే ఆగకుండా కళలు కేవలం వినోదం కోసమే అనే నిర్ణయానికి కూడా వచ్చారు. అదే విధంగా కళలు భావాల వ్యక్తీకరణకు మాత్రమే కాక, వ్యవస్థీకరణకు దారి తీస్తాయనే అభిప్రాయం కూడా ఆయనలో బలపడింది.

దాని ఫలితంగా వెంకటాద్రి గారు కళలకు దూరమయ్యారు. విజ్ఞాన శాస్త్రాలకు దగ్గరయ్యారు. తదనంతరం 1949'50 ప్రాంతాల్లో ఇంగ్లీషులో Art,Form and Poetry శీర్షికతో 64 పేజీల వ్యాసం వ్రాస్తే, దాన్ని కూడా అచ్చువేయడానికి ఆవుల గోపాల కృష్ణమూర్తిగారు అభ్యంతరం చెప్పారట.

వెంకటాద్రి గారు రచించిన 'జీవమంటే ఏమిటి?' పుస్తకానికి అంత్యోక్తి రాస్తూ ఆవుల గోపాల కృష్ణమూర్తిగారు చేసిన వ్యాఖ్యలు గమనించదగినవి.

"వెంకటాద్రి విజ్ఞానశాస్త్ర గ్రంథాలు, తత్వగ్రంథాలు చదవడం మొదలుపెట్టినాక ప్లేటో చసిన పాపమో, సైన్సు చేసిన పుణ్యమోగాని కవిత్వమన్నా, కవులన్నా, ఆ బాపతు వ్యవహారమన్నా ఆదరించడం మానివేసి, నిరసించడం మొదలు పెట్టారు."

1944లో పెరియార్ రామస్వామి ఆహ్వానం మీద మిత్రుడు గోరంట్ల రాఘవయ్యతో కలిసి తమిళనాడులోని ఈ రోడ్‌కు వెళ్ళి పదిరోజులున్నారు వెంకటాద్రి. ఆ సందర్భంగా ఆయనకు పెరియార్ గ్రంథాలయంలోని పుస్తకాలను తిరగేసే అవకాశం చిక్కింది. డ్రేపర్ రాసిన 'మార్టిడం ఆఫ్ మ్యాన్ ', ఎర్నెస్ట్ హెకెల్ రాసిన 'రిడిల్ ఆఫ్ ది యూనివర్స్ ', రీడ్ రాసిన 'హిస్టరీ ఆఫ్ ది కాన్ఫ్లిక్ట్ బిట్వీన్ రెలిజియన్ అండ్ సైన్స్ ' మరికొన్ని విలువైన పుస్తకాలు పెరియార్ అనుమతితో వెంట తీసుకొచ్చుకుని, వాటిని బాగా అధ్యయనం చేశారు. ఆ గ్రంథాలు వెంకటాద్రిగారి రచనా లక్ష్యాన్నే పూర్తిగా మార్చివేశాయి. అప్పటికింకా అతని పుస్తకమేదీ అచ్చుకాలేదు.

ఖగోళ విజ్ఞానంపై స్పందన

ఆంధ్రప్రభ దినపత్రికలో ఖగోళ విజ్ఞానం మీద వసంతరావు వెంకటరావు వ్యాసాలు ధారావాహికంగా వెలువడుతున్న రోజులవి. వాటిలో మతం మసాలా కూడా కలగాపులగంగా ఉండేది. జేమ్స్ జీన్స్, అర్థర్ ఎడింగ్టన్‌ల ప్రభావం ఆ వ్యాసాల్లో వ్యక్తమయ్యేది. డ్రేపర్, విన్‌వుడ్‌రీడ్, హెకెల్‌ల రచనలతో ప్రభావితుడైన వెంకటాద్రి ఆధునిక విజ్ఞానం మతాన్ని సమర్థిస్తుందనే పచ్చి అబద్ధాన్ని జీర్ణించుకోలేకపోయారు. బొంబాయిలోని థాకర్ అండ్ కో పబ్లిషర్స్ ద్వారా లండన్‌లోని రేషనలిస్ట్ ప్రెస్ అసోసియేషన్ (ఆర్.పి.ఏ.) వారి గ్రంథాలు, ఇంకా ఇతర విదేశీ ప్రచురణ కర్తల ఆధునిక విజ్ఞాన శాస్త్ర గ్రంథాలు తెప్పించుకుని చదవడం ప్రారంభించారు. ఆ గ్రంథాల అధ్యయనమే వారిని వైజ్ఞానిక, తాత్విక రచనలవైపు దారి మళ్లించింది.

విజ్ఞాన గ్రంథాధ్యయనం

తన గ్రంథాలయంలోనే చాలా మత గ్రంథాలు, వాటి విమర్శక గ్రంథాలు, ఆధునిక విజ్ఞాన శాస్త్ర గ్రంథాలు ఐదారు వందల దాకా ఉండేవని, వాటన్నింటిని కూలంకషంగా చదవడం వల్ల మతాన్ని, మతదౌష్ట్యాన్ని అర్థం చేసుకోవడానికి వీలయిందని కూడా ఆయన తెలిపారు.

కవిరాజాశ్రమ స్థాపనతో నాగండ్ల గ్రామం పేరు నలుదిశలా వ్యాపించింది. 'వెంకటాద్రి గారికి చిన్న వయసులోనే రచయితగా, హేతువాద ఉద్యమకారుడిగా మంచి పేరు వచ్చింది. హేతుబద్ధంగా ఆలోచించడం, సమాజంలోని అందరినీ సమాదరించడం, రచయితగా అసాధారణ విషయాలను తన అసమాన ప్రతిభతో రాయడం ఇవన్నీ వెంకటాద్రికి ఒక ప్రత్యేకతను తీసుకు వచ్చాయి. మొదటి నుంచి ఆయన ఛాందస భావాలను వదలి భిన్నంగా ఆలోచించేవారు. ఆ దిశగానే ఆయన రచనలు చేయడం ప్రారంభించార'ని నాగండ్ల గ్రామవాసి జర్నలిస్టు, కవి, రచయిత భగీరథ గారు తెలిపారు.

వివాహం - సంతానం

కారంచేడు అమ్మాయి నాగరత్నమ్మను 1945 జూన్ 26వ తేదీన వెంకటాద్రిగారు వివాహం చేసుకున్నారు.

1930లోనే కవిరాజుగారు తన 'వివాహవిధి' రచన ద్వారా తాళిలేకుండా వివాహాన్ని ప్రవేశపెట్టారు. కవిరాజు ప్రభావంతో ఉన్న వెంకటాద్రిగారు కూడా తాళికట్టకుండా పెళ్లి చేసుకున్నారు. ఆ పెళ్లికి పురోహితుడు మాజీ ఎం.ఎల్.సి.గా ఉన్న దళితుడైన జియ్యర్ దాసు గారు. వెంకటాద్రిగారి వివాహానికి ఆనాటి ప్రముఖులు చాలామంది హాజరైనట్లు తెలుస్తోంది.

వెంకటాద్రి, నాగరత్నమ్మ దంపతులకు ముగ్గురు సంతానం. ఇద్దరు అమ్మాయిలు - శుభ, శోభ. ఒక అబ్బాయి - పేరు జయంత్. వెంకటాద్రిగారు తన సంతానానికి రిజిష్టరు పెళ్ళిళ్లే చేశారు. మనమరాళ్ళకు కూడా రిజిష్టరు పెళ్ళిళ్లే చేశారు. కట్నాలు, కానుకలు లేకుండా చేశారు.

భార్యాపిల్లలు ఏనాడూ ఆయన నడుపుతున్న హేతువాద, మానవవాద ఉద్యమానికి అడ్డుచెప్పలేదు. వ్యతిరేకించలేదు. కుటుంబసభ్యులే కాకుండా గ్రామస్థుల నుంచి కూడా అతనికి పూర్తి సహకారం లభించింది.

1943లో కవిరాజాశ్రమం స్థాపించిన నాటి నుండి వెంకటాద్రి వారానికోసారి చుట్టుపక్కల గ్రామాల్లో సభలు, సమావేశాలు ఏర్పాటు చేసేవారు. కులం, మతం, సాంఘిక దురాచారాలు, దేవుడు, పురాణాలు ' ఇలా అన్నింటినీ ఘాటుగా విమర్శిస్తూ ఉపన్యసించేవారు. ఆర్థిక కారణాల వల్ల కవిరాజాశ్రమం 1948 నుండి స్తబ్దతకు గురైంది. ఆయన కొన్ని ప్రాంతాలలో పాఠశాలలు ప్రారంభించి అందులో స్వచ్ఛందంగా టీచరుగా పనిచేస్తూ పాఠాలు చెప్పేవారు. రచనలు మాత్రం మానుకోలేదు. ఆ పాఠశాలల్లో ప్రతి సోమవారం ఉదయం పూట ఒక పిరియడ్ రినైజన్స్ మీద పాఠాలు చెప్పేవారని తెలుస్తోంది.

ఆశ్రమంలోని లైబ్రరీకి దేశీయంగానే కాకుండా, విదేశాల నుంచి ఫ్రీథింకర్, లిటరరీ గైడ్ తదితర పత్రికలు తెప్పించేవారు. అయితే అయిదు సంవత్సరాలకే ఆర్థిక కారణాలవల్ల ఆ గ్రంథాలయం మూతపడింది.

రాడికల్ డెమోక్రటిక్ పార్టీలో చేరిక

ఆ రోజుల్లో ఎం.ఎన్.రాయ్ స్థాపించిన రాడికల్ డెమోక్రటిక్ పార్టీకి ఆంధ్రప్రదేశ్ రాష్ట్రశాఖ ప్రధాన కార్యదర్శిగా గుత్తికొండ నరహరి పనిచేసేవారు. ఆయన ఇంకొల్లు వచ్చి వెంకటాద్రిగారిని జిల్లా సమావేశాలకు తన వెంట పాలపర్రు తీసుకెళ్ళాడు. ఆ సమావేశంలోనే వెంకటాద్రి గారు జిల్లా కార్యదర్శిగా ఎంపికయ్యారు. దాంతో రాయ్ భావాలు, రాడికల్ డెమోక్రటిక్ పార్టీ పరిచయమయ్యాయి. రాయ్ భావాలతో ప్రభావితులైన వెంకటాద్రిగారు 1945లోనే రాడికల్ డెమోక్రటిక్ పార్టీలో చేరారు. క్రమంగా పార్టీలో మంచి పేరు తెచ్చుకున్నారు. రాజకీయాల మీదా, అధికారం మీద పెద్దగా ఆసక్తి లేకపోయినా తప్పనిసరి పరిస్థితులలో 1946లో జరిగిన ఉమ్మడి మద్రాసు రాష్ట్ర శాసనసభ ఎన్నికలలో బాపట్ల - ఒంగోలు నియోజకవర్గం నుండి రాడికల్ డెమోక్రటిక్ పార్టీ తరఫున పోటీ చేసి ఓడిపోయారు.

'పదవుల మీదా రాజకీయాలమీదా నాకు పెద్దగా ఆసక్తి లేకపోయినా 1946లో మా ప్రాంతంలోని రాడికల్ పార్టీ తరఫున తప్పనిసరైన పరిస్థితుల్లో సాధారణ ఎన్నికల్లో పోటీ చేయాల్సి వచ్చింది. మా గ్రామంలోని 104 ఓట్లకు గాను 102 ఓట్లు నాకు వచ్చాయి. చిన్నతనంలో వేసిన నాటకాలు, కులమతాలకు అతీతంగా అందరితో మసలడమే నా మీద వాళ్లంత అభిమానం చూపించడానికి గల కారణమ'ని ఈనాడు విలేకరి ఎక్కల్ దేవి శ్రీనివాస్‌కు ఇచ్చిన ఇంటర్వ్యూలో వెంకటాద్రిగారు తెలిపారు.

గ్రామ సర్పంచ్‌గా 40 ఏళ్లు

1956లో నాగండ్ల గ్రామ పంచాయితీ అధ్యక్షులుగా ఎన్నికైన రావిపూడి 1995 వరకు వరుసగా 40 సంవత్సరాలపాటు ఆ పదవి నిర్వహించారు. స్థానిక రిజర్వేషన్లలో నాగండ్ల పంచాయితీ ప్రెసిడెంటు పదవి వెనుకబడిన వర్గాల మహిళకు కేటాయించినందువల్ల వెంకటాద్రి ఆ పదవి నుండి తప్పుకోవలసి వచ్చింది. 40 ఏళ్లు సర్పంచ్‌గా పనిచేసిన వెంకటాద్రి రికార్డు సృష్టించారు.

నేడు రాజకీయాలలోకి వచ్చిన వారంతా తరతరాలు కూర్చునితిన్నా తరగని సంపదను కూడబెట్టుకుంటున్నారు. కానీ వెంకటాద్రిగారు దీనికి పూర్తిగా విరుద్ధమని తెలుస్తోంది. తాతలు తండ్రులు సంపాదించి యిచ్చిన పొలాలను సైతం తెగనమ్మి గ్రామపురోభివృద్ధికోసం పాటుపడ్డారని తెలుస్తోంది. 'పంచాయితీకి ఎప్పుడు ఏ అవసరం వచ్చినా ఆ డబ్బును తాను సర్దుబాటు చేసేవారు తప్ప గ్రామ ప్రజల నుంచి వసూలు చేసేవాడు కాదు. అక్కడ ఇక్కడ చేసిన అప్పులు ఎక్కువైనప్పుడు ఉన్న పొలంలో ఒక ఎకరం అమ్మేసి బాకీలు తీర్చేవారు. నాగండ్లలో పూరిల్లు తప్ప మరెలాంటి ఆస్తిలేదు.'

వెంకటాద్రిగారు ఎల్లప్పుడూ కుటుంబ సంక్షేమం కన్నా గ్రామ సంక్షేమమే మిన్నగా భావించేవారని, ఆ కారణం చేతనే గ్రామప్రజలంతా వెంకటాద్రిగారిని గౌరవించి, ఆయన మాటను శిరోధార్యంగా భావించేవారని, ఆయన బాటను అనుసరించేవారని కూడా తెలుస్తోంది.

గ్రంథ రచన ప్రారంభం

1946 మే నెలలో డెహ్రాడూన్‌లో జరిగిన రాడికల్ డెమోక్రటిక్ పార్టీ అధ్యయన తరగతులకు వెంకటాద్రిగారు హాజరయ్యారు. అక్కడే ఎం.ఎన్.రాయ్‌తో ప్రత్యక్ష పరిచయం ఏర్పడింది. ఆ శిబిరం నుంచి తిరిగిరాగానే 'అనంతవిశ్వం' అనే గ్రంథాన్ని ప్రారంభించారు. ముందుగా ఉపోద్ఘాతంగా 'విశ్వాన్వేషణ' ప్రారంభించి 1946

చివరినాటికి ఆ గ్రంథాన్ని పూర్తిచేశారు. పుస్తకంగా 1948లో వెలువడిన వెంకటాద్రిగారి మొదటి పుస్తకం అదే.

రెండవ ప్రపంచ యుద్ధానంతరం ఎం.ఎన్.రాయ్ 'ఇండిపెండెంట్ ఇండియా' అనే ఆంగ్ల పత్రికలో If I were Stalin అనే శీర్షికతో ధారావాహికంగా రాశారు. వాటిని 'నేనే స్టాలిన్ అయితే' అనే శీర్షికతో వెంకటాద్రిగారు అనువదించి తెలుగు 'రాడికల్ హ్యూమనిస్టు' పత్రికకు పంపితే, అందులో ఆ వ్యాసాలు అచ్చయినాయని, వాటి ప్రతులు కూడా ఇప్పుడు లభ్యం కావడం లేదని ఆయనే తెలిపారు.

విద్యాబోధన

ఆయన 1949లో గ్రామ శివారు ప్రాంతమైన సూదివారిపాలెంలో 'కవిరాజు ట్యుటోరియల్ ఇన్‌స్టిట్యూట్ 'ను ప్రారంభించారు. ఇది 1952 వరకు కొనసాగింది. 1952 నుండి 1956 వరకు నాగండ్లలో కొనసాగింది. 1958 నుండి 1962 వరకు చిలకలూరిపేటలో కొనసాగింది. అందులో ఎంతోమంది విద్యార్థులకు విజ్ఞాన శాస్త్రపాఠాలు నేర్పించారు. ఆదర్శ ఉపాధ్యాయుడిగా పేరు తెచ్చుకున్నారు.

'అనంతవిశ్వం' రచన మధ్యలో ఆగిపోయింది. ఇంతలో జీవమంటే ఏమిటి? అనే ప్రశ్న వచ్చింది. దానికి సమాధానరూపంగా వ్యాసాలు రాసి తెనాలి నుంచి వెలువడిన 'సమీక్ష', 'చంద్రిక' అనే పత్రికలకు, మద్రాసు నుంచి వెలుపడిన 'తెలుగు స్వతంత్ర' పత్రికకు పంపారు. వ్యాసాలు ఆ పత్రికలలో అచ్చయ్యాయి.

1949లో మే నెలలో ముస్సోరీలో జరిగిన రాడికల్ హ్యూమనిస్టు అధ్యయన శిబిరానికి మిత్రుడు కొల్లా సుబ్బారావుతో కలిసి హాజరయ్యారు. ఆ శిబిరంలో Origin of Life మీద ప్రత్యేక అధ్యయన తరగతి జరిగింది. ఆ తరువాత 'జీవమంటే ఏమిటి' అనే పుస్తకాన్ని వెంకటాద్రిగారు పూర్తిచేశారు. మిత్రులు కొల్లా సుబ్బారావు దాన్ని అచ్చువేయించారు. ఆవుల గోపాలకృష్ణమూర్తి తెనాలిలో దాని ముద్రణకు ఏర్పాట్లు చేశారు.

ఒకానొక రసాయన నిర్మాణం కలిగివున్న పదార్థం ప్రకటించే లక్షణమే జీవమని అందులో స్పష్టం చేశారు వెంకటాద్రిగారు. దాన్నే ప్రాచీనులు ఆత్మగా అపార్థం చేసుకున్నారనీ, దానికి అమరత్వాన్నీ కల్పించారనీ, అవన్నీ అబద్ధాలనీ, టెలిపతిని సైన్సుగా చూపెట్టే ప్రయత్నాలన్నీ మోసపూరితాలనీ వివరించారు. జీవమంటే ఏమిటి? రచన పూర్తయ్యేనాటికి తన స్వంత గ్రంథాలయంలో నాలుగయిదువందల ఆధునిక విజ్ఞానశాస్త్ర, తాత్విక గ్రంథాలుండేవని, అప్పుడే విదేశాల నుండి ప్రామాణికమైన ఐదారు మేగజైన్లు కూడా తెప్పించుకునేవాడినని ఆయన తెలిపారు.

పత్రికల్లో చర్చలు :

అనంతరం జ్యోతిషం శాస్త్రం కాదు అనే వ్యాసాన్ని 1952లో రాశానని, బహుశా జ్యోతిషాన్ని ఖండిస్తూ తెలుగులో వెలువడిన తొలి విమర్శక వ్యాసం కూడా అదే కావచ్చునని ఆయన తెలిపారు.

1946 చివరలో బొంబాయిలో రాడికల్ డెమోక్రటిక్ పార్టీ మహాసభ జరిగింది. అందులో రాయ్ ప్రతిపాదించిన 22 రాడికల్ హ్యూమనిస్టు సూత్రాలు మహాసభ ఆమోదం పొందాయి. 1948లో రాడికల్ డెమోక్రటిక్ పార్టీ రద్దయింది. రాడికల్ హ్యూమనిస్టు ఉద్యమం ప్రారంభమైంది. ఆ 22 సూత్రాలకు భాష్యం రాయాలని వెంకటాద్రి గారు సంకల్పించారు.

1953 చివర ప్రారంభించి, వారానికొక సూత్రభాష్యం రాసి తెలుగు 'రాడికల్ హ్యూమనిస్టు పత్రికకు పంపారు. మొదటి ఆరు సూత్రాలు హ్యూమనిస్టు ప్రాతిపదికకు సంబంధించినవి. ఆరు సూత్రాలకు వెంకటాద్రిగారు రాసిన భాష్యమే తరువాత 1978లో 'మానవుడు-సమాజం-ప్రకృతి' శీర్షికతో చార్వాక పత్రిక సంపాదకుడు, మిత్రుడు తోటకూర వెంకటేశ్వర్లు పుస్తకాన్ని అచ్చు వేయించారు. అదే పుస్తకం 'రాడికల్ హ్యూమనిస్టు దర్శనం' పేర 1992లో పునర్ముద్రణ పొందింది.

నార్విజ్ లూబ్‌నికీ 'Epistomological Problems of Dialectical Materialism' అనే వ్యాసాన్ని Synthese అనే హాలెండ్ మాగజైన్‌లో 1955లో రాశాడు. అది వెంకటాద్రిగారిని బాగా ఆకర్షించింది. అది చదివిన ఆయన మార్క్సిస్టు గతితర్కాన్ని గురించి, మార్క్సిస్టు భౌతికవాదంలోని లోపాల గురించి పెద్ద వ్యాసమే రాశారు. తరువాత అది 1958లో రాడికల్ హ్యూమనిస్ట్ తెలుగు పత్రికలో ధారావాహికంగా అచ్చయింది. అప్పు డది కమ్యూనిస్టుల్లో కొంత సంచలనాన్ని కలిగించింది. చివరకు మిత్రుడు రాజారెడ్డి, వెంకటాద్రి మేనత్త కుమారుడు మోహనరావు చొరవ తీసుకుని 'మార్క్సిస్టు భౌతికవాదం' (An X-Ray of Dialectical Materialism) శీర్షికతో ఆ పుస్తకాన్ని 1963లో అచ్చువేయించినట్లు తెలిపారు.

1946లో రాడికల్ డెమోక్రటిక్ పార్టీలో పనిచేస్తున్న రోజుల్లోనే గుంటుపల్లి గోపాలరావు, లేబూరి మంగయ్య వంటి మిత్రుల సహకారంతో ఇంకొల్లులో పార్టీ స్టడీక్యాంపు నిర్వహించారు. 1950లో ఎం.ఎన్.రాయ్ ఆంధ్రదేశంలో పర్యటించినప్పుడు ఆయన వ్యక్తిత్వం, మేధాశక్తి, సిద్ధాంత నిబద్ధత వెంకటాద్రిగారిని బాగా ఆకట్టుకున్నాయి. ఆ దశలోనే సైన్సు, తత్వశాస్త్రం, రాజనీతి గురించి మేధావులు రాసిన అనేక గ్రంథాలను చదివి ఆకళింపు చేసుకున్నట్లు తెలిపారు.

మద్రాసు ప్రయాణం

1955వ సంవత్సరంలో త్రిపురనేని గోపీచంద్ వెంకటాద్రికి ఉత్తరం రాసి మద్రాసుకు రావలసిందిగా ఆహ్వానించారు. అప్పటికే గోపీచంద్‌తో ఆయనకు బాగా పరిచయం ఉంది. అప్పటికే గోపిచంద్ సినిమా రంగంలో ప్రవేశించి సినిమాలకు సంభాషణలు రాయడమే గాక, దర్శకత్వం కూడా వహించి ప్రసిద్ధులైనారు. గోపీచంద్ నుండి ఉత్తరం అందుకున్న వెంకటాద్రిగారు వెంటనే మద్రాసుకు ప్రయాణమయ్యారు. మద్రాసులో గోపీచంద్‌ను కలుసుకున్నారు.

వెంకటాద్రిగారిని చూడటానికి అప్పుడు సినిమా రంగంలో ప్రసిద్ధులైన రచయితలు చాలా మంది వచ్చారు. అప్పుడు వారితో సాహిత్య చర్యలు బాగా జరిగాయి. అప్పుడు గోపీచంద్‌గారు వెంకటాద్రిగారితో మిమ్మల్ని వీరంతా చూడాలని ఉందని కోరితే పిలిపించానని చెప్పారట. అప్పుడు వెంకటాద్రిగారికి తనను సినిమాకోసం పిలిపించలేదని అర్థమైందట. తనకు నటించాలని కోరిక ఉన్నా ఆ విషయాన్ని గోపీచంద్‌గారితో చెప్పలేకపోయారు. అలా సినిమారంగంలోకి వెళ్లి నటించాలన్న ఆయన కోరిక నెరవేరలేదు. తరువాత మళ్లీ ఆ ప్రయత్నం ఎప్పుడూ చేయలేదట.

ఎం.ఎన్.రాయ్- భారత కమ్యూనిజం

కమ్యూనిస్టుగా ఉన్న ముజఫర్ అహమ్మద్ Communist Party of India : years of formation, 1921-23, The Communist Party of India and its formation abroad' అనే గ్రంథాలు రాసి అందులో రాయ్ గురించి అబద్ధాలు ప్రచారం చేశాడని, మళ్లీ అతడే మరో పుస్తకం 'My Self and the Communist Party of India 1920-29' రాశాడని, వీటన్నింటినీ చదివిన తనకు ఆగ్రహం కలిగిందని వెంటనే 'ఎం.ఎన్.రాయ్ - భారత కమ్యూనిజం' అనే 600 పేజీల బృహద్గ్రంథాన్ని ప్రారంభించి 1976 నాటికి పూర్తి చేశానని, అందులో రాయ్ వ్యక్తిత్వాన్నీ, కమ్యూనిస్టు ఉద్యమంలో అతడు నిర్వహించిన పాత్రను గురించి కమ్యూనిస్టులు తిరిగి నోరెత్తకుండా ఉండేలా వివరిస్తూ రాశానని కూడా తెలిపారు.

అయితే ఆ పుస్తకాన్ని అచ్చువేయించే ఆర్థిక స్తోమత లేనందువల్ల 1983లో గుడివాడ హేతువాద మిత్రులు, హ్యూమనిస్టు మిత్రులు పొట్లూరి రాఘవరావు, రావూరి అర్జునరావు, బి.వి.నరసింహారావు వంటి వారి సహకారంతో ఆ గ్రంథం అచ్చయేదాక ఆగవలసి వచ్చిందని కూడా తెలిపారు. 1980లోనే గుడివాడ మిత్రులు వెంకటాద్రిగారికి సన్మానం చేసి రూ. 10,000/-లు అందించారు.

ఎం.వి.రామ్మూర్తి నడుపుతున్న వికాసం పత్రికలో 1976 లో డా॥ఎన్.ఇన్నయ్యగారు 'రాయిజం తిరగరాయాలా?' అనే వ్యాసం రాశారు. దానిపై వెంకటాద్రి సమాధానం రాశారు. ఇన్నయ్యగారు తిరిగి దాని మీద విమర్శను కొనసాగించారు. దానిపై వెంకటాద్రి గారు ఒక పెద్ద వివరణాత్మక వ్యాసం రాశారు. అంతలో వారిద్దరి మధ్య సాగిన 'పత్రిక పోరాటం' గురించి, ఆసక్తికరంగా సాగిన వారి వాదోపవాదాలను గురించి తెలుసుకోవాలనే కుతూహలంతో కమ్యూనిస్టు నాయకులు సైతం ఆ నాలుగు పత్రికల కాపీలు తెప్పించుకొని చదివారట.

నాస్తికులున్నారు జాగ్రత్త

'1977 జనవరిలో మంగళగిరివద్ద నిడమర్రులో ప్రథమ భారత నాస్తిక మహాసభలు జరిగాయి. హేతువాదం, విజ్ఞానశాస్త్రం, నాస్తికత్వం గురించి అక్కడ వెల్లడయిన భావాలతో నేను ఏకీభవించలేకపోయాను. అందువల్ల ఆ ఫిబ్రవరిలో కావలి మిత్రులు తాము ప్రచురించదలచుకొన్న 'హేతువాద వ్యాసాలు' సంకలనానికి ఒక వ్యాసం వ్రాసి పంపమని కోరితే 'హేతువాదం నాస్తికత్వానికి జీవగఱ్ఱ' అనే శీర్షికతో పెద్దవ్యాసం పంపించాను. అదే వ్యాసం 'హేతువాదం నాస్తికత్వం' పేర 'నాస్తికులున్నారు జాగ్రత్త' అనే పుస్తకంలో మూడవ వ్యాసంగా చోటు చేసుకుంది.

వెంకటాద్రిగారు అందరితో ఎంత సానుకూలంగా ఉంటారో సిద్ధాంతాల విషయంలో, భావాల విషయంలో అంత కచ్చితంగా వ్యవహరిస్తారు. భావాల విషయంలో ఎవరితోనూ రాజీపడరు. ఈ విషయంలో చాలామంది మిత్రులు వెంకటాద్రి గారిని అపార్థం చేసుకున్నారు. కొంతమంది మిత్రులు ఆయనకు దూరమవడమే కాక శత్రువులుగా కూడా మారారు. అవతలివాళ్ల విమర్శలు యోగ్యమైనవిగా భావించినప్పుడే వాటికి సమాధానాలు రాయడం ఆయన పద్ధతి. యోగ్యమైనవి కానప్పుడు వాటిని గురించి పట్టించుకోరు. ఇదే ఆయన మొదటి నుండి అవలంబిస్తున్న పద్ధతి. ఈ విషయాలను ఆయనే స్వయంగా చెప్పుకొన్నారు. 'నిజానికి నొప్పించడం నా ఉద్దేశం

కాదు. నన్ను నొప్పించి నప్పుడు నేనెన్నడూ సహించనూ లేదు. నా ప్రత్యుత్తరానికి యోగ్యమైన వాటికే నేను సమాధానం చెపుతాను. అంటే నేను సమాధానం చెప్పనివన్నీ అందుకు యోగ్యమైనవి కావన్నమాట. ఎవ్వరేమనుకున్నా నా పద్ధతి అది' అని వివరించారు.

1978'79లో ఆయన ఎం.ఎన్.రాయ్ రాసిన 'ఫాసిజం' అనే పుస్తకాన్ని తెలుగులోకి అనువదించారు. 1978 జూన్‌లో కారంచేడులో రాడికల్ హ్యూమనిస్టు అధ్యయన శిబిరం జరిగింది. 'హేతువాదం' మీద వెంకటాద్రిగారు చేసిన ప్రసంగం ఆ తరవాత 1978 ఆగష్టు మొదలుకొని 1979 మే వరకు చార్వాక పత్రికలో ధారావాహికంగా అచ్చయింది. 1980లో హేతువాదం శీర్షికన అది పుస్తక రూపం దాల్చింది. హేతువాదం మీద తెలుగులో వెలువడిన మొదటి గ్రంథం అదే. దాన్ని ఎం.వి.రామమూర్తిగారు ఇంగ్లీషులోకి అనువదించగా అది 1990 జనవరిలో అచ్చయింది.

హేతువాదం-నాస్తికత్వం-నాస్తితత్వం

చార్వాక పత్రికలోనే వెంకటాద్రిగారు రాసిన మరో రెండు వ్యాసాలు కలిపి 'హేతుత్వం-మతత్వం' పుస్తకంగా వెలువడింది. అందులో థామస్ అక్వినాస్ దేవుడున్నాడనడానికి చూపిన ఐదు సూత్రాలు హేతువాదరీత్యా ఏవిధంగా తప్పులో వివరించి రుజువు చేశారు వెంకటాద్రిగారు.

1953లోనే వెంకటాద్రిగారు గోరాగారిని కలిశారు. అది పల్నాడు తాలూకాలోని వెల్దుర్దిలో జరిగిన అఖిలతత్వ అధ్యయన శిబిరం. అక్కడ గోరా గారి ప్రసంగం శాస్త్రజ్ఞానం వద్దు, నాస్తికత్వమే ముద్దు అనే ధోరణిలో సాగగా దాన్ని ఆమోదించలేక పోయారట వెంకటాద్రిగారు.

తరువాత గోరా రాసిన గ్రంథాలన్నింటినీ తెప్పించుకుని పూర్తిగా చదివారట. నాస్తికత్వం పేరుతో గోరా ప్రచారం చేసిందంతా హేతువాద, భౌతికవాద వ్యతిరేక

ధోరణినే అని తెలుసుకున్నారు. అటు భారత నాస్తిక సమాజంవారూ, ఇటు విజయవాడలోని నాస్తికకేంద్రం వారూ నాస్తిక అవగాహనను తాత్త్విక స్థాయి నుంచి తప్పించారని అర్థం చేసుకున్నారని భావించి, ఆ ధోరణిని విమర్శిస్తూ 'నాస్తికత్వం-నాస్తితత్వం' అనే గ్రంథాన్ని 1977లోనే వెంకటాద్రి గారు రాశారు. 1979లో తెనాలి ప్రజాస్వామ్య ప్రచురణల వారు దాన్ని ప్రచురించారు. అందులో గోరా గారిది నాస్తికత్వమే కాదని, వాస్తవంగా ఉన్న భౌతికవిశ్వాన్నే కాదనే మాయావాదమని, అందువల్ల అది 'నాస్తికత్వం' ఎలా అవుతుందని కుండబద్దలు కొట్టినట్లు తేల్చిచెప్పారు.

1977-78లోనే చార్వాక పత్రికలో 'సృష్టికి మూలం' గురించి చర్చ జరిగింది. ఆ సందర్భంగా సమాధానం చెప్పడానికోసం వెంకటాద్రిగారు 'విశ్వతత్వం' రచనకుపక్రమించి, దాన్ని పూర్తి చేశారు. అది 1983లో అచ్చయింది. విశ్వతత్వంపై తెలుగులో వెలువడిన మొదటి గ్రంథం కూడా అదే. ఆధునిక విజ్ఞాన శాస్త్రం ప్రకారం విశ్వతత్వాన్ని వివరించిన గొప్ప గ్రంథమది.

1978లో ఏలూరు హేతువాద అధ్యయన శిబిరం అనంతరం జరిగిన బహిరంగ సభలో ఒక కమ్యూనిస్టు ప్రముఖుడు హేతువాద నాస్తికోద్యమాలు వర్గపోరాటాలను ప్రక్కదారులు పట్టించడానికి బయలుదేరాయని వ్యాఖ్యానించగా, సభలో వెంకటాద్రిగారు ఇచ్చిన సమాధానమే తరువాత 'భావవిప్లవం-వర్గ చైతన్యం' పేర 'భారతి' మాసపత్రికలో వ్యాసంగా వచ్చింది. తరువాత దాన్నే విస్తరించి రాశారు. గుడివాడ మిత్రుల సహకారంతో 1979లో అది పుస్తకంగా వెలువడింది. 'ఇస్లాం ఒక అంచనా' life and soul అనే పుస్తకాలను కూడా వెంకటాద్రిగారు 1979లోనే ప్రచురించారు.

రాష్ట్ర హేతువాద సంఘ అధ్యక్షునిగా ఎన్నిక

1979లో మద్రాసు వద్ద పుష్పగిరిలో గుత్తా శ్రీనివాసరావు కుమార్తె హలం వివాహం నిర్వహించడానికి వెంకటాద్రిగారు పుష్పగిరికి వెళ్లారు. అక్కడ ఆయన ప్రసంగం విన్న భారత హేతువాద సంఘ ప్రధాన కార్యదర్శి అత్తలూరి సూర్యనారాయణగారు వెంకటాద్రిగారితో సహా చీరాల, గుడివాడ మిత్రులందరినీ తేనేటి విందుకు పిలిచారట. అప్పుడు భారత హేతువాద సంఘానికి అనుబంధంగా రాష్ట్ర హేతువాద సంఘాన్ని స్థాపించి, దానికి అధ్యక్షుడిగా ఉండాలని వెంకటాద్రిగారిని కోరారట. దానికి 'నేను ఫ్రీథింకర్‌ని. సమస్య వచ్చినప్పుడు ఎవరిమీద పడితే వారిమీద వ్రాస్తుంటాను. ఆర్గనైజేషనల్ ఎథిక్స్‌కు నేను బద్ధుడను కాలేను అంటూ, నేను గోరాగారిని విమర్శిస్తూ సైతం పుస్తకం వ్రాశానని చెపుతూ నేను అధ్యక్ష పదవిని స్వీకరించ లేనన్నాను. నేను ఏమి వ్రాసినా దానికి ఎగ్జెంప్షన్ ఉంటుందని ఆయన హామీ ఇచ్చినా నేను అంగీకరించలేదు. ఆ తర్వాత ఎం.వి.రామమూర్తిగారి ఒత్తిడి మీద ఏలూరు సభలో ఆ పదవీ బాధ్యతలను స్వీకరించాను' అని స్వయంగా ఆయనే తెలిపారు.

'భావవిప్లవం-వర్గ చైతన్యం' భారతిలో అచ్చయ్యాక దానిమీద ఒక విమర్శ వ్యాఖ్య భారతిలోనే వెలువడింది. వెంటనే దానికి సమాధానంగా వెంకటాద్రిగారు రాసిన పెద్ద వ్యాసమే 156 పేజీల పుస్తకంగా తయారైంది. దాని పేరు 'మార్క్సిస్టు వాస్తవికత'.

1981లో రాజమండ్రిలో ప్రథమ హేతువాద ద్వైవార్షిక మహాసభలు జరిగాయి. దాని ఏర్పాట్ల నిమిత్తం ముందుగా ఏలూరులో జరిగిన కార్యవర్గ సమావేశంలోనే ఎస్.వి.రావు, కత్తి పద్మారావు మొదలైన వారు వెంకటాద్రిగారు చేస్తున్న మార్క్సిస్టు విమర్శపై అభ్యంతరం లేవనెత్తారు. 1981లో గుడివాడ మిత్రుల సహకారంతో 'మార్క్సిస్టు వాస్తవికత' అచ్చయింది. రాజమండ్రి సభలకే ఆ పుస్తకం విడుదలైంది. కమ్యూనిస్టుల్లో అది సంచలనం రేకెత్తించింది.

సంఘంలో చీలిక

హేతువాద సంఘంలో కొనసాగుతున్న కమ్యూనిస్టు మిత్రులు కొంతమంది మార్క్సిజంపై విమర్శ చేయరాదని వాదిస్తూ వచ్చి చివరకు సంఘాన్ని 1983లో చీల్చారు. అయితే ఆనాటి నుండి ఈనాటివరకు వెంకటాద్రిగారు మార్క్సిజం మీద చేసిన విమర్శలకు సమాధానం మాత్రం చెప్పలేకపోయారు. మార్క్సిజాన్ని సమర్థించే చీలిక సంఘం మాత్రం అనతికాలంలోనే బలహీన పడింది. అది ప్రారంభించిన 'హేతువాదం' మాసపత్రిక కూడా ఆగిపోయింది. ఈనాడు సంఘం లేదు, పత్రికలేదు. ఉనికిని చాటుకోవడానికి తంటాలు పడుతోంది.

విప్లవ రచయితల సంఘం (విరసం) వారు 1981లో గుడివాడలో మార్క్సిస్టు అధ్యయన శిబిరాన్ని జరిపినప్పుడు హేతువాదులకు, మార్క్సిస్టులకు మధ్య వివాదమేర్పడింది. పర్యవసానంగా 'మార్క్సిజం-హ్యూమనిజం'మీద కామన్ ప్లాట్ ఫారం మీద బహిరంగ చర్చ జరగాలని అక్కడి వారు నిర్ణయించారు. దాని ప్రకారం 1981 డిసెంబర్ 13వ తేదీన గుడివాడలోని కవిరాజు కళామమందిరంలో బహిరంగ చర్చను ఏర్పాటు చేశారు. మార్క్సిజం పక్షాన త్రిపురనేని మధుసూదనరావుగారు, హ్యూమనిజం తరఫున వెంకటాద్రి గారు ఆ చర్చలో పాల్గొన్నారు. ప్రొఫెసర్ టి.వేణుగోపాలరావుగారు ఆ చర్చా కార్యక్రమానికి మధ్యవర్తిగా వ్యవహరించారు. ఆ కార్యక్రమానికి నేను స్వయంగా మాజరయ్యాను.

ఆ చర్చలో జరిగిన విషయాలను వక్రీకరిస్తూ విరసం పత్రిక 'అరుణ తార'లో వ్యాసాలు ప్రారంభమైనాయి. వాటిని ఎదుర్కొనటానికి మిత్రులతో కలిసి వెంకటాద్రిగారు 'రాడికల్ హ్యూమనిస్టు' మాసపత్రికను ప్రారంభించారు. ఎన్.వి.బ్రహ్మం ఎడిటర్గా డిక్లరేషన్ వేశారు. 1982 మార్చిలో ముందుగా రాడికల్ హ్యూమనిస్టు బులెటిన్ను విడుదల చేశారు. రెండు పత్రికలలో వాదోపవాదాలు చెలరేగాయి.

'హేతువాది' పత్రిక

హేతువాద ఉద్యమానికి, హేతువాద భావాల ప్రచారానికి తప్పనిసరిగా ఒక పత్రిక ఉండాలని భావించిన వెంకటాద్రిగారు 1982 సెప్టెంబర్‌లో 'హేతువాది' మాసపత్రికను ప్రారంభించారు. దానికి వారే సంపాదకులు. హేతువాద తాత్విక భావాలను ప్రచారం చేయడానికి, భావవిప్లవాన్ని ప్రోదిచేయడానికి, ఉద్యమకారులో, పాఠకుల్లో ఆయా విషయాలపట్ల సమగ్రమైన అవగాహనను కల్పించడానికి అంకితమై నడుస్తున్న పత్రిక హేతువాది. గత 44 సంవత్సరాలుగా నిరాటంకంగా నడుస్తున్న వైజ్ఞానిక పత్రిక. ప్రపంచంలోని ప్రాచీన, నవీన తాత్విక సిద్ధాంతాలనన్నింటినీ హేతువాద, మానవవాదాల వెలుగులో విశ్లేషించే విశిష్టమైన పత్రిక. విజ్ఞాన శాస్త్రరంగంలోని, తాత్విక రంగంలోని సైద్ధాంతిక విషయాలను చర్చిస్తూ తెలుగులో వెలువడుతున్న ఏకైక పత్రిక 'హేతువాది' అంటే అతిశయోక్తి కాదు.

విశ్వవిద్యాలయాల్లో ఉపన్యాసాలు

1986లో ఆంధ్ర విశ్వవిద్యాలయంలో 'కవిరాజు వారసత్వం' (The Legacy of Kaviraju Tripuraneni) మీద జరిగిన సింపోజియంలో పాల్గొనవలసిందిగా వెంకటాద్రి గారిని ఆహ్వానించారు. ఆ సందర్భంగా ఆయన చేసిన ఉపన్యాసమే తరువాత 'హేతువాద యుగకర్త - కవిరాజు త్రిపురనేని' శీర్షికన చిన్న పుస్తకంగా వెలువడింది.

హేతువాదులకు, మానవవాదులకు 1887 మరచిపోరాని సంవత్సరం. అదే సంవత్సరం జనవరి 15న కవిరాజు త్రిపురనేని రామస్వామి, మార్చి 21న ఎం.ఎన్.రాయ్ జన్మించారు. 1987 వారిద్దరి శతజయంతి సంవత్సరం. ఆ సందర్భాన్ని పురస్కరించుకొని 'హేతువాది' రెండు ప్రత్యేక సంచికలను వెలువరించింది. 'భావవిప్లవ వైతాళికుడు - కవిరాజు త్రిపురనేని' శీర్షికన 200 పేజీ ప్రత్యేక సంచిక వెలువడింది. అది తరువాత గ్రంథ రూపంలో కూడా వెలువడింది. 'ఎం.ఎన్.రాయ్ దర్శనం', పేరుతో కూడా 1987లో ప్రత్యేక సంచిక విడుదలైంది.

1987 సెప్టెంబర్ 12వ తేదీన కేరళ రాష్ట్రంలోని ఎర్నాకుళంలో భారత హేతువాద సంఘ 14వ జాతీయ మహాసభ జరిగింది. ఆ సభల్లో చర్చ కోసం వెంకటాద్రిగారు Why Dialectical Materialism is Unscientific? అనే ఇంగ్లీషు ప్రసంగ వ్యాసాన్ని తయారు చేశారు. వెంటనే అది పుస్తకరూపం దాల్చింది. తరువాత కొన్నాళ్లకు అదే వ్యాసాన్ని నేను తెలుగులోకి అనువదించాను. అది 'గతితార్కిక భౌతికవాదం శాస్త్రీయమా?' అనే శీర్షికతో పుస్తకం రూపం దాల్చింది. కేరళలో 'యుక్తివాద సంఘం' పేరుతో నడుస్తున్న ఆ రాష్ట్ర హేతువాద సంఘం వెంకటాద్రి గారు గతితర్కం మీద రాసిన ఈ పుస్తకాన్ని మళయాళంలోకి అనువదించి పుస్తకంగా ప్రచురించింది.

తరువాత వెంకటాద్రిగారు భౌతిక వాస్తవిక వాదం (Physical Realism) రాడికల్ హ్యూమనిస్టు తత్వం వంటి వ్యాసాలు రాశారు. అనంతరం భౌతిక వాస్తవికవాదాన్ని ప్రత్యేక ప్రచురణగా తెచ్చారు.

1990 ఆగష్టు 13, 14 తేదీలలో హైదరాబాదులోని తెలుగు విశ్వవిద్యాలయంలో వెంకటాద్రిగారు రెండు ప్రసంగాలు చేశారు. మొదటిది 'తెలుగు సాహిత్యంలో హేతువాదం', రెండవది 'మానవవాదం - శాస్త్రీయ దృక్పథం'.

భారత హేతువాద సంఘ అధ్యక్షులుగా ఎంపిక

1989లో వెంకటాద్రిగారు భారత హేతువాద సంఘానికి అధ్యక్షులుగా ఎన్నికయ్యారు. 2002 వరకు ఆ బాధ్యతలను విజయవంతంగా నిర్వహించారు. మరల 2008 నుండి 2010 వరకు కూడా ఆయనే ఆ బాధ్యతలు నిర్వహించారు. తరువాత కొంతకాలం భారత హేతువాద సంఘానికి ఛైర్మన్‌గా కొనసాగారు.

అమెరికా ప్రయాణం

వెంకటాద్రిగారిని 1993లో అమెరికాలో జరిగే తానా సభలకు రమ్మని ఆహ్వానించారు. అదే సమయంలో అమెరికన్ హ్యూమనిస్టు అసోసియేషన్ వారి నుండి

బఫెలోలో నిర్వహించే అధ్యయన శిబిరంలో పాల్గొనవలసిందిగా మరో ఆహ్వానం అందుకున్నారు. మిత్రులు ఇన్నయ్యగారి సహకారంతో పాస్ పోర్టు, వీసా వంటి పనులు పూర్తి చేసుకున్నారు. అమెరికాలో స్థిరపడిన వెంకటాద్రిగారి బంధువు డా॥ గోరంట్ల కోటిస్వామిగారు రాను పోను విమాన టికెట్లు కొని పెట్టారు. గుంటూరు, ప్రకాశం జిల్లాల హేతువాద మిత్రులు చీరాలలో సమావేశం జరిపి ఇతర ఖర్చులకోసం రూ. 15,000/'లు వసూలు చేసి ఇచ్చారు. జూన్‌లో ఆయన అమెరికా వెళ్లారు.

అమెరికాలో స్థిరపడిన హేతువాద మిత్రులు ఆరమళ్ల పూర్ణచంద్రగారు న్యూయార్క్ ఎయిర్ పోర్టుకు వచ్చి వెంకటాద్రిగారిని తన ఇంటికి తీసుకెళ్లారు. అమెరికాలో ఉన్నంతకాలం వారి అతిథిగానే ఉన్నారు.

వెంకటాద్రిగారు బఫెలోలో జరిగిన హ్యూమనిస్టు అధ్యయన శిబిరానికి నాలుగు రోజులు హాజరైనారు. వారి కోరికపై భారత హేతువాద, హ్యూమనిస్టు ధోరణులపై సుదీర్ఘ ప్రసంగం చేశారు. అమెరికన్ హ్యూమనిస్టులలో ప్రముఖులైన పాల్ కట్జ్‌గారు వెంకటాద్రిగారిని అభినందించారు. అప్పటికే ఆ సంస్థ వారు ఐదారు వందల గ్రంథాలను ప్రచురించారు. వెంకటాద్రిగారి కోరికపై కొన్ని గ్రంథాలను ఉచితంగా ఇచ్చారు.

కొద్దిరోజుల తరువాత తానా సభలు ప్రారంభమయ్యాయి. న్యూయార్క్‌లోనే ఉంటూ ఆరమళ్ల గారి కుటుంబంతో కలిసి ఆ నాలుగు రోజులూ తానా సభలకు హాజరయ్యారు. సభలు చాలా గొప్పగా జరిగాయి. భారతదేశం నుంచి ఆ సభలకు హాజరైన వారిలో ఎన్.టి. రామారావు, కళాతపస్వి సంజీవదేవ్, సినీ ప్రముఖులు, ఇతరులు చాలామంది ఉన్నారు. అయితే ఆ సమావేశాలన్నీ హిందూ సాంప్రదాయంలోనే జరిగాయి. వెంకటాద్రిగారు పాల్గొని ప్రసంగించిన సందర్భాలలో మతాన్ని విమర్శిస్తూ, హేతువాద, మానవవాద ధోరణులను వివరించారు. మిగతా వక్తలలో ఒకరిద్దరు తప్ప అందరూ మతాలను సమర్థించిన వారే.

ఆ తరువాత బంధువు డా॥ కోటిస్వామి గారి ఇంట్లో నాలుగు రోజులు, ఇతర మిత్రుల ఇళ్లలో ఒక్కొక్క రోజు గడిపారు. బ్రహ్మారెడ్డి అనే మిత్రుడి ఆహ్వానం మీద వారి

ఇంటికెళ్లి అక్కడ ఏర్పాటు చేసిన చిన్న సమావేశంలో ప్రసంగించారు. అక్కడ కూడా మతాన్ని విమర్శించారు. అయినా ఎవ్వరూ ఎదురాడలేదు.

తరువాత హాలెండు వెళ్లి అక్కడ ఎం.ఎ.ఖాన్ గారి ఇంట్లో ఉన్నారు. ఎం.ఎ.ఖాన్ గారు లైడెన్ యూనివర్సిటీ ప్రొఫెసర్. జె.బి.యస్. హాల్డెన్ గారికి అత్యంత సన్నిహితులు. ఖాన్ గారి భార్య భారతి. ఆ దంపతులిద్దరూ తెలుగువారే. వారి వెంట వెళ్లి మాస్ డాగ్ అనే చిత్రకారుడు చిత్రించిన అద్భుత కళాఖండాన్ని దర్శించారు. తరువాత తిరుగు ప్రయాణమై భారతదేశం చేరుకొన్నారు.

అవార్డులు

కోటపాటి మురహరిరావు గారు తెలుగు విశ్వవిద్యాలయంలో కవిరాజు త్రిపురనేని రామస్వామి పేరిట ధార్మిక అవార్డును ఏర్పాటు చేశారు. ఆ అవార్డును తొలిసారిగా 1988లో రావిపూడి వెంకటాద్రిగారికి ఇచ్చారు. 1992లో మొదటిసారిగా ప్రవేశపెట్టిన తాపీ ధర్మారావు అవార్డును కూడా తెలుగు విశ్వవిద్యాలయం నుండి ఆయన అందుకొన్నారు.

సాహిత్యం ద్వారా హేతువాద, మానవవాదాల అభివృద్ధికి జీవితకాలం కృషిని కొనసాగించినందులకు కవిరాజు త్రిపురనేని ట్రస్టు, హైదరాబాదు వారు ఆనాటి భారత ఉపరాష్ట్రపతి కె.ఆర్. నారాయణన్ చేతులమీదుగా 1996 ఫిబ్రవరి 10వ తేదీన లక్ష రూపాయల జాతీయ అవార్డును వెంకటాద్రిగారికి అందించారు. 1996 జనవరిలో చీరాలలోని అన్నం సత్యనారాయణ ట్రస్టు వారు ఆయనకు 'మంచి హ్యూమనిస్టు' అవార్డును అందించి సన్మానించారు.

కొండవీటి వెంకటకవి స్మారక ప్రతిభాపురస్కారాన్ని, కొండవీటి వెంకటకవి సాహిత్య పీఠం, గుంటూరు వారు 25-01-2021 నాడు రావిపూడి వెంకటాద్రిగారికి అందజేసి సన్మానించారు. భారతీయ యుక్తివాది సంఘం, కేరళవారు డా॥ ఎ.టి.కోవూర్ జాతీయ అవార్డును వెంకటాద్రిగారి నూరవ పుట్టినరోజైన ది. 09-02-2021న అందజేసి

సన్మానించారు. చార్వాక కళాపీఠం, నెల్లూరు వారు, ఆధునిక చార్వాక జాతీయ అవార్డును అదేరోజు అందించారు.

వెంకటాద్రి మార్గదర్శకత్వంలో 1991లో ఇంకొల్లు మిత్రులు రాడికల్ హ్యూమనిస్టు సెంటర్‌ను స్థాపించారు. రాడికల్ హ్యూమనిస్టుగా వున్న రావి సుబ్బారావు ఇంకొల్లులో పదిసెంట్ల స్థలాన్ని రాడికల్ హ్యూమనిస్టు సెంటర్‌కు విరాళంగా ఇచ్చారు. ఆ స్థలంలో మిత్రుల ఆర్థిక సహాయంతో హేతువాద మానవవాద ఉద్యమాలకు కేంద్రంగా వుండాలనే ఉద్దేశంతో భవనాన్ని నిర్మించారు. ఆ రాడికల్ హ్యూమనిస్టు భవనాన్ని అంతర్జాతీయ మానవవాద నైతిక సంఘం అధ్యక్షులు లెవీఫ్రాగెల్ 2003 జనవరి 17వ తేదీన ప్రారంభించారు.

రావిపూడి వెంకటాద్రి తన స్వంత గ్రంథాలయాన్ని హ్యూమనిస్టు సెంటరులో నెలకొల్పిన యం.యన్.రాయ్ హ్యూమనిస్టు గ్రంథాలయానికి బహూకరించారు. హేతువాద మానవవాద ఉద్యమ సంస్థలకు సహాయ సహకారాలను అందించడానికై 1997లో హేమా ఫౌండేషన్ (హేతువాద మానవవాద ఫౌండేషన్)ను చీరాలలో స్థాపించారు.

హేతువాద మానవవాద భావాలు

1997లో వెంకటాద్రి ఆరోగ్యం క్షీణించడంతో హేతువాద, మానవవాద కార్యాచరణ కోణాన్ని వివరిస్తూ 'మనం ఏమి చేయాలి?' అనే గ్రంథాన్ని రచించారు. రాజకీయ పార్టీల కార్యకర్తలు, నాయకుల ఆదేశాల మేరకే గోల చేస్తారు. రాజకీయులెప్పుడూ ధర్నాలు, సమ్మెలు, ఊరేగింపులు, బంద్‌లు, నినాదాలతో ఆందోళనోద్యమాలు చేపడతారు. మతోద్ధారకులు గుళ్ళు, గోపురాలు కట్టించి ఉత్సవాలు, భజనలు, యాగాలు, తీర్థయాత్రలు మొదలైన వాటిని ప్రోత్సహిస్తారు. ఇలా ఇరువర్గాల వారూ మూక మనస్తత్వాన్ని పోషిస్తారు. ఇదంతా వివేకం లోపించిన ఆచరణ. జనం దానినే కార్యాచరణగా భ్రమిస్తారని ఆ గ్రంథంలో తెలిపారు.

"హేతువాద మానవవాద ఉద్యమాలు భావోద్యమాలు, సాంస్కృతి కోద్యమాలు. వాటి లక్ష్యం భావవిప్లవం, సాంస్కృతిక విప్లవం. క్రింది స్థాయి నుంచి విప్లవం ప్రోత్సహించడం వాటి విధానం. వాటిని ఆందోళనోద్యమాల స్థాయికి దించితే చివరికి అవి గల్లంతవుతాయి. అల్లరిమూకలు, అసాంఘిక శక్తులు వాటిలో దూరి ఆ ఉద్యమాల లక్ష్యాన్నే తప్పుదారి పట్టిస్తాయి. ఉద్యమతత్వం పలచబడి నీరుకారిపోతుంది. మందిబలం పెంచుకోవాలనీ, అధిక సంఖ్యాకుల దృష్టిని ఆకర్షించాలనీ, వేగంగా లక్ష్యం సాధించాలనీ వంకరటింకర మార్గాలు పడితే, చివరకు ఉద్యమ సారం పోయి పిప్పి మిగులుతుంది. ఆందోళనోద్యమాలు నిరాశకు చిహ్నాలు. హేతువాద మానవవాదాల ప్రయాణం సుదీర్ఘమైనది, చిరంతనమైనద"ని తెలిపారు.

సమకాలనీలు - సార్వకాలికాలు

రాజకీయాలు పార్టీల అవతారమెత్తి అధికార రాజకీయాలుగా మారాయి. పార్టీలన్నీ ప్రజలకు మంచి చేయాలంటే తమ పార్టీ అధికారంలోకి రావాలనుకుంటాయి. కాబట్టి ప్రజాశ్రేయస్సే తమ లక్ష్యమని ప్రకటించే పార్టీల లక్ష్యం ప్రజాశ్రేయస్సు నుంచి పార్టీ అధికారం మీదకు మారుతుంది. పార్టీ అధికారంలోకి రావాలంటే ముందుగా ఎన్నికల్లో గెలవాలి. దాంతో లక్ష్యం గెలుపుమీదకు మారుతుంది. ఎన్నికల్లో గెలుపు కావాలంటే డబ్బు, అధికారం, విద్వేష ప్రచారం, శుష్కవాగ్దానాలు, ప్రజలను కులం, మతం, వర్గం, ప్రాంతం వంటి ఉద్రేకాలతో శివమెత్తించడం, మద్యంతో మభ్యపెట్టడం వంటి అనేక అవినీతి కార్యకలాపాలకు పాల్పడాలి. ఇవే నేటి పార్టీ రాజకీయాలని వెంకటాద్రి తెలిపారు.

తీరా గెలిచి అధికారంలోకి వచ్చాక ప్రజల ఇష్టాయిష్టాలతో నిమిత్తం లేకుండా పార్టీ నాయకుడి ఆదేశానుసారం పాలన కొనసాగిస్తారు. అంటే ప్రజాస్వామ్యం పేరిట పార్టీస్వామ్యం, పార్టీ నాయకస్వామ్యం రాజ్యమేలుతుంది. అంటే పార్టీ నాయకుల నియంతృత్వాన్నే ప్రజాస్వామ్యంగా భ్రమపెడతారని ఆయన విశ్లేషించారు.

పార్టీల స్వభావమే ప్రజాస్వామ్యానికి విరుద్ధం. అంతర్గత ప్రజాస్వామ్యమే లేని పార్టీలు ప్రజాస్వామ్య ప్రభుత్వాలను ఏర్పాటు చేస్తాయనుకోవడం జరగని పని. అందువల్ల పార్టీరహిత నిర్మాణాత్మక ప్రజాస్వామ్యం కావాలి. అది విజయవంతం కావడానికి ప్రజలు విద్యావంతులు, చైతన్యవంతులు కావాలి. అందుకోసమే ప్రజలలో హేతువాద భావవిప్లవం రావాలని ఆయన వివరించారు.

అన్నిటికీ మానవుడే ప్రమాణం అన్నాడు గ్రీకు తత్త్వవేత్త ప్రొటాగరస్. మనుషులు వారి చరిత్రను వారే నిర్మించుకుంటారన్నాడు కమ్యూనిస్టు తత్వవేత్త కారల్‌మార్క్స్. మానవుడు తన భవిష్యత్తుకు తానే కర్త అన్నాడు మానవవాద తత్వవేత్త ఎం.ఎన్.రాయ్. మతాలు, రాజకీయాలు మాత్రం మనిషిని మరో దానికి సాధనంగా భావించాయి. అలాగే వాడుకున్నాయి. ఈ దుస్థితిని అంత మొందించడమే పెద్ద సమస్యగా మిగిలిందన్నారు వెంకటాద్రి.

జ్ఞానం, సత్యం, స్వేచ్ఛ, నీతి మానవవాదంలో ప్రధాన భూమికను పోషిస్తాయి. వాటి మౌలిక స్వరూపాలను, తాత్విక పునాదులను వెంకటాద్రిగారు చర్చించి, విశ్లేషించి వివరించారు.

విమర్శల గురించి వెంకటాద్రి భావాలు హేతుత్వంతో వెలుగులు విరజిమ్ముతాయి. “విమర్శల్ని విశ్లేషించి పరామర్శించడం వాటి పరిమితుల్ని పరిశీలించడం ఆవశ్యమే కాని అనౌచిత్యం కాదు. వివేకవంతుడి మిత్రుడు విమర్శకుడే. విమర్శకుణ్ణి శత్రువుగా భావించేవాడు మతవాదికి తీసిపోని పిడివాది. కన్సర్వేటిజం హేతువాదికి మొదటి శత్రువు. విమర్శలవల్ల సిద్ధాంతాలు చావవు, విమర్శలు లేనంతమాత్రాన చిరకాలం మనవు. విమర్శకు భయపడే కూపస్థమండూకవాదం కుళ్లి చస్తుంద”ని వెంకటాద్రి విమర్శలు అనే సంపాదకీయంలో వివరించారు. (సమకాలీనాలు సార్వకాలికాలు, 13వ సంపుటం పే.124)

సమతా సమాజం ఎప్పుడు సాధ్యమవుతుందని ప్రశ్నించుకున్నపుడు సమాధానం కోసం భావవిప్లవాలవైపు చూడవలసి వుంటుంది. పేదరికం

మాసిపోవలసిందే. అంతమాత్రాన మానసిక పరాధీనభావం నుంచి మనిషి విడుదల పొందడు. విద్య పెంపొందించవలసిందే. కాని ఆ పేరుతో మూఢనమ్మకాలను, కట్టుకథలను, దురభిమానాలను భోదించడంవల్ల మనిషి మానసిక జడత్వం వదలదు. ప్రజాస్వామ్యం కావలసిందే కాని ఆ పేర ఓటుహక్కు కల్పించినంత మాత్రాన స్వామ్యం మనిషి వద్దకు చేరదు. సౌకర్యాలు కావలసిందే. కాని ఆ పేరుతో మనుషులు రాజకీయ బానిసలు కాకూడదు. అన్నిటికంటే ముందు మనిషి భావాలపరంగా స్వతంత్రుడు కావాలని ఆయన ఆశించాడు.

భావవిప్లవం సాంస్కృతిక విప్లవానికి దారితీస్తుంది. సాంస్కృతిక విప్లవం సాంఘిక పరివర్తనకు దారితీస్తుంది. అది రాజకీయ, ఆర్థిక విప్లవాలకు దారిచూపుతుంది. రోగం భావాల్లో వున్నపుడు ఆ రోగాన్ని కుదర్చకుండా భావేతర రంగాల్లో విప్లవాలు తెస్తామనడం, అభ్యుదయం సాధిస్తామనడం వ్యర్థ ప్రలాపాల క్రింద చేరతాయని తెలిపారు.

"అందువల్ల జ్ఞానం వున్నవారికీ - లేనివారికీ, సంపద వున్నవారికీ - లేనివారికీ, అధికారం వున్నవారికీ- లేనివారికీ మధ్య కావలసింది పోరాటం కాదు. పంపిణీ కావాలి. జ్ఞానం, సంపద, అధికారం, అన్నింటి పంపిణీ కావాలి. అందరికీ పంపిణీ కావాలి. అది ఇష్టం లేనివారు ఒకదాని పేరు చెప్పి మరొక దానికోసం పోరాట నినాదం ఇస్తారు. జ్ఞానపంపిణీ అంటే భావ వికాసమే" అని ఆయన వ్యాఖ్యానించారు.

హేతువు అంటే మౌలికంగా ప్రకృతి నియమమే. మన చుట్టూ వున్న ప్రకృతి అంతా నియమబద్ధమైనదే. అందువల్లనే అది మనకు అర్థమవుతున్నది. ప్రకృతిలో వున్న నియమబద్ధతే మానవుడిలో హేతుత్వంగా నిష్పన్నమైందని, దాన్ని గ్రహించినపుడు అది మన జ్ఞానానికీ, ఆలోచనకూ కూడా క్రమబద్ధతను ఏర్పరుస్తుందని, అదే హేతుత్వమని వెల్లడించారు.

రచయిత సామర్థ్యానికి ప్రమాణాలుగా వస్తువు, స్పష్టత, నిష్పాక్షికత, నిర్భీతి, నిజాయితీ, భాషాశైలి, భావప్రకటనా సామర్థ్యం, వైజ్ఞానిక స్థాయి, స్పందించి రాసే గుణం

నిలుస్తాయి. ఈ ప్రమాణాలన్నీ వెంకటాద్రిగారిలో పుష్కలంగా వున్నాయనడానికి ఆయన రచించిన 100 పుస్తకాలే నిదర్శనం.

2006లో డాక్టర్ బీరం సుందరరావుగారికిచ్చిన ఇంటర్వ్యూలో తన జీవిత సందేశాన్ని ఈ విధంగా తెలిపారు. "నాకు ఎటువంటి స్వార్థప్రయోజనాలు లేవు. నేను నా కోసం కాదు, సమాజం కోసం, నా రచనలు జనహితం కోసం. అదే లక్ష్యంతో చీరాలలో హేమా ఫౌండేషన్ (హేతువాద మానవవాద సంస్థ) స్థాపించి స్వీయ రచనలతోపాటు ఉద్యమ వ్యాప్తికి దోహదపడే ఇతరుల రచనలు 70కి పైగా ప్రచురించాను. హేతువాద ఉద్యమం మానవవాదంతో కలిశాక కొత్త మలుపులు తిరిగింది. మనిషి కేంద్రబిందువుగా భావవిప్లవంతోనే నవ్యసమాజావిర్భావం సాధ్యమవుతుందని నమ్మిన వ్యక్తిని నేను. నా సాహిత్యమే నా సందేశం. నా రచనలే నా ఆస్తి. అంకితభావంతో చేసిన కృషియే నాకు సంతృప్తి".

సుప్రసిద్ధ పత్రికా సంపాదకులు, హేతువాది, మానవవాది అయిన నార్ల వెంకటేశ్వరరావుగారు వెంకటాద్రిగారి రచనలు చదివి స్పందిస్తూ 07-03-1982న రాసిన ఉత్తరంలో వెలిబుచ్చిన అభిప్రాయాలు అమూల్యమైనవి. ఆయన ఇంగ్లీషులో రాసిన ఉత్తరం ఇలా వుంది :

Dear Sri Venkatadri,

The more I am reading your books, the more I am admiring them. You have a clean intellect, the range of your reading is wide. You have a genius for mastering even the most intricate of subjects with ease and presenting it to your readers in a simple and yet effective style. Above all you have the courage of your convictions. It gives both clarity and sharpness and power to your writings.I am not trying to flatter you, indeed, by nature I am a hater of flattery. When I say that you are one of the very few writers in Telugu whose books I love to read with keenest interest for they stimulate my mind.... I am keeping them by my bedside and dipping with them time and again.

You are doing great work, carry it on unflinchingly.

with kind regards,

Yours Sincerely,

V.R.Narla

రావిపూడి వెంకటాద్రి ఆరోగ్యం క్షీణించి 2023 జనవరి 21వ తేదీన 101 సంవత్సరాల వయసులో చీరాలలో శాశ్వతంగా కన్నుమూశారు.

రావిపూడి వెంకటాద్రిగారు తన జీవితాన్నంతా హేతువాద మానవవాద ఉద్యమ నిర్మాణానికే అంకితం చేసిన ధన్యజీవి. ఆయన రచనలు ఆయనను అంతర్జాతీయ స్థాయి మానవవాద తత్వవేత్తగా నిలిపాయి. తెలుగు సాహిత్యానికి అపూర్వమైన, అపురూపమైన కీర్తిప్రతిష్ఠలను తెచ్చిపెట్టాయి. హేతువాద మానవవాద భావవిప్లవోద్యమానికి బాటలు వేశాయి. చరిత్రలో ఆయన ఉన్నతమైన స్థానాన్ని శాశ్వతం చేశాయి.

బార్బరా స్మోకర్ (1923-2020)

హేతువాద మానవవాద తత్వవేత్తలలో ఒక మహిళా తత్వవేత్తగా బార్బరా స్మోకర్ మంచి పేరు సంపాదించుకుంది. బార్బరా స్మోకర్ చురుకైన బ్రిటిష్ హ్యూమనిస్టు. స్వేచ్ఛాలోచనతో కొనసాగే న్యాయవాది. ఆమె నేషనల్ సెక్యులర్ సొసైటీకి 1972 నుండి 1996 వరకు అధ్యక్షురాలిగా పని చేసింది. బ్రిటిష్ వాలెంటరీ యుథనేషియా సొసైటీకి (ప్రస్తుతం డిగ్నిటీ ఇన్ డైయింగ్ అని పిలుస్తారు.) 1981 నుండి 1985 వరకు చైర్‌పర్సన్‌గా కొనసాగారు. యునైటెడ్ కింగ్‌డమ్‌లోని గే మరియు లెస్బియన్ హ్యూమనిస్ట్ అసోసియేషన్‌కు గౌరవాధ్యక్షురాలుగా పనిచేసింది.

బార్బరా మేరీ స్మోకర్ లండన్‌లోని క్యాట్‌ఫోర్డ్‌లో 1923 జూన్ 2వ తేదీన ఒక రోమన్ కాథలిక్ కుటుంబంలో జన్మించింది. ఆమె 1941 నుండి 1945 వరకు ఆగ్నేయాసియాలో ఉమెన్స్ రాయల్ నావల్ సర్వీస్‌లో సేవలందించారు. 1949లో ఆమె నాస్తికురాలిగా మారింది.

బ్రిటన్‌లోని రేషనలిస్ట్ ప్రెస్ అసోసియేషన్‌కు హెక్టర్ హాటన్ మేనేజింగ్ డైరెక్టరుగా వుండేవాడు. అతడు హ్యూమనిస్ట్ పత్రికకు సంపాదకుడిగా కూడా వున్నాడు. ఆయన రచనలు చదివి ప్రభావితురాలైన బార్బరా స్మోకర్ నాస్తికురాలిగా మారిపోయింది.

బార్బరా స్మోకర్ సౌత్‌ప్లేస్ ఎథికల్ సొసైటీలోను, వెస్ట్ లండన్ ఎథికల్ సొసైటీలోను సభ్యురాలిగా చేరింది. అదే సమయంలో ఆమె మానవవాద ఉద్యమానికి ఆకర్షితురాలైంది. 1950లో ఆమె మానవవాద ఉద్యమంలో చేరింది.

ఎథికల్ యూనియన్‌లో ఆమె స్వచ్ఛంద సేవకురాలిగా చేరింది. ఆ ఎథికల్

యూనియన్ తరువాత సంవత్సరాలలో బ్రిటిష్ హ్యూమనిస్ట్ అసోసియేషన్‌గాను, యునైటెడ్ కింగ్‌డం హ్యూమనిస్ట్ సంస్థగాను పేరుపొందింది.

బార్బరా స్మోకర్ హెరార్డ్ బ్లాక్‌హామ్‌కు సన్నిహిత మిత్రురాలిగా మారింది. 1952లో లండన్‌లో మొదటి ప్రపంచ మానవవాద మహాసభలను ఏర్పాటు చేయడంలో హెరార్డ్ బ్లాక్‌హామ్‌తో కలిసి పనిచేసింది. అదే సంవత్సరం ఆమ్‌స్టర్‌డామ్‌లో ఇంటర్నేషనల్ హ్యూమనిస్ట్ ఎథికల్ యూనియన్ ఏర్పాటుతో అక్కడ ప్రపంచ మహాసభలు జరిగాయి. ఆ సంస్థను ఇప్పుడు హ్యూమనిస్ట్ ఇంటర్నేషనల్‌గా వ్యవహరిస్తున్నారు.

ఆస్టన్ బూరల్ ఆధ్వర్యంలో ప్రోగ్రెసివ్‌లీగ్ అనే సంస్థ నడిపేది. బార్బరా స్మోకర్ ఆష్టన్ బూరల్‌తో కలిసి పనిచేసింది. ప్రోగ్రెసివ్ లీగ్ సంస్థ అంతర్జాతీయ మానవవాద నైతిక సంఘం (ఐ.హెచ్.ఇ.యు)తో కలిసి మానవవాద భావాలను ప్రచారం చేసేది.

బార్బరా స్మోకర్ అనతికాలంలోనే సుప్రసిద్ధ మానవవాదిగా పేరు గడించింది. ఆమె ప్రముఖంగా మతరహిత అంత్యక్రియలు, మతరహిత వివాహ వేడుకలు, స్వలింగ సంపర్కుల సమస్యలు, నామకరణ ఉత్సవాలు వంటి కార్యక్రమాలలో పాల్గొని మంచి పేరు తెచ్చుకొంది. బ్రిటిష్ మానవవాద సంఘంలో పనిచేసే వారికి శిక్షణా కార్యక్రమాలు నిర్వహించింది. ఆమె పిల్లల కోసం రాసిన మానవవాదం (హ్యూమనిజం) అనే పుస్తకం ప్రజాదరణ పొందింది. అనేక పాఠశాలల్లో పాఠ్యపుస్తకంగా వుండి విస్తృత ప్రచారం పొందింది.

బార్బరా స్మోకర్ నేషనల్ సెక్యులర్ సొసైటీకి చురుకైన అధ్యక్షురాలిగా వుండి దాదాపు పాతిక సంవత్సరాలు (1972-1996) సేవలందించింది. ఆమె అధ్యక్షురాలిగా వున్న కాలంలో నాస్తిక, లౌకిక వాదాలకు సంబంధించిన భావాలను విస్తృతంగా ప్రచారం చేసింది. పత్రికలలో వ్యాసాలు రాసింది, సభలు సమావేశాల్లో ఉపన్యాసాలిచ్చింది. రేడియో, టెలివిజన్ కార్యక్రమాల ద్వారా ఆ భావాలను ప్రచారం చేసింది.

ఒకవైపు నేషనల్ సెక్యులర్ సొసైటీకి అధ్యక్షురాలిగా వుంటూనే అనేక సామాజిక సమస్యలలో పరిష్కారానికి కృషి చేసింది. అటువంటి సమస్యలలో ఉరిశిక్ష రద్దు, జైళ్ల సంస్కరణలు, న్యూక్లియర్ బాంబుల వంటి ఆయుధాలను నిర్వీర్యం చేయడం, గర్భస్రావాన్ని చట్టబద్ధం చేయడం వంటివి చాలా వున్నాయి.

బార్బరా స్మోకర్ స్వచ్ఛంద మరణ సంస్థకు (వాలంటరీ యుథనేషియా సొసైటీ) 1981 నుండి 1985 వరకు ఛైర్‌పర్సన్‌గా కృషి చేసింది. బ్రిటన్‌లో 1960 దశకంలో బాగా ప్రజాదరణ పొందిన "యుద్ధం వద్దు - ప్రేమ ముద్దు" (Make love ,Not war) అనే నినాదానికి సంబంధించిన బ్యాడ్జీలను తయారు చేయించడానికి తగిన ఆర్థిక సహకారాన్ని అందించింది.

బార్బరా స్మోకర్ సౌత్‌ప్లేస్ ఎథికల్ సొసైటీకి ఏకైక మహిళా ఉపన్యాసకురాలిగా, చివరి ఉపన్యాసకురాలిగా 1986లో నియమించబడింది. 2014వ సంవత్సరంలో డాక్టర్ హారీ స్టాప్స్- రో మరణంతో ఆమె ఒక్కటే ఆ సంస్థకు ఉపన్యాసకురాలిగా నియమితురాలైన వ్యక్తిగా మిగిలిపోయింది.

2005వ సంవత్సరంలో అంతర్జాతీయ మానవవాద సంఘం (Humanists International) నుండి సుప్రసిద్ధ మానవవాదిగా బహుమతి అందుకొంది. ఆమె యునైటెడ్ కింగ్‌డం మానవవాద సంఘం (Humanists UK) (గతంలో బ్రిటిష్ హ్యూమనిస్టు సంఘం) గౌరవ సభ్యురాలిగా బహుమతిని కూడా అందుకొంది. ఆమె అందులో చురుకుగా పనిచేసినందుకు గుర్తింపుగా ఆ అవార్డు లభించింది.

బార్బరా స్మోకర్ ఈశాన్య లండన్‌లో జీవించింది. సౌత్ ఈస్ట్ లండన్ హ్యూమనిస్ట్ గ్రూపుకు 2012వ సంవత్సరంలో గౌరవాధ్యక్షురాలిగా ఎంపికైంది. జీవించివున్న ఆ సంఘ స్థాపక సభ్యులలో ఆమె చివరి వ్యక్తి.

బార్బరా స్మోకర్ 2020 ఏప్రిల్ 7వ తేదీన లండన్‌లోని లూవిషం ఆసుపత్రిలో తన 96వ ఏట కోవిడ్ వ్యాధితో మరణించింది.

బార్బరా స్మోకర్ (1923-2020)

బార్బరా స్మోకర్ అనేక రచనలు చేసింది. ఆమె రచించిన వాటిలో హ్యూమనిజం మంచి ప్రజాదరణ పొందింది. ఆమె 'ఎథీయిజం ఆన్ ఎ సోప్ బాక్స్ ', 'బ్లాక్‌హామ్స్ బెస్ట్', 'మై గాడ్ షేకన్‌లైఫ్ ', "గుడ్‌గాడ్ " ' "ఎస్ట్రింగ్ ఆఫ్ వర్సెస్ టు టై అప్‌ది డైటీ ఫ్రీథాట్స్ " వంటి రచనలు చేసింది.

ఆమె రచనలలోగాని, సంభాషణలలోగాని అస్పష్టతకుగాని, సందిగ్ధతకుగాని తావు వుండేదికాదు. ఆమె ఏది రాసినా, ఏమి మాట్లాడినా సూటిగా, రాజీలేని విధంగా వుంటుంది.

1989లో ముస్లిములు సాల్మన్ రష్డీ ని చంపాలని ఊరేగుతున్నపుడు బార్బరా స్మోకర్ భావస్వేచ్ఛ (Free Speech) అని రాసిన ప్లకార్డ్‌ని పట్టుకుని వారికి ఎదురుగా నిలబడింది. వారు ఆమెపై భౌతికంగా దాడిచేసినా భయపడకుండా గట్టిగా నిలబడింది. ఈ సంఘటన ఆమె ధైర్యానికి, భావ ప్రకటనా స్వేచ్ఛ పట్ల ఆమెకున్న అపారమైన అభిమానానికి నిదర్శనంగా నిలుస్తుంది.

'గాడ్ ఫర్‌శేకన్ లైఫ్' అనేది ఆమె జ్ఞాపకాల రచన. అది 2018లో ప్రచురితమైంది. ఆమె భౌతిక సంపదల కోసం, వస్తువుల కోసం ఆరాటపడకుండా సాదాసీదా జీవితం గడిపింది.

'మనం శాశ్వతంగా జీవించలేకపోయినంతమాత్రాన జీవితానికి విలువలేకుండా పోదు.' జీవితంలో మనం అనుభవాలను పొందుతూ వాటికనుగుణంగా మన లక్ష్యాలను ఏర్పాటు చేసుకుంటాం' అని ఆమె చెప్పిన మాటలు అక్షర సత్యాలు.

ఏడు దశాబ్దాలపాటు మానవవాదిగా కొనసాగి, 96 సంవత్సరాలు జీవించిన మానవవాద తత్వవేత్తగా చరిత్రలో నిలిచిపోయింది బార్బరా స్మోకర్. ఆమె రచనలలో వ్యక్తం చేసిన భావాలు ఇప్పటికీ ఎందరినో ప్రభావితం చేస్తూనే వున్నాయి.

పాల్ కజ్ (1925-2012)

ప్రపంచ వ్యాప్తంగా వున్న గొప్ప మానవవాద తత్వవేత్తలలో పాల్‌కజ్ ఒకరు. అతడు అమెరికన్ సెక్యులరిస్టు. పాల్‌కజ్ 'లౌకిక మానవవాద పిత'గా (Father of secular Humanism) కీర్తి గడించారు.

పాల్‌కజ్ సెక్యులర్ హ్యూమనిస్టు దృక్పథాన్ని సమర్థిస్తూ 50కి పైగా గ్రంథాలు రచించారు. 800 పైగా వ్యాసాలు, సమీక్షలు రచించి, ప్రచురించారు. వీరి పుస్తకాలు ప్రపంచ వ్యాప్తంగా 60కి పైగా భాషల్లోకి అనువదించబడ్డాయి.

పాల్‌కజ్ 1969లో 'ప్రొమిథియస్ బుక్స్ ' అనే ప్రచురణ సంస్థను స్థాపించి వందలాది గ్రంథాలను వెలువరించారు. కమిటీ ఫర్ స్కెప్టికల్ ఎంక్వయిరీ (committee for skeptical Inquiry - C.S.I.) ని స్థాపించారు. గతంలో ఈ కమిటీ అతీంద్రియ శక్తుల పేరుతో ప్రచారమయ్యే సంఘటనలను శాస్త్రీయంగా పరిశోధించడానికి ఏర్పాటైన The committee for the scientific Investigation of claims of paranormal - C.S.I. C.O.P.)సంస్థగా పేరు గడించింది.

కౌన్సిల్ ఫర్ సెక్యులర్ హ్యూమనిజం, సెంటర్ ఫర్ ఇంక్వయిరీ అనే సంస్థలను కూడా పాల్‌కజ్ స్థాపించి, వాటికి ఛైర్మన్‌గా కొనసాగారు. కౌన్సిల్ ఫర్ సెక్యులర్ హ్యూమనిజం ప్రచురణగా 'ఫ్రీ ఎంక్వయిరీ' అనే పత్రికను స్థాపించి దానికి ప్రధాన సంపాదకులుగా కొనసాగారు.

పాల్‌కజ్ 1986 నుండి 1994 వరకు అంతర్జాతీయ మానవవాద నైతిక సంఘానికి (International Humanist and Ethical Union - IHEU)

సహాధ్యక్షుడిగా కొనసాగారు. ఆ సంస్థ ప్రస్తుతం అంతర్జాతీయ మానవవాద సంఘంగా (Humanist International - HI) తన కార్యకలాపాలను కొనసాగిస్తోంది.

పాల్‌కజ్ 'అమెరికన్ అసోసియేషన్ ఫర్ ది అడ్వాన్స్‌మెంట్ ఆఫ్ సైన్స్ 'లో సభ్యులుగా, హ్యూమనిస్ట్ లారేట్‌గా 'అంతర్జాతీయ మానవవాద అకాడమీ' (International Academy of Humanism) కి అధ్యక్షులుగా వున్నారు. రేషనలిస్ట్ ఇంటర్నేషనల్‌కు గౌరవాధ్యక్షులుగా పనిచేశారు. అమెరికా మానవవాద సంఘంలో సభ్యుడిగా మానవవాద ప్రణాళిక(Humanist Manifesto)రచనలో సహాయపడ్డారు. 1967 నుండి 1978 వరకు 'ది హ్యూమనిస్ట్ ' పత్రికకు సంపాదకులుగా పనిచేశారు.

పాల్‌కజ్ న్యూజెర్సీలోని నెవార్క్‌లో ఒక సెక్యులర్ యూదు కుటుంబంలో 1925వ సంవత్సరం డిశంబరు 21వ తేదీన జన్మించారు. అతని తల్లిదండ్రులు సారా లాసర్, మార్టిన్ కజ్‌లు.

పాల్‌కజ్ న్యూయార్క్ విశ్వవిద్యాలయం నుండి తన బ్యాచిలర్ డిగ్రీని తీసుకున్నారు. కొలంబియా విశ్వవిద్యాలయం నుండి మాస్టర్ డిగ్రీని, డాక్టర్ ఆఫ్ ఫిలాసఫీ డిగ్రీని అందుకున్నారు.

యవ్వనంలో పాల్‌కజ్ వామపక్షవాదిగా వుండేవారు. రెండవ ప్రపంచ యుద్ధ సమయంలో ఆయన యునైటెడ్ స్టేట్స్ ఆర్మీలో పనిచేశారు. అందులో పని చేయడం వల్ల తాను వామపక్ష భావజాలంలోని ప్రమాదాలను తెలుసుకున్నట్లు స్వయంగా తెలిపారు.

యుద్ధం ముగిశాక బూనెన్ వాల్డ్, డచౌ అనే ప్రాంతాల్లోని కాన్‌సెంట్రేషన్ క్యాంపులను దర్శించారు పాల్‌కజ్. నాజీ జర్మనీకి బలవంతంగా తీసుకెళ్ళిన రష్యన్ బానిస కార్మికులను చూశాక, అతనికి కమ్యూనిస్టు సిద్ధాంతం పట్లవున్న భ్రమలు తొలగిపోయాయి.

పాల్‌కజ్ కనెక్టికట్‌లో చర్చి యాజమాన్యం క్రింద నడిచే ట్రినిటీ కాలేజీలో ప్రొఫెసర్‌గా పనిచేశారు.

అమెరికాలో మానవవాదం పలు రకాలుగా కొనసాగుతుండేది. అప్పుడు పాల్‌కజ్ వాటిలోని అలౌకిక విషయాలకు సంబంధించిన అంశాలను తొలగించి మానవవాదాన్ని లౌకిక మానవవాదంగా నిలపడానికి గట్టిగా కృషి చేశారు. 1980వ దశకంలో ఫండమెంటలిస్టు క్రైస్తవులలో సెక్యులర్ మానవవాదం అనే పదం బాగా ప్రచారం పొందింది. వారు దాన్ని అతీత శక్తులకు అవకాశం లేని మతంగా భావించేవారు. హ్యూమనిస్టు మ్యానిఫెస్టోలోని మొదటి వ్యాసంలోనే ఈ విషయాన్ని గమనించవచ్చు. అదే విధంగా 1930లో చార్లెస్ మరియు క్లారా పోట్టెర్స్ రచించిన - హ్యూమనిజం...ఒక కొత్త మతం' అనే గ్రంథంలో కూడా చూడొచ్చు.

'కౌన్సిల్ ఫర్ సెక్యులర్ హ్యూమనిజం' సంస్థ సభ్యత్వాన్ని పెంచుకోడానికి, మునుపటి మానవవాద ఉద్యమంలోని మతానికి సంబంధించిన అంశాలను తొలగించడానికి పాల్‌కజ్ చర్చి బోధకుల ప్రచారాన్ని బాగా వినియోగించుకున్నాడు. అతడు 1991లో'సెంటర్ ఫర్ ఇంక్వయిరీ'ని స్థాపించాడు. లాస్ ఏంజెల్స్, వాషింగ్టన్, న్యూయార్క్, లండన్, ఆమ్‌స్టర్ డాం, వార్షా, మాస్కో, బీజింగ్, హైదరాబాద్, టొరొంటో, బ్యూనస్ ఎయిర్స్, ఖాట్మాండు వంటి 40 కేంద్రాలలో సెంటర్ ఫర్ ఇంక్వయిరీ శాఖలు పనిచేస్తున్నాయి.

1999లో పాల్‌కజ్‌కి ఇంటర్నేషనల్ హ్యూమనిస్ట్ అండ్ ఎథికల్ యూనియన్ (IHEU)ద్వారా ఇంటర్నేషనల్ హ్యూమనిస్టు అవార్డు లభించింది. 1999 జనవరి నెలలో ముంబైలో జరిగిన అంతర్జాతీయ మానవవాద మహాసభలకు 14th world Humanist congress) ఆంధ్రప్రదేశ్ రాష్ట్రం నుండి దాదాపు 125 మంది హేతువాద, మానవవాద మిత్రులు హాజరయ్యారు. ఆ సభలకు సుప్రసిద్ధ మానవవాదులు శిబ్‌నారాయణ్ రే, వి.ఎం.తార్కుండే వంటివారు హాజరైనారు. ఆ సభలలో పాల్‌కజ్ అమెరికా నుండి వచ్చి పాల్గొన్నారు. మేమంతా వారిని స్వయంగా కలుసుకోవడం

జరిగింది. సుప్రసిద్ధ మానవవాద రచయిత, తత్వవేత్త రావిపూడి వెంకటాద్రి కూడా హాజరు కావడం విశేషం.

పాల్‌కజ్ 1969 నుండి 1994 వరకు ఇంటర్నేషనల్ హ్యూమనిస్ట్ అండ్ ఎథికల్ యూనియన్ బోర్డు మెంబరుగా వున్నారు. 2000 సంవత్సరంలో అతడు రేషనలిస్ట్ ఇంటర్నేషనల్ ద్వారా ఇంటర్నేషనల్ రేషనలిస్ట్ అవార్డును అందుకున్నారు.

మాట్‌చెర్రీ అనే అతడు ఇంటర్నేషనల్ హ్యూమనిస్ట్ అండ్ ఎథికల్ యూనియన్ మరియు కౌన్సిల్ ఫర్ సెక్యులర్ హ్యూమనిజం' ఈ రెండు సంస్థలలోను పాల్‌కజ్‌కు సహోద్యోగిగా వుండేవాడు. అతడు పాల్‌కజ్‌కు నివాళి అర్పించే సందర్భంగా అంతర్జాతీయ మానవవాదానికి పాల్‌కజ్ గొప్ప నిబద్ధతతో సేవలందించినట్లు పేర్కొన్నాడు. “మానవవాదాన్ని అమెరికా సరిహద్దులు దాటించి ప్రచారం చేశాడు. పాల్‌కజ్‌తో సరిపోల్చదగిన మరో అమెరికన్ కనిపించడు. అంతర్జాతీయ మానవవాద నైతిక సంఘం సభ్యుడిగా మానవవాదాన్ని బాగా వ్యాప్తి చేయడానికి కృషి చేశాడు. ఐ.హెచ్.ఇ.యు. గ్రోత్ అండ్ డెవలప్‌మెంట్ కమిటీలో లెవీఫ్రాగెల్, రాబ్ టైల్‌మెన్‌లతో కలిసి సేవలందించాడు. వారితో కలిసి ఆ కమిటీకి సహాధ్యక్షుడిగా వున్నారు. అతడు ఎల్లప్పుడూ అంతర్జాతీయ మానవవాద నైతిక సంఘం అభివృద్ధికి ధైర్యంగా ముందడుగు వేయడానికి కృషి చేశార”ని నివాళులర్పించాడు మాట్ చెర్రీ.

సమాజంలో మతరహితులు జీవితంపై ఆశావహ దృక్పథాన్ని కలిగి వుండాలని పాల్‌కజ్ నమ్మాడు. మతపరమైన సంశయవాదమనేది లౌకిక మానవవాద దృక్పథంలో ఒక అంశం మాత్రమేనని అతడు పేర్కొన్నాడు. పాల్‌కజ్ డి.జె.గ్రోథెకు ఇచ్చిన ఇంటర్వ్యూలో'మానవులందరి శ్రేయస్సును చిత్తశుద్ధితో కోరుకోవడమే సెక్యులర్ హ్యూమనిజం యొక్క ప్రధాన ఉద్దేశమని' వివరించాడు.

పాల్ కజ్ 2001లో క్రైస్తవ తత్వవేత్త విలియం లేన్ క్రేగ్‌తో'నైతికత స్వభావం' అనే అంశంపై బహిరంగ చర్చలో పాల్గొన్నారు.

2010 అక్టోబర్ 7-10 తేదీలలో కౌన్సిల్ ఆఫ్ సెక్యులర్ హ్యూమనిజం మహాసభలు లాస్‌ఏంజెల్స్‌లో జరిగాయి. ఆ సభలలో మానవవాదం భవిష్యత్తుపై ఆంధోళన వ్యక్తం చేయబడింది. ఆ సభలలో పాల్‌కజ్ మతానుకూల వైఖరిని ప్రదర్శించగా అతని అనుచరులు మాత్రం దానికి వ్యతిరేకంగా వాదించారు.

2010 మే 18వ తేదీన పాల్‌కజ్ అన్ని పదవులకు రాజీనామా చేశారు. సెంటర్ ఫర్ ఇంక్వయిరీ సంస్థ ఛైర్మన్‌గా, బోర్డు సభ్యుడిగా, ఫ్రీ ఇంక్వయిరీ పత్రిక సంపాదకుడిగా అతడు అందించిన దశాబ్ధాల సేవలను కొనియాడుతూనే అతని రాజీనామాను ఆమోదించింది. అతని రోజువారీ కార్యక్రమాల గురించి ఆందోళన చెందింది.

2010 జూన్ నెలలో పాల్‌కజ్ 'ఇన్‌స్టిట్యూట్ ఫర్ సైన్స్ అండ్ హ్యూమన్ వాల్యూస్' అనే సంస్థను నెలకొల్పాడు. దాని కోసం ది హ్యూమన్ ప్రాస్‌పెక్ట్-ఎనియో హ్యూమనిస్ట్ పర్స్‌పెక్టివ్ అనే పత్రికను ప్రారంభించడం ద్వారా పాల్‌కజ్ నిర్మాణాత్మక మానవవాదం(Organized Humanism) లో తన ప్రయత్నాలను పునరుద్ధరించారు.

అతీత శక్తులపై విమర్శ పాల్‌కజ్ జీవితంలో మరో ప్రధానాంశం. అతీంద్రియ శక్తుల పేరుతో ప్రచారమయ్యే సంఘటనలను శాస్త్రీయంగా పరిశోధించడానికి ఏర్పాటైన సంస్థ (The committee for the scientiifc investigation of claims of the paranormal - CSI COP) దాని అధికార పత్రికగా 1976లో 'స్కెప్టికల్ ఇంక్వైరర్ 'ను ప్రారంభించింది. పాపులర్ సైన్స్ ప్రచారకులుగా పేరు పొందిన మార్టిన్ గార్డినర్, కార్ల్ సాగన్, ఐజాక్ అసిమోవ్, జేమ్స్‌రాండి, రే హైమాన్ వంటి వారిలాగా పాల్‌కజ్ పారానార్మల్ వాదనల గురించి, శాస్త్రీయ సంశయవాదం గురించి విమర్శనాత్మక ఆలోచనలతో బహుళ ప్రచారం పొందాడు.

ఆధునిక సంశయవాద ఉద్యమాన్ని ప్రారంభించాలని రేహైమన్, జేమ్స్‌రాండి, మార్టిన్ గార్డినర్‌లు తలంచినా వారికి పాలనాపరమైన అనుభవంలేనందున ప్రారంభించలేక పోయామని రేహైమన్ 1972లో వెల్లడించాడు. వారితో మార్సెల్లో ట్రుజ్జీ

చేరాడు. అతడు పాల్‌కజ్‌ని కూడా కలుపుకొని 1976లో అతీతశక్తి సంఘటనలను శాస్త్రీయంగా పరిశోధించే కమిటీని (CSI COP) ఏర్పరిచాడు.

ఆ సందర్భంగా పాల్‌కజ్ ఈ విధంగా రాశాడు. "అతీంద్రియ సంఘటనల పట్ల వున్న వ్యామోహమే వాటిని నిజమని నమ్మేలా చేస్తుంది. అతీంద్రియ సంఘటనలు, మతమైన ప్రక్రియలు ' ఈ రెండింటిలోనూ మానవుల అనుభవం ఒకేలా వుంటున్నదని నా 'ట్రాన్సెన్‌డెంటల్ టెంప్టేషన్ ' అనే గ్రంథంలో వివరించాను. అటువంటివన్నీ ఇంద్రజాలపు ఆలోచలను ఆమోదించే వైఖరిని కలిగి వుంటాయి. అవి మానవానుభవంలోను, సంస్కృతిలోను లోతుగా వేళ్లూనుకొని వుంటాయి."

జీసెస్, మోసెస్, మహమ్మద్ వంటి మత ప్రవక్తలు, అమెరికా గడ్డపై మతాల స్థాపకులైన జోసెఫ్ స్మిత్, ఎల్లెన్ వైట్ వంటి వారు చేసే వాదనలు ఎంతవరకు నిరూపణకు నిలబడగలవో తెలియజేస్తూ పాల్‌కజ్ విశ్లేషించారు. అదే విధంగా ప్రసిద్ధి పొందిన ఆధునిక మానసిక శాస్త్రజ్ఞుల కార్యకలాపాలను విశ్లేషించారు. పారా సైకాలజిస్టుల పరిశోధనలేవీ ఫలించలేదని స్పష్టం చేశారు. పాల్‌కజ్ రచనలలో 'ట్రాన్సెన్‌డెంటల్ టెంప్టేషన్ ' చాలా ప్రభావవంతమైన రచనగా గుర్తింపు పొందింది.

పాల్‌కజ్ 'మూడవ రకపు సంశయవాదా'న్ని ప్రచారం చేశాడు. అందులో అతీంద్రియ సంఘటనలను కేవలం ప్రశ్నించడంతో సరిపెట్టకుండా వాటి గురించి చురుకుగా పరిశోధనలు జరిపేవారు. మొదటి రకమైన తాత్విక సంశయవాదాని కంటె ఇది పూర్తిగా భిన్నమైనది. రెండవ రకమైన సంశయవాదం వాస్తవ ప్రపంచ జ్ఞానం సాధ్యమని అంగీకరిస్తుంది. అయితే అది తాత్వికపరమైన కసరత్తుగానే మిగిలిపోయింది.

2007 ఏప్రిల్ 19న పాల్‌కజ్ పెన్ అండ్ టెల్లర్ వారి టెలివిజన్ షో 'బుల్‌షిట్' లో పాల్గొన్నాడు. అందులో భూతవైద్యం, సాతాను ఆరాధనలన్నీ మతి స్థిమితం లేనివారి చర్యలని, అవి కేవలం ప్రచారం కోసమే వాటిని వాడుకుంటారని విమర్శించారు.

విజ్ఞతతో కూడిన నైతిక జీవనమే హ్యూమనిస్టు దృక్పథమని తెలుపడానికి పాల్‌కజ్ 'యుప్రాక్సోఫీ' (Eupraxophy) అనే పదాన్ని సృష్టించి ప్రచారం చేశాడు. ఆ పేరుతో ఒక గ్రంథాన్నే రచించారు.

సెక్యులర్ హ్యూమనిజం, కన్ఫ్యూషియనిజం, టావోయిజం వంటి జీవిత దృక్పథాలను సూచించడానికి కూడా అతడా పదాన్ని వినియోగించారు. యుప్రాక్సోఫీ అనేది మతరహిత జీవన వైఖరిని, ప్రపంచ దృక్పథాన్ని తెలుపుతుంది. ఉల్లాసవంతమైన నైతిక జీవితాన్ని గడపడం ప్రధానమనే విషయాన్ని అది తెలియజేస్తుంది. అది విశ్వాసాల మీద, మార్మికత, ఆధ్యాత్మికత మీద ఆధారపడదు. తర్కం, పరిశీలన, హేతుబద్ధత వంటి పద్ధతులపై ఆధారపడుతుంది.

మంచి, ఆచరణ, వివేకం అనే గ్రీకు పదాల ఆధారంగానే 'యుప్రాక్సోఫీ' అనే పదం రూపొందించబడింది. పాల్‌కజ్ అతీంద్రియ శక్తులపై ఆధారపడిన మతాలను విమర్శించినప్పటికీ నైతిక విలువలతో కూడిన మానవవాదాన్ని అభివృద్ధి చేయడానికి కృషి చేశారు.

న్యూయార్క్ స్టేట్ యూనివర్సిటీ (బఫెలో) జూన్ 2010లో పాల్‌కజ్ ఉపన్యాసాలను ఏర్పాటు చేస్తున్నట్లు ప్రకటించింది. ఆ క్రమంలోనే మానవవాద తత్వాన్ని గురించి, స్వభావవాద తత్వాన్ని గురించి ఉపన్యసించటానికి మరికొంతమంది ప్రసిద్ధ వక్తలను కూడా పిలిచింది.

పాల్‌కజ్ 1965 నుండి 1991 వరకు న్యూయార్క్ స్టేట్ యూనివర్శిటీలో ఆచార్యులుగా పనిచేశారు. ఆ విశ్వవిద్యాలయంలో భవిష్యత్ తరాల విద్యార్థులలో విచక్షణతో కూడిన మేధస్సును అభివృద్ధి చేయడానికై తనవంతు సహాయంగా విశ్వవిద్యాలయానికి 'ఛారిటబుల్ గిఫ్ట్ యాన్యుటీ'ని అందించాడు.

2010 డిశంబరు 2 నుండి నూతన పాల్‌కజ్ లెక్చర్ సీరీస్‌ను కాగ్నిటివ్

సైంటిస్ట్ స్టీవెన్ పింకర్ ప్రారంభిస్తారని విశ్వవిద్యాలయం 2010 నవంబరు 5న ప్రకటించింది.

సెంటర్ ఫర్ ఇంక్వయిరీకి రాజీనామా చేసిన తరువాత పాల్‌కజ్ 2009లో 'సైన్సు మరియు మానవ విలువల సంస్థ'ను (Institute for science and Human values) ప్రారంభించారు. సెంటర్ ఫర్ ఇంక్వయిరీ గొడుగు సంస్థల శాఖగానే అది పనిచేసింది. ఈ సంస్థకు సంబంధించిన మొదటి పత్రికా ప్రకటనలోనే 'లౌకికవాదాన్ని మానవీకరించాలని', 'మానవులుగా మనం పంచుకునే సాధారణ నైతిక విలువలను ఎలా అభివృద్ధి చేయాలో కనుక్కోవాలని పాల్‌కజ్ ఆశించారు.

ఇన్‌స్టిట్యూట్ ఫర్ సైన్స్ అండ్ హ్యూమన్ వాల్యూస్ (ISHV)కి చెందిన పత్రిక 'ది హ్యూమన్ ప్రాస్పెక్ట్ 'కు పాల్‌కజ్ ప్రధాన సంపాదకుడిగా పనిచేశారు.

ఆయన మరణానంతరం 2019లో ఆ సంస్థ బోర్డ్ ఆఫ్ డైరెక్టర్లు దాని పేరును 'పాల్‌కజ్ ఇన్‌స్టిట్యూట్ ఆఫ్ సైన్స్ అండ్ హ్యూమన్ వ్యాల్యూస్ 'గా మార్చారు.

పాల్‌కజ్ రాసిన గ్రంథాలలో సెక్యులర్ హ్యూమనిస్ట్ డిక్లరేషన్, వాట్ ఈజ్ సెక్యులర్ హ్యూమనిజం, యుప్రాక్సోఫీ, ది ట్రాన్సెన్‌డెంటల్ టెంప్టేషన్, స్కెప్టిసిజం అండ్ హ్యూమనిజం, ఫర్బిడన్ ఫ్రూట్, ది న్యూ స్కెప్టిసిజం, ఇన్‌డిఫెన్స్ ఆఫ్ సెక్యులర్ హ్యూమనిజం, ది హ్యూమనిస్ట్ ఆల్టర్‌నేటివ్, ది కరేజ్ టు బికమ్ ' ది హ్యూమనిస్ట్ వర్ర్చ్యూస్ వంటివి వున్నాయి.

'ది కరేజ్ టు బికమ్ 'ది హ్యూమనిస్ట్ వర్ర్చ్యూస్' అనే గ్రంథాన్ని డా॥ ఎన్. ఇన్నయ్య గారు' సాహసించండి-మారండి' (మానవవాదం) అనే పేరుతో తెలుగులోకి అనువదించారు.

పాల్‌కజ్ ప్రపంచ మానవవాద ఉద్యమంలో ప్రముఖపాత్ర వహించి జీవితాంతం దాని అభివృద్ధికి కృషిచేశారు.

ఎప్పటికప్పుడు మతవాదులు కొత్త ప్రశ్నలు లేవనెత్తి మానవవాదుల్ని మైనారిటీలుగా వుంచడంలో సఫలమవుతున్నారు. ఆధునికానంతర (post modernism) వాదంతో కొందరు మానవవాదంపై తీవ్ర విమర్శలు చేస్తూ, సందేహాలను వ్యక్తం చేస్తున్నారు.

అటువంటి విమర్శలకు, సందేహాలకు పాల్‌కజ్ సరియైన సమాధానాలిచ్చారు. మానవవాదం మూడు ప్రధానమైన నైతిక లక్షణాల అవసరాన్ని నొక్కి చెబుతుంది. ఆ మూడు లక్షణాలు: సాహసం, పరిశీలనా దృష్టి, శ్రద్ధాసక్తి.

కష్టాలను అధిగమించడానికి, మనల్ని మనం నిలదొక్కుకునేలా చేసుకోడానికి సాహసం అవసరం. పరిశీలనా దృష్టిలో నిశిత ఆలోచన, హేతుబద్ధమైన నైతిక ధోరణి వుండాలి. శ్రద్ధాసక్తిలో ఇతరుల పట్ల దయ, దాతృత్వం వుండాలి. ఈ లక్షణాలే నైతిక సుగుణాలకు మూలంగా వుండి మానవవాదానికి ఊపిరి పోస్తామని 'సాహసించండి-మారండి' అనే గ్రంథంలో పాల్‌కజ్ తెలిపారు.

ఇతరులతో మన సంబంధాలు కొనసాగిస్తున్న మానవవాద కోణంలో అనుసరించాల్సిన అంశాలు కొన్ని వున్నాయి. వాటిలో చిత్తశుద్ధి, మాట నిలబెట్టుకోవటం, విశ్వాసంతో వుండడం, మంచితనం, బాధ్యత, సహనం, సహకారం, కృతజ్ఞత వంటివి తప్పక వుండాలని పాలకజ్ తన గ్రంథం Forbidden Fruit : The Ethics of Humanismలో చక్కగా వివరించారు.

నైతికమైన వివేచనను బట్టి మానవుడి బాధలనూ, దుఃఖాన్నీ తొలగించి మంచితనాన్నీ, ఆనందాన్నీ సాధ్యమైనంతవరకు పెంచడమే మానవవాదుల లక్ష్యమని పాల్‌కజ్ స్పష్టం చేశారు.

వ్యక్తిగత జీవితంలో మానవవాదులు పాటించవలసిన మరికొన్ని సుగుణాలను కూడా పాల్‌కజ్ పేర్కొన్నారు. స్వతంత్ర ప్రతిపత్తి, వివేచన, సొంత కట్టుబాట్లు, వ్యక్తి గౌరవం, సృజనాత్మకత, ఉత్సుకత, స్పష్టత, ఆరోగ్యం, రామణీయత వంటి లక్షణాలను

మానవవాదులు కలిగి వుండాలన్నారు. ఈ నైతిక లక్షణాలను పాటించినపుడు అవి వ్యక్తి సంతోషానికి, సామాజిక సామరస్యతకూ, అందరి సంక్షేమానికి ఉపకరిస్తాయని కజ్ తెలిపారు.

ఆధునికానంతరవాదులు వివేచన, విజ్ఞానం పట్ల తీవ్ర విమర్శలు చేస్తున్నారు. మానవవాద విలువలుగా వున్న స్వేచ్ఛను, స్వతంత్ర ప్రతిపత్తినీ నిరాకరిస్తున్నారు. మానవులు సొంతంగా తమ సమస్యలను పరిష్కరించుకోగలరనే విశ్వాసాన్ని పోగొడుతున్నారు.

మన భవిష్యత్తును మనమే నిర్మించుకోగలమనే ధోరణే మానవవాదంలో ప్రధానాంశం. దానికి సాహసం కావాలి. సాహసానికి చేరువగా మానవుడి వివేచన, సత్తా వుంటాయి. ఇతరుల పట్ల దయ, శ్రద్ధాసక్తులు కలిగి వుండటం మానవవాదంలో కీలకాంశాలుగా వుంటాయని పాల్‌కజ్ వివరించారు.

నేడు మానవాళికి మనం నైతికంగా ఎలా బాధ్యత వహించాలో రానున్న తరాల వారికి కూడా అలాంటి బాధ్యతే వహించాలన్నది ప్రధానాంశమని, గతం, వర్తమానం, భవిష్యత్తులో మానవాళిపట్ల మన బాధ్యతను గుర్తించటమే హేతువాదుల, మానవవాదుల కర్తవ్యమని ఆయన ప్రబోధించారు. మన ఆదర్శాలనూ, విలువలనూ సాహసంతో సాధించుకోవాలని దిశానిర్దేశం చేశారు.

మానవవాదానికి విశేష కృషి చేసిన పాల్‌కజ్ 2012, అక్టోబర్ 20వ తేదీన న్యూయార్క్‌లోని అమ్హరెస్ట్‌లో శాశ్వతంగా కన్నుమూశారు. అతని గౌరవార్థం గ్రహశకలం 6629కి కజ్ అని పేరు పెట్టారు.

ప్రపంచ మానవవాద చరిత్రలో పాల్‌కజ్ తన ఉన్నతమైన స్థానాన్ని అలంకరించి, భావితరాలకు ఆదర్శంగా నిలిచారు.

డా॥ గుమ్మా వీరన్న రచనలు

క్రమ సంఖ్య	పుస్తకముపేరు	అచ్చయిన సం॥	
1)	హేతువాదం – భావవిప్లవం*	1984	
2)	హేతువాదం – మార్క్సిజం	1987,2012	
3)	నవ్యమానవవాద మీనాటి బాట*	1996	
4)	స్వేచ్ఛ*	2001	
5)	హేతువాదం – స్వరూప స్వభావాలు	2007	
6)	భారతీయ సంస్కృతి – తత్వం	2008	
7)	తాత్విక విప్లవం*	2010	
8)	హేతువాదం – అపోహలు, అపార్థాలు	2012	
9)	రావిపూడి రచనల సంపుటాల సమీక్ష (ప్రథమ భాగం)	2014	
10)	రావిపూడి రచనల సంపుటాల సమీక్ష (ద్వితీయ భాగం)	2016	
11)	రావిపూడి వెంకటాద్రి రచనలు – హేతువాద మానవవాదాలు	2017	
12)	విశ్వపరిణామంలో మానవావిర్భావం	2022	
13)	ఆర్యులు – వేదవాఙ్మయం	2022	
14)	ఉపనిషత్తులు	2022	
15)	చార్వాకం, జైనం	2022	
16)	భారతీయ తత్వ దర్శనం – బౌద్ధం	2023	
17)	షడ్దర్శనాలు	2023	
18)	ఆధునిక తెలుగు సాహిత్యంలో అభ్యుదయ ధోరణులు	2024	
19)	Rationalism to Humanism	2024	
20)	హేతువాద మానవవాద తత్వవేత్త – రావిపూడి వెంకటాద్రి	2025	
21)	హేతువాద మానవవాద వ్యాసాలు	2025	
22)	హేతువాద – మానవవాద తత్వవేత్తలు	2026	
23)	భారత పునర్వికాసోద్యమం – ఇతర అనువాదవ్యాసాలు (అముద్రితం)		
	అనువాదాలు		
24)	గతితార్కిక భౌతికవాదం శాస్త్రీయమా?*	1988	
25)	రాడికల్ హ్యూమనిజం*	2005	
26)	మానవజాతికి మతమెందుకు?*	2010	
27)	శాస్త్రం – తత్వం	2020	
28)	ఆంధ్రప్రదేశ్‌లో మానవవాద ఉద్యమ చరిత్ర*	2020	
29)	భారతదేశంలో బౌద్ధం ఎందుకు పతనమయింది?	2022,2026	
30)	బౌద్ధం : మంచిప్రశ్నలు – మంచి జవాబులు	2025	
31)	Essays on Indian Philosophical Streams and Culture	2025	

★ ఈ గుర్తు గల పుస్తకములు ఇప్పుడు స్టాక్ లేవు. సంప్రదించండి : డా॥ గుమ్మా వీరన్న, 9866681927

www.ingramcontent.com/pod-product-compliance
Lightning Source LLC
LaVergne TN
LVHW032103041026
849518LV00010B/2980